സാംസ്കാരിക സ്ത്രീവാദം

ഡോ. സിസ്റ്റർ മിനിമോൾ മാത്യു

പാലാ അൽഫോൻസാ കോളേജ് വൈസ് പ്രിൻസിപ്പലും മലയാള വിഭാഗം മേധാവിയുമാണ്. 2011-ൽ എം.ജി യൂണിവേഴ്സിറ്റിയിൽ നിന്ന് പിഎച്ച്.ഡി ബിരുദം നേടി. 2015-ൽ 'മീനച്ചിൽ താലൂക്കിലെ ക്രിസ്ത്യൻ നാട്ടാചാരങ്ങളും അനുഷ്ഠാനങ്ങളും' എന്ന എന്ന ഗ്രന്ഥം പ്രസിദ്ധീകരിച്ചു. 2019-ൽ 'സിനിമയുടെ ലാവണ്യ ശാസ്ത്രം' എന്ന കൃതി എഡിറ്റ് ചെയ്തു പ്രസിദ്ധീകരിച്ചു.

ഡോ. അനില തോമസ്

2018-ൽ എം.ജി യൂണിവേഴ്സിറ്റിയിൽ നിന്ന് പിഎച്ച്.ഡി ബിരുദം നേടി. 2021-ൽ 'കുമാരനാശാൻ ദിക്കറിഞ്ഞ നാവികൻ' എന്ന ഗ്രന്ഥം പ്രസിദ്ധീകരിച്ചു. 2019-ൽ 'സിനിമ: സങ്കല്പനവും വ്യവഹാരവും' എന്ന കൃതി എഡിറ്റ് ചെയ്തു.

സാംസ്കാരിക സ്ത്രീവാദം

പഠനങ്ങൾ

എഡിറ്റേഴ്സ്:
ഡോ. സിസ്റ്റർ മിനിമോൾ മാത്യു
ഡോ. അനില തോമസ്

FEMINGO BOOKS
കോട്ടയം
2024

വില: 350 രൂപ

Samskarika Sthreevaadam
Edited By: Dr. Sr. Minimol Mathew & Dr. Anila Thomas

Malayalam Studies

Published by:-
FEMINGO BOOKS
femingobooks@gmail.com
Ph: 90740 98776, 8301034604

Cover Design:
Maxlab

Printed in India
at Max

Edition:
First Editon January 2024

Price: Rs. 350
ISBN: 978-81-19940-76-9

പ്രസാധകക്കുറിപ്പ്

ഫെമിനിസം എന്ന വാക്ക് പല വ്യാപ്തിയിൽ ചർച്ചചെയ്യപ്പെടുമ്പോഴും സാഹിത്യത്തിൽ ചിത്രീകരിക്കപ്പെടുന്ന സ്ത്രീകൾ ധാരാളം കെട്ടുകൾക്കുള്ളിൽ അകപ്പെട്ടു കിടക്കുന്ന കാഴ്ചയാണ് പൊതുവേയുള്ളത്. സ്ത്രീ കഥാപാത്രങ്ങളുടെ രൂപപ്പെടുത്തലിൽ വളരെ വലിയൊരു വിപ്ലവമൊന്നും ഇന്നും കടന്നുവന്നിട്ടില്ല. സ്ത്രീകൾ പൊതുവേ ഭയചകിതരും, വ്യവസ്ഥിതിയോടു സമരസപ്പെടുന്നവരുമായി നമ്മുടെ സിനിമയും സാഹിത്യവും എക്കാലവും രേഖപ്പെടുത്തുന്നു. സമീപകാലത്തു കേട്ട ചില വേറിട്ട ശബ്ദങ്ങൾ മാറ്റിനിർത്തിയാൽ ഇന്നും അതിരുകൾ ഭേദിക്കാൻ പലരും മടിക്കുന്നു. ഡോ. സിസ്റ്റർ മിനിമോൾ മാത്യുവും ഡോ. അനില തോമസും ചേർന്ന് എഡിറ്റ് ചെയ്തിരിക്കുന്ന 'സാംസ്കാരിക സ്ത്രീവാദം' എന്ന പുസ്തകം സ്ത്രീപക്ഷ ചിന്ത ഇനി നീങ്ങേണ്ട വഴികളെക്കുറിച്ച് വിവരിക്കുന്നു. 21 ലേഖനങ്ങളാണ് ഈ ഗ്രന്ഥത്തിലുള്ളത്. ഭാഷാശാസ്ത്രപരമായ വിശകലനങ്ങളിൽ നിന്നാരംഭിച്ച് സമകാലിക മലയാളസാഹിത്യത്തിലെ സ്ത്രീപക്ഷ മുന്നേറ്റം എവിടെ വരെ പുരോഗമിച്ചുവെന്ന് അവ കാട്ടിത്തരുന്നു. മലയാളികളുടെ സ്ത്രീപക്ഷ ചിന്തകളിലെ നെല്ലും പതിരും ഈ ലേഖനങ്ങളിൽ വേർതിരിക്കപ്പെടുന്നു.

ദുർഗ മനോജ്
പ്രസാധക

ആമുഖം

തൊഴിൽ സാഹചര്യങ്ങൾ മുതൽ ആരോഗ്യ സംരക്ഷണം വരെ ജനകീയ സംസ്കാരത്തിലേക്കുള്ള എല്ലാ മേഖലകളിലും വിമർശ നാത്മകമായ ഒരു സമീപനം ലിംഗപദവി പഠനങ്ങൾ കൊണ്ടുവന്നു. ലിംഗഭേദങ്ങളെ പ്രാധാന്യമുള്ളതാക്കുക എന്നതിന്റെ അർത്ഥമെന്താണെന്ന് ലിംഗപദവി പഠനങ്ങൾ അന്വേഷിക്കുന്നു. ലൈംഗികത, വംശം, വർഗം, കഴിവ്, മതം, പ്രദേശം, പൗരത്വ നില, ജീവിതാനുഭവങ്ങൾ, വിഭവ വിനിയോഗം എന്നിങ്ങനെ ലോകത്തിലെ ഒരാളുടെ സ്ഥാനം നിർണ്ണയിക്കുന്ന ഏതൊരു ഘടകത്തിൽ നിന്നും ലിംഗഭേദങ്ങൾ ഒരിക്കലും മാറ്റി നിർത്താനാവില്ല. ലിംഗഭേദം ഒരു ഐഡന്റിറ്റി വിഭാഗമായി പഠിക്കുന്നതിനുമപ്പുറം, ചരിത്രപരവും സാംസ്കാരികവുമായ സന്ദർഭങ്ങളിലുടനീളം അതിനെ സ്വാഭാവികമാക്കുകയും സാധാരണീകരിക്കുകയും വൈജ്ഞാനികമാക്കുകയും ചെയ്യുന്ന ഘടനകളെ പ്രതിഫലിപ്പിക്കുന്നതിന് ഈ വിജ്ഞാന മേഖല സഹായിക്കുന്നു. 1970-കളിൽ ഒരു അക്കാദമിക് അന്വേഷണ മേഖലയായി ഏകീകരിക്കപ്പെട്ട സ്ത്രീപഠനങ്ങളിൽ നിന്ന് ലിംഗപദവി പഠനങ്ങൾ വികസിക്കുകയും സമകാലികമാവുകയും ചെയ്തു.

സ്ത്രീപഠനങ്ങളിൽനിന്ന് ലിംഗപദവി പഠനത്തിലേക്കുള്ള മാറ്റത്തോടെ ഉയർന്നുവന്ന ചില ഉത്കണ്ഠകൾ പര്യവേക്ഷണം ചെയ്യുന്ന ലേഖനങ്ങളുടെ സമാഹാരമാണ് സാംസ്കാരിക സ്ത്രീവാദം. ലിംഗപദവി പഠനം സ്ത്രീകളെ മാന്യമാക്കുമെന്ന ആശങ്കകൾ ചിലർക്ക് ഉണ്ടായി. അതിനു കാരണമായ ഫെമിനിസ്റ്റ് ആക്ടിവിസത്തെ അത് ഇല്ലാതാക്കും എന്നവർ ഭയപ്പെടുന്നു. ലിംഗഭേദത്തെയും ലൈംഗികതയെയും കുറിച്ചുള്ള അക്കാദമിക് പ്രവർത്തനങ്ങൾ അതിന്റെ ആക്ടിവിസ്റ്റ് വേരുകളിൽ നിന്ന് വേർപിരിഞ്ഞു എന്ന ഭയം അവരെ വേട്ടയാടുന്നു. എന്നാൽ, ഈ മേഖല വിപുലമാകുകയാണ് ചെയ്തത്.

ഒരു പഠനമേഖല എന്ന നിലയിൽ ലിംഗപഠനം ലിംഗഭേദം

എന്ന പ്രതിഭാസത്തെ മനസ്സിലാക്കുന്നതിന് ഏകീകൃതമായ ഒരു സമീപനം നൽകുന്നില്ല. വിഷയത്തിന്റെ ഇന്റർ ഡിസിപ്ലിനറി സ്വഭാവവും ലിംഗ വിശകലനം ഉയർന്നുവന്ന മേഖലകളുടെ വൈവിധ്യവും അർത്ഥമാക്കുന്നത് ലിംഗഭേദത്തെക്കുറിച്ചും അതിന്റെ അർത്ഥത്തെക്കുറിച്ചും ഉത്ഭവത്തെക്കുറിച്ചും ഒന്നിലധികം പരസ്പരവിരുദ്ധമായ ചിന്താധാരകൾ ഉണ്ടെന്നാണ്. ലിംഗഭേദം എവിടെ നിന്ന് വരുന്നു? പഠിച്ചതോ സഹജമായതോ ആണോ? സമൂഹത്തിൽ എന്ത് ഉദ്ദേശ്യമാണ് അത് നിർവ്വഹിക്കുന്നത്? മറ്റ് അടിച്ചമർത്തലുകളുമായുള്ള ബന്ധം എന്താണ്? ഇതൊക്കെ ഈ മേഖലയുടെ കേന്ദ്ര ആശങ്കകളാണ്. ലിംഗവിവേചനം, വംശീയത, വർഗീയത, ഭിന്നലിംഗവാദം, കഴിവുകൾ എന്നിവ സാമൂഹിക ഘടനകളിൽ പ്രവർത്തിക്കുന്ന പ്രത്യേക രീതികളിൽ വ്യത്യാസപ്പെട്ടിട്ടുണ്ടെങ്കിലും ഓരോന്നും തുടർച്ചയായ നിലനിൽപ്പിനായി അധികാര ബന്ധങ്ങളുടെ ഒരു ശ്രേണിപരമായ സംവിധാനത്തെ ആശ്രയിക്കുന്നു. ആ അധികാര ബന്ധങ്ങളുടെ പ്രവർത്തനവും ഫലങ്ങളും തിരിച്ചറിയുന്നത് ലിംഗപഠനത്തിന്റെ കേന്ദ്രഘടകമാണ്.

ഇക്കാരണത്താൽ, ലിംഗപഠനങ്ങൾക്ക് ലിംഗഭേദം വിശകലനം ചെയ്യാൻ കഴിയില്ല. എന്നാൽ അതിന് സാമൂഹിക അസമത്വത്തിന്റെ വലിയ വ്യവസ്ഥാപരമായ സ്വഭാവത്തിൽ അധികാരവും പദവിയും വിമർശനാത്മകമായി വീക്ഷിക്കേണ്ടതുണ്ട്. ഈ മേഖലയിലെ ഗവേഷണം അടിച്ചമർത്തപ്പെട്ടവരുടെ പ്രശ്നങ്ങളിൽ ശ്രദ്ധ കേന്ദ്രീകരിക്കുമ്പോൾ, ലിംഗപരമായ പഠനങ്ങൾ പ്രത്യേകാവകാശത്തിന്റെ പങ്ക് അന്വേഷിക്കുന്നു. സാമൂഹിക ശക്തിയുടെയും സാമ്പത്തിക മൂലധനത്തിന്റെയും മേൽ അധികാരവും നിയന്ത്രണവും വേണം. ആ അധികാരം അഭ്യർത്ഥിക്കാനുള്ള കഴിവ് അല്ലെങ്കിൽ അംഗീകൃത 'അവകാശം' എന്നിവ തിരിച്ചറിയുന്നതിന്റെ പ്രാധാന്യത്തെക്കുറിച്ച് ഒരു ചർച്ച തന്നെ ആരംഭിച്ചു.

അസമത്വത്തിന്റെ ശാശ്വത സംവിധാനങ്ങളിൽ. ലിംഗഭേദം, വംശം, വർഗം, കഴിവ്, ലൈംഗിക ആഭിമുഖ്യം, ദേശീയത, ആഗോള സ്ഥാനം എന്നിവയെ അടിസ്ഥാനമാക്കി ഒന്നിലധികം തലത്തിലുള്ള ഒഴിവാക്കലും അടിച്ചമർത്തലും സംയോജിപ്പിക്കാനുള്ള കഴിവാണ് പ്രത്യേകാവകാശത്തിന്റെ ശക്തി. ലിംഗപഠനങ്ങൾ ഈ പ്രത്യേകാവകാശങ്ങളുടെയും അടിച്ചമർത്തലിന്റെയും സ്രോതസ്സുകളുടെ കേന്ദ്രയിടങ്ങളിൽ പ്രവർത്തിക്കുന്നു. അസമത്വത്തിന്റെ സംവിധാനങ്ങൾ എങ്ങനെ പരിപാലിക്കപ്പെടുന്നുവെന്നും നടപ്പിലാക്കുന്നു

വെന്നും നിരീക്ഷിച്ച് അതിലേക്ക് വെളിച്ചം വീശാൻ ലിംഗപദവി പഠനങ്ങൾക്കു കഴിയും. ഇവിടെ സമാഹരിച്ചിരിക്കുന്ന ലേഖനങ്ങൾ ലിംഗപദവിയുമായി ബന്ധപ്പെട്ട് ഭാഷ, സാഹിത്യം, കല തുടങ്ങിയ വിവിധ മണ്ഡലങ്ങളുടെ സവിശേഷതകളെ വിശകലനം ചെയ്യുന്നു. ലേഖനങ്ങൾ നൽകിയ എല്ലാവർക്കും നന്ദി.

ഡോ. സിസ്റ്റർ മിനിമോൾ മാത്യു
ഡോ. അനില തോമസ്

അകം

1

ലിംഗനിരപേക്ഷഭാഷ

ഡോ. ആർ.വി.എം. ദിവാകരൻ

നാമവിഭജനത്തിനുള്ള ഉപാധികളിൽ പ്രധാനപ്പെട്ട ഒരിനമാണ് ലിംഗം. നാമങ്ങളെ പുല്ലിംഗം, സ്ത്രീലിംഗം, നപുംസകം എന്നിങ്ങനെയും സചേതനം അചേതനം എന്നിങ്ങനെയും തിരിക്കുന്നത് ലിംഗമെന്ന ഉപാധിവച്ചാണ്. ലോകഭാഷകളിൽ ഏതാണ്ട് നാലിലൊന്ന് ഇത്തരം ലിംഗവിഭജനം പാലിക്കുന്നുണ്ട്. ആൺ, പെൺ, നപുംസകം എന്നതാണ് പ്രധാന തരംതിരിവെങ്കിലും അതിനകത്തുതന്നെ ബഹുത്വവും സചേതനാചേതനഭേദവുമൊക്കെ മുൻനിർത്തി തരംതിരിവിന്റെ എണ്ണം കൂടുതലുള്ള ഭാഷകളുമുണ്ട്. നാമങ്ങളെ തരംതിരിക്കുന്നു എന്നതിനപ്പുറം, ഈ തരംതിരിവനുസരിച്ച് വാക്യത്തിലെ മറ്റുപദങ്ങൾ, വിശേഷണങ്ങളും ക്രിയയുമൊക്കെ, മാറിവരുന്നുവെന്ന പൊരുത്തദീക്ഷയാണ് ലിംഗവ്യവസ്ഥയുടെ ഭാഷാപരമായ ഇടപെടലിൽ പ്രധാനം. അർഥം മുഖ്യോപാധിയാക്കി ആൺ- പെൺ- നപുംസകവിഭജനം നടത്തുന്ന രീതിയാണ് ചില ഭാഷകൾക്കെങ്കിൽ രൂപാധിഷ്ഠിതമായാണ് ചില ഭാഷകൾ ഈ പ്രശ്നം പരിഹരിക്കുന്നത്. ചില ഭാഷകൾ ഒരുപാധിയുമില്ലാതെ തോന്നുംപടി ലിംഗവിഭജനം നടത്തുന്നു. ഭാഷയിൽ പലമട്ടിൽ ലിംഗസൂചനകൾ നിലനിൽക്കുന്നുണ്ട്. ആണിനും പെണ്ണിനുമൊപ്പം ശ്രേണിപ്പെടുത്താതെതന്നെ നിരവധി ഭിന്നലൈംഗികകർതൃത്വങ്ങൾ സമൂഹത്തിൽ നിലനിൽക്കുന്നുവെന്ന തിരിച്ചറിവ് വന്നതോടെ, ലിംഗമെന്നത് കേവലം ഒരു വ്യാകരണകാര്യമെന്നതിനപ്പുറം ഭാഷയുടെ സാമൂഹികകാര്യമായി മാറിയിട്ടുണ്ട് എന്നതാണ് ഇത്തരമൊരു വിഷയം സാമൂഹികഭാഷാശാസ്ത്രത്തിന്റെ ഭാഗമായി ചർച്ചയ്ക്കെടുക്കുന്നതിന്റെ സാംഗത്യം.

▶▶ സാംസ്കാരിക സ്ത്രീവാദം ••••••••••••••

പുരുഷൻ, സ്ത്രീ, നപുംസകം (masculine, feminine, and neuter) എന്നു ലോകത്തിൽ ജീവജാലങ്ങളെ തരംതിരിക്കാമെന്നും നാമങ്ങൾ ഈ മൂന്നിലുൾപ്പെടുമെന്നും ഉള്ള പൂർവധാരണയോടെയാണ് പല ഭാഷകളും ലിംഗവിഭജനം നടത്തുന്നത്. ജീവശാസ്ത്രപരമായ ലിംഗവിഭജനവുമായി പലപ്പോഴും വ്യാകരണലിംഗം നിരന്നുപോകുന്നുവെന്നു ചുരുക്കം. എന്നാൽ മറ്റുപലഭാഷകളും ഈ മട്ടിലല്ല ലിംഗവിഭജനം നടത്തുന്നത്. പദാന്ത്യത്തിലുള്ള വർണം ഇന്നതാണെങ്കിൽ ഇന്ന ലിംഗം എന്ന സ്വനപരമായ യുക്തിയെങ്കിലും ചിലതിനുണ്ടെങ്കിൽ തികച്ചും സ്വേച്ഛാപരമായാണ് മറ്റു പലഭാഷകളും ഈ വിഭജനം നടത്തുന്നത്.

'പുരുഷൻ, സ്ത്രീ, നപുംസകം എന്നു ലോകത്തിൽ ജീവജാലങ്ങൾക്കുള്ള ഭേദംതന്നെ വ്യാകരണത്തിൽ ശബ്ദത്തിനു ലിംഗം എന്നു പറയപ്പെടുന്നു. പുരുഷവാചകശബ്ദം പുല്ലിംഗം; സ്ത്രീവാചകം സ്ത്രീലിംഗം; സ്ത്രീയും പുരുഷനും അല്ലാത്ത വസ്തുവിന്റെ വാചകം നപുംസകലിംഗം: ഇതാണ് ശരിയായ ലിംഗവ്യവസ്ഥ; മലയാളഭാഷയിൽ ഇതുതന്നെയാണു നടപ്പും. എന്നാൽ സംസ്കൃതത്തിൽ അങ്ങനെയല്ല', ഏആർ ചൂണ്ടിക്കാട്ടുന്നു (മണിദീപിക). സംസ്കൃതത്തിൽ ഇന്ന ശബ്ദത്തിന് ഇന്ന ലിംഗം എന്നാണ് വ്യവസ്ഥ. ഇംഗ്ലീഷ് പഠിക്കുമ്പോൾ സ്പെല്ലിംഗ് പഠിക്കുമ്പോലെ, സംസ്കൃതത്തിൽ'ഒരു ശബ്ദം പഠിക്കുമ്പോൾ അതിനെ സ്ത്രീവേഷമോ പുരുഷവേഷമോ നപുംസകവേഷമോ കെട്ടിക്കേണ്ടതെന്ന ലിംഗവ്യവസ്ഥകൂടി ഗ്രഹിക്കേണ്ടതാകുന്നു'. വേഷംകെട്ടിക്കുക എന്ന പ്രയോഗത്തിൽ, ലിംഗം ആരോപിതമാണ് എന്ന സൂചന ഏആർ കൃത്യമായി നൽകുന്നുണ്ട്. താരതമ്യേന ദുർബലരായ നദികളും ലതകളും സ്ത്രീലിംഗവും, ശക്തരായ സമുദ്രവും വൃക്ഷവും പുല്ലിംഗവുമാണ് അവിടെ. ആർബിട്രറിയായിരിക്കെത്തന്നെ അല്പം പ്രവചനീയതയുണ്ടെന്നർഥം. ഈ ആർബിട്രറിനെസ് ഗുണ്ടർട്ട് സൂചിപ്പിച്ചത് രസകരമായാണ്: 'സംസ്കൃതത്തിൽ പുല്ലിംഗമായ വൃക്ഷം സ്ത്രീലിംഗമാകുന്ന പൂർ എന്നീ രണ്ടും (മലയാളത്തിൽ) നപുംസകം അത്രേ' ഇതിലും ഭംഗിയായി അത് പറയാനാവുമോ? ജർമ്മനിലെ തലയും വാലുമില്ലാത്ത ലിംഗവ്യവസ്ഥയെപ്പറ്റി 'ഭദ്രമായ ജർമ്മൻഭാഷ' (1880) എന്ന പ്രബന്ധത്തിൽ മാർക്ക് ട്വൈൻ സരസമായി എഴുതിയിട്ടുണ്ട്.'

വിശേഷ്യത്തിനനുസരിച്ച് വിശേഷണത്തിൽ ലിംഗപ്പൊരുത്തം ദീക്ഷിക്കുകയെന്ന രീതിയും സംസ്കൃതത്തിലുണ്ട്. ഹിന്ദിയിലും

ഇതുതന്നെ സ്ഥിതി. 'സ്കൂട്ടർ ചൽതാ ഹൈ' എന്നു പറയുമ്പോൾ അഹസൈക്കിൾ ചൽത്തീ ഹൈ' എന്നേ പറയാവൂ. സ്കൂട്ടറും ലോറിയുമൊഴികേ ബാക്കിയെല്ലാ വാഹനവും ഹിന്ദിയിൽ പെണ്ണാണ്. ആൺ, പെൺ ലിംഗങ്ങൾ മാത്രമുള്ള ഫ്രഞ്ചിലും ഇതങ്ങനെയാണ്. അതിന്റെ യുക്തി എന്തെന്ന് അന്വേഷിച്ചിട്ടു കാര്യമില്ലതന്നെ. ഫ്രഞ്ചിൽ, നാമം ആണോ പെണ്ണോ എന്നറിഞ്ഞാലേ ആർട്ടിക്കിൾ പോലും പ്രയോഗിക്കാനാവൂ.

The book ഫ്രഞ്ചിൽ Le livre ആണെങ്കിൽ the table അവിടെ la teble ആണ്; പുസ്തകം ആണും മേശ പെണ്ണുമായതാണ് കാരണം. കാവൽക്കാരിലധികവും ആണാണെങ്കിലും ആ വാക്ക് സ്ത്രീലിംഗവും ഗായിക പുല്ലിംഗവുമാണത്രേ ഫ്രഞ്ചിൽ. ജീവപരമായ സെക്സുമായി വ്യാകരണലിംഗത്തിന് ബന്ധമില്ലെന്നർഥം. ആഫ്രിക്കയിലെ സ്വഹിലി ഭാഷയിൽ, (ഈ ഭാഷയെപ്പറ്റി എസ്.കെ പൊറ്റക്കാട് വിശദമായി എഴുതിയിട്ടുണ്ട്) എട്ട് ലിംഗമുണ്ട്. മനുഷ്യർ, മൃഗങ്ങൾ, വലിപ്പമുള്ളവ, ചെറിയവ എന്നിങ്ങനെയാണ് ലിംഗവിഭജനം പോവുന്നത്. പത്ത് ലിംഗമുള്ള നവാഹോ എന്ന ലാറ്റിനമേരിക്കൻ ഭാഷയിൽ മനുഷ്യർക്ക് ലിംഗഭേദമില്ലെങ്കിലും വസ്തുക്കൾക്കുണ്ട്, ദ്രാവകങ്ങൾ ലിംഗപരമായി ഒരിനമാവുമ്പോൾ കല്ലും പന്തും പോലെ ഉരുണ്ടവ മറ്റൊരിനമാണ്. പെൻസിലും വടിയും പോലെ നീണ്ട വസ്തുക്കൾക്ക് മറ്റൊരു ലിംഗം; കയറും ബെൽട്ടും പോലെ നീണ്ടിരിക്കുന്നവയ്ക്ക് മറ്റൊന്ന്. സ്വേച്ഛാനുസാരിയെങ്കിലും ഒരു പരിധിവരെ പ്രവചനീയമാണിവ.

ഇങ്ങനെ തികച്ചും ആർബിട്രറിയായ ലിംഗവ്യവസ്ഥ അയുക്തികമാണെന്നാണ് നമ്മുടെ ഭാഷയുടെ നിലപാട്. മലയാളത്തിലെ ലിംഗവ്യവസ്ഥയെ, അത് അർഥം നോക്കിയുള്ളതാകയാൽ സയുക്തികമെന്ന് കേരളപാണിനി വിശേഷിപ്പിക്കുന്നുണ്ടല്ലോ. ബയോളജിക്കൽ സെക്സുമായി മലയാളത്തിലെ ലിംഗവ്യവസ്ഥ ചേർന്നുപോവുന്നുവെന്ന പൊതുധാരണയാണ് ഈ നിലപാടിന് അടിസ്ഥാനം. സചേതനമെങ്കിലും വിശേഷബുദ്ധിയില്ലാത്ത മൃഗങ്ങളെ നപുംസകമാക്കിയതിന്റെ യുക്തി, 'പുംസ്ത്വം, സ്ത്രീത്വം ഇതു രണ്ടും വിശേഷബുദ്ധി എന്ന ചൈതന്യമുള്ളവരിലേ പ്രധാനമായി ഗണിക്കേണ്ടതുള്ളൂ എന്നും മനുഷ്യനെ സംബന്ധിച്ചെടുത്തോളം ആവക ജന്തുക്കളെയും അചേതനമായി ഗണിക്കാവുന്നതിനാൽ അവയിലെ പുംസ്ത്രീഭേദം വകവെക്കേണ്ടതില്ല എന്നും ആണ്'. 'നപുംസകമലിംഗം താൻ അതിന്ന് കുറിയെന്തിന്' എന്ന പ്രസ്താ

വവും ശ്രദ്ധിക്കണം. ആണിനെയും പെണ്ണിനെയും സൂചിപ്പിച്ചാൽ മതി, സൂചിപ്പിക്കാത്തത് നപുംസകം എന്നർഥം. ആണിനും പെണ്ണിനും തന്നെ നിർബന്ധമെങ്കിലേ കുറിവേണ്ടൂ, പിന്നല്ലേ അലിംഗം.

സകല നാമങ്ങളെയും ആണും പെണ്ണുമായി വിഭജിക്കുന്ന ഭാഷകൾ പ്രക്ഷേപിക്കുന്ന ലോകബോധം, ട്രാൻസ്ജെൻഡർ പോലുള്ള ഭിന്നലൈംഗികകർതൃത്വങ്ങളെ എങ്ങനെ ഉൾക്കൊള്ളുന്നു എന്ന് ആലോചിക്കേണ്ടതുണ്ട്. മലയാളം അലിംഗമെന്ന സംവർഗത്തെ അംഗീകരിക്കുന്നുണ്ടെങ്കിലും നപുംസകം എന്ന് അതിനിട്ട പേര് കുഴപ്പംപിടിച്ചതാണ്. ആണും പെണ്ണുമല്ലാത്ത, വരിയുടയ്ക്കപ്പെട്ട, വിശേഷബുദ്ധിയില്ലാത്ത എന്നൊക്കെയാണ് ആ പദത്തിനർഥം. ഭിന്നലൈംഗികതയോടുള്ള പൊതുസമീപനത്തിന് ഇങ്ങനെയൊരു വ്യാകരണയുക്തികൂടിയുണ്ടെന്നർഥം. ഗുണ്ടർട്ട് സംസ്കൃതവഴിക്ക് നപുംസകം എന്നുതന്നെയാണുപയോഗിച്ചത്; ഇംഗ്ലീഷിൽ ന്യൂട്രൽ (neutral) എന്നാണ് അദ്ദേഹം ഉപയോഗിക്കുന്നത്. 'മലയായ്മയിൽ പുല്ലിംഗവും സ്ത്രീലിംഗവും സബുദ്ധികൾക്കേ ചെല്ലുകയുള്ളൂ' എന്നാണ് ഗുണ്ടർട്ടിന്റെ ലിംഗപ്രകരണത്തിലെ ആദ്യവാക്യം. മലയാഴ്മയുടെ വ്യാകരണത്തിൽ ജോർജ് മാത്തൻ നിർലിംഗം എന്നാണ് പ്രയോഗിക്കുന്നത്. നിർലിംഗമെന്നാൽ വിശേഷിച്ച് ഒരു മാർക്കിങ് ആവശ്യമില്ലാത്തത് എന്നർഥം. അത് ഒരു വ്യാകരണകാര്യമാണെന്ന് അടിവരയിട്ടു പറയുന്നുണ്ട് അദ്ദേഹം. വിശേഷബുദ്ധിയുണ്ടെങ്കിലും ഒരു ഗ്രൂപ്പിനെ നിർലിംഗമായാണ് വ്യാകരണം കാണുന്നത് എന്നുപറയാൻ 'ക്രിസ്ത്യാനി സഭയോ അത് ലോകത്തിൽ ഒക്കയും നിറഞ്ഞിരിക്കുന്നു' എന്നാണ് ഉദാഹരിക്കുന്നത് എന്നോർക്കണം.

ലിംഗവിഭജനം സ്വേച്ഛാപരമാണെന്നിരിക്കിലും അതിനുപിന്നിൽ ചില അധീശയുക്തികൾ കൂടിയുണ്ടെന്ന സൂചന മാത്തന്റെ വ്യാകരണമാണ് കാണിച്ചുതരുന്നത്. മിക്ക ഭാഷകളിലും ദൈവം പുരുഷനായിരിക്കുന്നത് അതിന് ശക്തി കല്പിച്ചുകൊടുക്കുന്നതുകൊണ്ടു തന്നെയെന്ന് മാത്തൻ പറയുന്നു. ഭംഗിയുള്ളത്, ചെറുത്, ദുർബലമായത് ഇതൊക്കെ സ്ത്രീലിംഗമാവാൻ സാധ്യത കൂടുതലാണെന്നും അദ്ദേഹം നിരീക്ഷിക്കുന്നു. സ്ത്രീപരുഷഭേദമുള്ളതിനെ ഒരേസമയം വാൽസല്യത്തോടെയും നിന്ദാപരമായും നിർലിംഗമായി വിവരിക്കാമെന്നും മാത്തൻ ഉദാഹരിക്കുന്നു. നിർലിംഗനെന്ന പദത്തിന് പിൽക്കാലത്ത് ശബ്ദതാരാവലി 'ഷണ്ഡൻ' എന്നാണ്

അർഥം നൽകിയത്; നിർലിംഗം എന്ന 'നിർലിംഗ'പദം നിഘണ്ടുവിലില്ലതാനും. 'അലിംഗം' എന്ന പദം, 'വ്യാകരണത്തിലെ ലിംഗസൂചനയില്ലാത്തത്, ശബ്ദംകൊണ്ട് ആണോ പെണ്ണോ എന്ന് തിരിച്ചറിയാനാവാത്തത്' എന്നിങ്ങനെ വിവരിക്കപ്പെടുമ്പോൾ'അലിംഗൻ' പരമാത്മാവാണ് എന്നറിയുക. കേരളപാണിനി പ്രചാരം നൽകിയ ക്ലീബം എന്ന പദത്തിനും ഈ പ്രശ്നങ്ങളൊക്കെയുണ്ട്. സന്താനോൽപാദനശക്തിയില്ലാത്ത, വീര്യമില്ലാത്ത, ഭീരുത്വമുള്ള, ബലഹീനതയുള്ള, നീചത്വമുള്ള എന്നൊക്കെയാണ് 'ക്ലീബ' എന്ന വിശേഷണത്തിനർഥം. ക്ലീബം, ആണും പെണ്ണുമല്ലാത്തത്. ഭീരു എന്ന് അധികാർഥം. Neuter എന്ന ഇംഗ്ലീഷ് പദത്തിന് രണ്ടുമല്ലാത്തത് എന്നാണ് നിരുക്ത്യർഥം (നോട്ട്+ഈതർ). അസെക്ഷ്വൽ, വരിയുടയ്ക്കപ്പെട്ടത് എന്നൊക്കെ അതിനർഥമുണ്ടുതാനും. ഗുണ്ടർട്ടുപയോഗിച്ച 'ന്യൂട്രൽ' ആണ് കൂട്ടത്തിൽ കൊള്ളാവുന്ന പദം, അതാണ് കൂടുതൽ പൊളിറ്റിക്കലി കറക്ട് എന്നു പറയാം.

സത്യത്തിൽ ജെൻഡർ എന്നർഥത്തിൽ നമ്മളുപയോഗിക്കുന്ന 'ലിംഗം' എന്ന പദം തന്നെ സംസ്കൃതംവഴിക്കുള്ള ലിംഗവിവേചനം സൂചിപ്പിക്കുന്നുണ്ട്. സംസ്കൃതത്തിൽ ലിംഗത്തിന് കുറി, മാർക്കിങ്, അടയാളം, സൂചകം, പ്രതീകം എന്നൊക്കെയാണല്ലോ അർഥം. ജെൻഡർ എന്ന വാക്കിന്റെ നിരുക്തത്തിൽ ലാറ്റിനിലെ genus എന്ന ജന്മം, കുടുംബം, ദേശം എന്നൊക്കെ അർഥമുള്ള പദം കാണാമെങ്കിലും താരതമ്യേന ന്യൂട്രലാണ് ആ പദം. സാമൂഹികാർഥത്തിൽ ജെൻഡറിനെ ലിംഗപദവി, ലിംഗത എന്നിങ്ങനെ ഏതുമട്ടിൽ വിവർത്തനം ചെയ്യുമ്പോളും ഈ (പുരുഷ)ലിംഗം ഒരു 'പദവി'യായി മുന്നിൽക്കേറി വരുന്നതുകാണാം.

വാക്യത്തിൽ ലിംഗപ്പൊരുത്തം ദീക്ഷിക്കുന്ന പതിവ് മറ്റു ദ്രാവിഡഭാഷകൾ തുടരുമ്പോഴും നമുക്ക് ലുപ്തപ്രചാരമായിപ്പോയതായി കേരളപാണിനീയം സാക്ഷ്യപ്പെടുത്തുന്നു. സംസ്കൃതഭ്രമത്തിൽ അത് തുടരുന്ന ചിലരുണ്ടെങ്കിലും നമുക്ക് അത് ആവശ്യമില്ലെന്ന നിലപാടാണ് കേരളപാണിനി പൊതുവിൽ സ്വീകരിക്കുന്നത്. സമാനാധികരണമായിരിക്കവേ വിഭാവകഭേദകത്തിൽ വിംഗവചന പൊരുത്തം വേണം -വയസ്സൻ ബ്രാഹ്മണൻ, കിഴവി സ്ത്രീ, മിടുക്കരായ മക്കൾ എന്നിങ്ങനെ. സംസ്കൃതത്തിൽ നിന്നെടുത്ത വാക്കുകൾക്ക് അവിടുത്തെ ലിംഗം ഇവിടെയും ദീക്ഷിക്കുന്ന രീതി- മധുരയായ വാക്ക്, പുണ്യയായ നദി എന്നിങ്ങനെ -മണിപ്രവാളവഴിക്ക് ചിലർ തുടരുന്നതായും അതൊഴിവാക്കണമെന്നും അദ്ദേഹം

പറയുന്നു കവിതയിൽ, ചമൽകാരത്തിന് യുക്തംപോലെ ലിംഗാരോപമാവുകയുമാവാം.

പൊരുത്തദീക്ഷയുടെ തമാശ, കുട്ടികൃഷ്ണമാരാര് മലയാളശൈലിയിൽ സൂചിപ്പിച്ചിട്ടുണ്ട്: 'പണ്ടു സംസ്കൃതപണ്ഡിതന്മാർ 'മധുരയായ വാക്ക്, ശോഭനയായ നദി, ശീതളയായ ചന്ദ്രിക' എന്നൊക്കെ സംസ്കൃതരീതി പിടിച്ചെഴുതിയിരുന്നത് ഇപ്പോൾ നിലച്ചിരിക്കുന്നു എന്നുപറയാം. മലയാളത്തെ പ്രകൃതിവിരുദ്ധമാക്കേണ്ടുന്ന ആ ഭാരം, ഇപ്പോൾ 'സ്വതന്ത്രയായ ജപ്പാൻ, അവളുടെ അടങ്ങാത്ത സാമാജ്യദാഹം' എന്നൊക്കെ എഴുതിവരുന്ന ഇംഗ്ലീഷ് പണ്ഡിതന്മാരാണ് ഏറ്റെടുത്തിരിയ്ക്കുന്നത്. ഇനി അവരും അതിൽ ഒരു ജാള്യം തോന്നി പിൻവാങ്ങുമ്പോഴേയ്ക്കും, നമ്മുടെ ഹിന്ദീപ്രേമികൾ, 'വലിയവളായ കസാലയും', 'നല്ലവളായ പുസ്തക'വും മറ്റുമായി ഏറ്റുപുറപ്പെടില്ലെന്ന് ആർക്കുറപ്പുപറവാൻ സാധിക്കും?' എന്നിങ്ങനെ.

പഴയ ഇംഗ്ലീഷിൽ ശക്തമായുണ്ടായിരുന്ന ലിംഗവ്യവസ്ഥയെ പുതിയ ഇംഗ്ലീഷ് ജനാധിപത്യപരമായി കയ്യൊഴിഞ്ഞുകളഞ്ഞു. പത്തൊമ്പതാം നൂറ്റാണ്ടിൽത്തന്നെ ഇംഗ്ലീഷ് ഈ പരിഷ്കരണശ്രമം തുടങ്ങുന്നുണ്ട്. സർവനാമങ്ങളിലുംമറ്റും നിൽക്കുന്ന പൊരുത്തദീക്ഷ, she/he/it എന്ന വ്യവച്ഛേദംപോലും, പതുക്കെ ഒഴിവാക്കാനാണ് അവർ ശ്രമിക്കുന്നത്. The Sun cast his beams, India regained her leadership, The moon shed her light എന്നിങ്ങനെ ലിംഗപ്പൊരുത്തം നോക്കുന്ന പതിവ് കൂടിക്കൂടി She is raining pretty hard! Aint she? എന്നും മറ്റുമാവുന്നു എന്നുകണ്ടപ്പോഴാണത്രേ അവർ നിയന്ത്രണം വച്ചത്! ഹീ എന്നോ ഷീ എന്നോ വ്യവച്ഛേദിക്കാതെ they എന്ന് ഏകവചനത്തിൽ ഉപയോഗിക്കുന്ന ജനാധിപത്യരീതി പത്തൊമ്പതാം നൂറ്റാണ്ടിൽത്തന്നെ ഇംഗ്ലീഷ് കൈക്കൊണ്ടുതുടങ്ങിയിരുന്നു.

They, their, them, theirs, themself എന്നിവ ഏകവചനത്തിൽ ഉപയോഗിക്കുന്നു അവർ. They, their, them, theirs ചുരുക്കി, ey, eir, em, eirs എന്നും ഉപയോഗിക്കുന്ന പതിവുണ്ട്. When I tell somebody a joke, they laugh, A friend lets me borrow their pen, the perosn themselves എന്നിങ്ങനെ, നേരത്തേ ഹിസ് എന്ന് സംശയലേശമന്യേ പ്രയോഗിച്ചുകൊണ്ടിരുന്ന ഇടങ്ങളെല്ലാം അവർ ലിംഗനീതിയുടേതാക്കി മാറ്റുന്നതുകാണാം. Actress പോലെ ലിംഗം ബാക്കിനിൽക്കുന്ന പദങ്ങൾ ഉപയോഗിക്കാതെ female actor എന്നമട്ടിൽ ഉപയോഗിക്കുന്നു അവർ. ഏതെങ്കിലും സാമൂഹികശാ

സ്ത്രജ്ഞരുടെ പേരിലല്ല, മൈക്കേൽ സ്പിവാക് എന്ന ഗണിത ശാസ്ത്രജ്ഞന്റെ പേരിലാണ് ഈ പരിഷ്കാരം അറിയപ്പെടുന്നത് - സ്പിവാക് പ്രോനൗൺസ്. ഇംഗ്ലീഷിൽ ഈ രീതി വ്യാപകമായി എന്നൊന്നും അവകാശപ്പെടാനാവില്ല.

പ്രകടമായ പുരുഷപദങ്ങളെ മാറ്റാൻ ഇംഗ്ലീഷിൽ കണ്ടെത്താവുന്ന പകരപ്പദങ്ങൾ നോക്കുക:

Man --> person, individual

Mankind --> people, human beings, humanity

Man-made --> machine-made, synthetic, artificial

Businessman/ businesswoman --> businessperson, business people, people in business

Cameraman --> camera person

Policeman/policewoman --> police officer

Mailman --> mail carrier

Waiter/ waitress --> server

Chairman/ chairwoman --> chair, chairperson

the common man --> the average person

Dear Sir --> Dear Editor, Dear Member etc.

ലോകമെങ്ങും ഇത്തരം തിരിച്ചറിവുണ്ടായി വരുന്നുണ്ട്. പല ഭാഷകളും ഇത്തരം മാറ്റങ്ങൾ പ്രോത്സാഹിപ്പിക്കുന്നു. Hon (she) han (he) എന്നിവ ഒഴിവാക്കി ജൻഡർ ന്യൂട്രലായ വലി എന്ന പുതുപദം ഉപയോഗിക്കാൻ സ്വീഡൻ 2015-ൽ ഔദ്യോഗികമായി ത്തന്നെ തീരുമാനമെടുത്തുകഴിഞ്ഞു. എസ്പരാൻറോവിൽ li (he), si (she) എന്നിവയ്ക്കുപകരം ന്യൂട്രലായ ri ആണ് 2010-നു ശേഷം കൂടുതലുപയോഗിക്കുന്നത്.

മലയാളത്തിൽ

മലയാളത്തെ ജെൻഡർ ന്യൂട്രലാക്കാനുള്ള ബോധപൂർവമായ ശ്രമങ്ങൾ ഇനിയും വേണ്ടത്ര ഉണ്ടായിത്തുടങ്ങിയിട്ടില്ല. അലിംഗ ബഹുവചനം, സലിംഗബഹുവചനം എന്നീ വ്യവച്ഛേദമുണ്ടെങ്കിലും നായകർ എന്നുപറയാതെ നായകന്മാർ എന്നു പറയുകയാണ് നമ്മുടെ രീതി. ‘മനുഷ്യനും അവന്റെ സാംസ്കാരികപുരോഗതിയും’ എന്നതരം ആണുപയോഗം വ്യാപകമാണ്. വേണ്ടാത്തിടത്ത് ഇത്തരം ലിംഗസൂചന ഒഴിവാക്കേണ്ടതാണെന്ന് ഏആർ സാഹിത്യസാഹ്യത്തിൽ നിർദ്ദേശിച്ചത് ഓർക്കാം.

'അലിംഗബഹുവചനം, സലിംഗബഹുവചനം എന്നുള്ള വിഭാഗം മലയാളത്തിന് പ്രത്യേകിച്ചുള്ളതാണ്. പുരുഷന്മാർ മാത്രം ചേർന്നുള്ള ബഹുത്വത്തിന്'നിപുണന്മാർ' എന്നും സ്ത്രീകൾ മാത്രമായാൽ'നിപുണമാർ' എന്നും സലിംഗബഹുവചനം; രണ്ടും കലർന്നാൽ'നിപുണർ' എന്ന് അലിംഗബഹുവചനം. ജാതി അടച്ചു പറയുന്ന ശബ്ദങ്ങളിൽ അലിംഗബഹുവചനമല്ലാതെ മറ്റതുപയോഗിക്കരുത്; 'മനുഷ്യർ', 'ബ്രാഹ്മണർ' എന്നു പറയേണ്ടുന്നതിനുപകരം'മനുഷ്യന്മാർ', 'ബ്രാഹ്മണന്മാർ' എന്നു പ്രയോഗിച്ചാൽ അതു തെറ്റുതന്നെ.

അതിനാൽ, 'സോമവംശരാജാക്കന്മാരിൽ അനേകം പ്രബലന്മാരായ ക്ഷത്രിയന്മാർ തങ്ങളുടെ തലസ്ഥാനമായി വെച്ചുകൊണ്ടിരുന്ന ഇന്ദ്രപ്രസ്ഥം എന്നു പ്രസിദ്ധമായ രാജധാനിയാണ് ഇപ്പോഴത്തെ ഡൽഹി' എന്ന് 'ഡൽഹി ഡർബാർ' എന്ന പുസ്തകത്തിലെ പ്രയോഗത്തിന് അഭംഗി തോന്നുന്നു. ക്ഷത്രിയസ്ത്രീകൾ അവിടെ രാജ്യം വാണിട്ടില്ലെന്നു ചരിത്രംകൊണ്ടു തീർച്ചപ്പെടുന്നതായാലും 'പ്രബലരായ ക്ഷത്രിയർ' എന്നാക്കുന്നതാണ് ഭാഷയുടെ ഗതിക്ക് ഉചിതം. ജാതിവാചകപദങ്ങളെ വേർതിരിച്ചു പുല്ലിംഗബഹുവചനാന്തമാക്കിയാൽ അനാദരത്തിന്റെ പ്രതീതി ഉണ്ടാകും'. (ശൈലികൾ എന്ന അധ്യായം) ഇന്നും നമുക്ക് അനുസരിക്കാൻ മടിയുള്ള നിർദ്ദേശമാണിത്.

ചില നിർദ്ദേശങ്ങൾ

മലയാളത്തെ ജെൻഡർ ന്യൂട്രലാക്കാനുതകുന്ന ചില ആലോചനകൾ മുന്നോട്ടുവെക്കട്ടെ:

'സിനിമ സംവിധായകന്റെ കല' എന്നമട്ടിലുള്ള പ്രയോഗങ്ങൾ ലിംഗസൂചനമാറ്റി, അലിംഗബഹുവചനമുപയോഗിച്ച് സിനിമ സംവിധായകരുടെ കല എന്ന മട്ടിലാക്കേണ്ടതാണ്.

കലാകാരർ, സാഹിത്യകാരർ പോലുള്ള അലിംഗബഹുവചപ്രയോഗങ്ങൾ ഇല്ലാത്ത സ്ഥിതിക്ക് കലാകാരന്മാർ, സാഹിത്യകാരന്മാർ എന്നൊക്കെ ആൺ ബഹുത്വമായി ഉപയോഗിക്കുകയാണ് ചെയ്തുവരുന്നത്. അത് സാഹിത്യകാരന്മാർ/കാരികൾ എന്നാക്കിയാൽ മതിയാവില്ലതന്നെ. എഴുത്തുകാർ പോലെയുള്ള പകരപ്പദങ്ങൾ സ്വീകരിക്കുന്നതാവും അഭികാമ്യം.

എഴുത്തുകാരൻ/കാരി എന്നമട്ടിൽ രണ്ട് ലിംഗവും പരിഗണിച്ചെഴുതുന്ന രീതി, സ്വയം ആണായോ പെണ്ണായോ നിശ്ചയിക്കാത്ത,

പറയാനൊരുക്കമല്ലാത്ത ഒരാൾക്ക് സ്വീകാര്യമാവണമെന്നില്ല. എഴുത്താൾ പോലുള്ള ലിംഗനിരപേക്ഷപദങ്ങൾ സൃഷ്ടിക്കുക ഒരു പരിഹാരമാണ്. അവ ബോധപൂർവം ഉപയോഗിച്ചുവന്നാൽ ഭാഷ യിൽ നടപ്പാവുക തന്നെ ചെയ്യും.

അയാൾ (അ+ആൾ), അദ്ദേഹം (അ+ദേഹം) തുടങ്ങി ലിംഗനി രപേക്ഷമായ പദങ്ങൾ പുരുഷനെക്കുറിക്കാൻ ഉപയോഗിച്ചുവരുന്ന ത് മാറ്റണം. അവർ എന്ന പദമാണ് സ്ത്രീക്ക് നൽകിയിരിക്കുന്നത്. കെ.ആർ. മീര അദ്ദേഹത്തിന്റെ നോവലിൽ എഴുതിയിട്ടുണ്ട്, ആശാൻ അവരുടെ ആദ്യകാലരചനകളിൽ പറയുന്നു എന്നമട്ടിൽ ഇത് ബോധപൂർവം തെറ്റിച്ചുപയോഗിക്കാവുന്നതാണ്. അല്ലെങ്കിൽ അവരുടെ സാർവത്രികമാക്കണം. ഇംഗ്ലീഷിലെ they പോലെ. പൂജ കബഹുവചനമെന്ന ഏർപ്പാടുള്ള നമുക്ക് അവർ, അവരുടെ എന്നി ങ്ങനെ സർവനാമം വ്യാപകമാക്കുന്നതിൽ പ്രയാസമുണ്ടാവില്ല. ബഹുമാനമുള്ള ഒരാളെക്കുറിച്ച് 'അവര് നാളെ ഓഫീസിലുണ്ടാവു മെന്ന് തോന്നുന്നില്ല' എന്ന മട്ടിൽ ലിംഗനിരപേക്ഷമായി പ്രയോ ഗിക്കുന്ന രീതി വാമൊഴിയിൽ നിലവിലുണ്ടുതാനും. ഈ അവര് ഏകവചനമാണല്ലോ. അവനവന്റെ എന്ന ആൺപ്രയോഗത്തിനു ബദലായി സ്ത്രീസന്ദർഭത്തിൽ അവളവളുടെ എന്നുപയോഗിക്കാ വുന്നതാണ്. പൊതുവായി പറയുന്നിടത്ത് അവരവരുടെ എന്നാക്ക ണം. 'എല്ലാരും അവനോന്റെ കാര്യം നോക്കിനടക്കലാ' എന്നല്ല, 'എല്ലാരും അവരോര്ടെ കാര്യം നോക്കിനടക്കലാ' എന്നുതന്നെ പ്രയോഗിക്കണം.

കവിതകളിലും മറ്റും പുഴയെയും മഴയെയും മണ്ണിനെയുമൊക്കെ പെണ്ണായിക്കാണുന്ന രീതി ഭാഗ്യവശാൽ ഏതാണ്ട് അവസാനിച്ചി ട്ടുണ്ട്. രണ്ടും ചൂഷണം ചെയ്യപ്പെടുന്നുവെന്നമട്ടിൽ ഐക്യദാർഢ്യ പ്പെടുന്ന പതിവുമുണ്ട്. ചൂഷണത്തെ നീതിമത്കരിക്കാനേ ഇത്തരം ആരോപണങ്ങൾ സഹായിക്കൂ.

കവി/കവയത്രി, കർത്താവ്/കർത്രി, മന്ത്രി/മന്ത്രിണി, നേതാവ്/ നേത്രി പോലുള്ള വ്യവച്ഛേദം ഒഴിവാക്കി പ്രശസ്ത കവി സുഗത കുമാരി, അജ്ഞാതവാസത്തിന്റെ കർത്താവ് ഇക്കാവമ്മ എന്നിങ്ങനെ ഉപയോഗിക്കാം. മന്ത്രി ഇപ്പോൾത്തന്നെ അങ്ങനെ ഉപയോഗിച്ചുവ രുന്നുണ്ട്. ആരോഗ്യമന്ത്രിണി ശൈലജട്ടീച്ചർ എന്നു പറയാത്തതിൽ നമുക്ക് വിഷമമൊന്നുമില്ലല്ലോ. കവി, കർത്താവ്, നേതാവ് എന്നിവ യിലും ലിംഗസൂചന അത്ര പ്രകടമല്ലാത്തതിനാലാണ് ഈ ആലോ ചന.

▶▶സാംസ്കാരിക സ്ത്രീവാദം ••••••••••••••

ശുദ്ധമലയാളഭ്രമം മതിയാക്കി പ്രചാരമുള്ള ഇംഗ്ലീഷ് പദങ്ങൾ സ്വീകരിച്ച് ജെൻഡർ ന്യൂട്രലാകാവുന്നതാണ്. ശോഭനയെപ്പോലുള്ള ആർട്ടിസ്റ്റുകൾ, ഡയറക്ടർ സത്യൻ അന്തിക്കാട്, എം.എൻ. വിജയൻ എന്ന പ്രൊഫസർ/ടീച്ചർ എന്നിങ്ങനെ.

പരമകാരുണികനായ ഈശ്വരൻ, സർവശക്തനായ ദൈവം എന്നിങ്ങനെ ദൈവം ആണാണെന്നുറപ്പിച്ച പ്രയോഗങ്ങൾ തിരുത്തേണ്ടതെങ്ങനെ എന്നാലോചിക്കണം. ഈശ്വരൻ എന്ന അൻ ചേർന്ന പദത്തിനുപകരം ദൈവം എന്ന അം ചേർന്ന പദം കൂടുതലായുപയോഗിക്കേണ്ടതുണ്ട്. സർവശക്തിയും തികഞ്ഞ ദൈവം എന്നിങ്ങനെ ബോധപൂർവം ലിംഗസൂചന ഒഴിവാക്കി പ്രയോഗിച്ചു ശീലിക്കുകതന്നെ വേണം.

ലിംഗം, പ്രഥമപുരുഷൻ, തത്പുരുഷൻ, പുരുഷഭേദനിരാസം പോലുള്ള പ്രയോഗങ്ങൾ മാറ്റേണ്ടതുണ്ട്. അതിന് 'വൈയാകരണന്മാർ' മുൻകൈയെടുക്കുമോ? ലിംഗത്തിന് അടയാളം എന്നും പുരുഷന് പേഴ്സൺ എന്നുമാണ് ഇവിടെ അർഥമെങ്കിലും പ്രസിദ്ധാർഥങ്ങൾ അതല്ലല്ലോ.

'മനുഷ്യൻ' പോലെ അൻ പ്രത്യയം ചേരുന്ന പ്രസിദ്ധപദങ്ങൾക്ക് പകരം വാക്കു കിട്ടാൻ പണിപ്പെടേണ്ടിവരും. മനുഷ്യി അഥവാ മനുഷ്യസ്ത്രീ എന്ന സവിശേഷപദമുള്ളസ്ഥിതിക്ക് മനുഷ്യൻ ആണാണെന്നുറപ്പാണല്ലോ. നരൻ, മർത്ത്യൻ, മനുജൻ, മാനവൻ തുടങ്ങിയ പര്യായങ്ങളുടെയൊക്കെ സ്ഥിതി ഇതുതന്നെ. മനുഷ്യകുലം, മനുഷ്യജീവി എന്നൊക്കെ പ്രയോഗിക്കാവുന്നിടത്ത് അതുപയോഗിച്ച് ആണത്തത്തിന്റെ മൂർച്ച കുറയ്ക്കാവുന്നതാണ്. പുരുഷാരം, പുരുഷായുസ്സ് തുടങ്ങിയ വാക്കുകളിൽ മനുഷ്യകുലത്തിന്റെ പ്രതിനിധിയാണ് പുരുഷൻ. ഇത്തരം വാക്കുകൾ മാറ്റിയുപയോഗിക്കുന്നത് നന്ന്.

'വൈയാകരണൻ' പോലുള്ള വാക്കുകൾക്ക് പ്രസിദ്ധമായ സ്ത്രീലിംഗമില്ലാത്തത് ആ പണി ആണുങ്ങൾക്ക് മാത്രം വിട്ടുകൊടുത്തതുകൊണ്ടാവാം. ഉപാധ്യായിനി, ആചാര്യാനി പോലുള്ള സ്ത്രീലിംഗപദങ്ങൾ ആ ജോലി ചെയ്യുന്ന സ്ത്രീകളെയല്ല, ഉപാധ്യായന്റെയും ആചാര്യന്റെയും ഭാര്യയെക്കുറിക്കാനാണ് ഉപയോഗിക്കുക എന്നും ഈയിടെയായി പഠിപ്പിക്കാൻ സ്ത്രീകൾ വന്നുതുടങ്ങിയതിനാൽ വാധ്യായിനി എന്നൊരു മലയാളപദം ഉപയോഗത്തിൽ വന്നിട്ടുണ്ട് എന്നും ഏആർ മണിദീപികയിൽ ചൂണ്ടിക്കാട്ടിയിട്ടുണ്ട്. സംസ്കൃതത്തിൽ ഉപാധ്യായിനിക്ക് ഉപാധ്യായന്റെ ഭാര്യ

യെന്നേ അർഥമുള്ളൂ. വിദുഷിയെക്കുറിക്കാൻ ആചാര്യാ എന്ന പദം ഉപയോഗിക്കാറുണ്ട്. സ്കോളർ, ടീച്ചർ, എക്സ്പർട്ട്, സ്പീക്കർ പോലുള്ള ലിംഗനിരപേക്ഷപദങ്ങൾ അന്യത്വശങ്കയില്ലാതെ പ്രയോഗിക്കുകയാണ് ഒരു പോംവഴി. ഓഫീസറും ഡ്രൈവറും കണ്ടക്ടറും ക്ലീനറുമൊന്നും അന്യഭാഷാപദങ്ങളാണെന്ന് നമ്മൾ ആലോചിക്കാറേയില്ലല്ലോ. ജെൻഡർ സ്റ്റീരിയോടൈപ്പിങ് കാരണം ഈ വാക്കുകളെല്ലാം ആണിനെയാണ് തൽക്കാലം ഓർമിപ്പിക്കുന്നത് എന്നത് പരിഹാരംതേടേണ്ട മറ്റൊരു വിഷയമാണ്.

ഇപ്പറഞ്ഞ അഭിപ്രായങ്ങളിലെല്ലാം പലവിധത്തിലുള്ള തിരുത്തുകളും കൂട്ടിച്ചേർക്കലുകളും ഉണ്ടാവേണ്ടതുണ്ട്. ചില വ്യക്തികൾ വിചാരിച്ചാൽ തന്നിഷ്ടത്തിന് മാറ്റാവുന്നതല്ലല്ലോ ഭാഷ. ജെൻഡറിനെക്കുറിച്ചുള്ള സാമൂഹികമായ തിരിച്ചറിവുകൾ വന്നുതുടങ്ങിയ സമകാലത്ത് അക്കാദമികമായ എഴുത്തുകളെങ്കിലും ബോധപൂർവം ലിംഗനിരപേക്ഷമാക്കേണ്ടതുണ്ട്. ഭാഷയിൽ നിർലീനമായിക്കിടക്കുന്ന പുരുഷസൂചനകളെ കുടഞ്ഞുകളയുക അത്ര എളുപ്പമല്ല. അത്തരം സൂചനകൾ ഇല്ലാത്ത പുതിയ പദാവലിതന്നെ സൃഷ്ടിക്കേണ്ടതുണ്ട്. ഓരോ കാലത്തും പ്രബലമായിരുന്ന 'തരുണീപാദജഗർഹണീ'യമായ അധീശബോധത്തിന്റെ സൂചനകളാണ് ഭാഷയിൽ കിടക്കുന്നത്. അത് തിരിച്ചറിഞ്ഞ് സമകാലഭാഷോപയോഗത്തെ ലിംഗനിരപേക്ഷമാക്കിയെടുക്കാൻ ശ്രമിക്കലാണ് നമ്മുടെ പണി.

To continue with the German genders: a tree is male, its buds are female, its leaves are neuter; horses are sexless, dogs are male, cats are female--tomcats included, of course; a perosn's mouth, neck, boosm, elbows, fingers, nails, feet, and body are of the male sex, and his head is male or neuter according to the word selected to signify it, and NOT according to the sex of the individual who wears it--for in Germany all the women either male heads or sexless ones; a perosn's nose, lips, shoulders, breast, hands, and toes are of the female sex; and his hair, ears, eyes, chin, legs, knees, heart, and conscience haven't any sex at all. The inventor of the language probably got what he knew about a conscience from hearsay.

Now, by the above dissection, the reader will see that in Germany a man may THINK he is a man, but when he comes to look into the matter closely, he is bound to have his doubts; he finds that in osber truth he is a most ridiculous mixture; and if he ends by trying to comfort himself with the thought that he can at least depend on a third of this mess as being manly and masculine, the humiliating second thought will quickly remind him that in this respect he is no better off than any woman or cow in the land.

In the German it is true that by some oversight of the inventor of the language, a Woman is a female; but a Wife (Weib) is not--which is unfortunate. A Wife, here, has no sex; she is neuter; so, according to the grammar, a fish is HE, his scales are SHE, but a fishwife is neither. To describe a wife as sexless may be called under-description; that is bad enough, but over-description is surely worse. A German speaks of an Englishman as the ENGLÄNDER; to change the sex, he adds INN, and that stands for Englishwoman--ENGLÄNDERINN. That seems descriptive enough, but still it is not exact enough for a German; so he precedes the word with that article which indicates that the creature to follow is feminine, and writes it down thus: "die Engländerinn,"--which means "the she-Englishwoman." I consider that that person is over-described.

(from The Awful German Language, Mark Twain, 1880, https://faculty.georgetown.edu/jod/texts/twain.german.html)

കടപ്പാട്

1. കുട്ടികൃഷ്ണമാരാര്. 2012 (1942) മലയാളശൈലി. കോഴിക്കോട്: മാരാർ സാഹിത്യ പ്രകാശം.

2. മാത്തൻ, ജോർജ്. 2000 (1863). മലയാഴ്മയുടെ വ്യാകരണം. തിരുവനന്തപുരം: കേരളഭാഷാഇൻസ്റ്റിറ്റ്യൂട്ട്

3. രാജരാജവർമ, ഏ ആർ. 1987. മണിദീപിക. തൃശ്ശൂർ: കേരള സാഹിത്യ അക്കാദമി

4. രാജരാജവർമ, ഏ ആർ. 1988.(1916) കേരളപാണിനീയം. കോട്ടയം: എൻ ബി എസ്

5. രാജരാജവർമ, ഏ ആർ. 2015. സാഹിത്യസാഹ്യം. പഠനവും

വ്യാഖ്യാനവും ഡോ. ആർ. വി. എം. ദിവാകരൻ, തിരുവനന്തപുരം: കേരളഭാഷാ ഇൻസ്റ്റിറ്റ്യൂട്ട്

6. Mark Twain. 1880.'The Awful German Language', https://faculty.georgetown.edu/jod/texts/twain.german.html)

7. Tavits, Margit and Efrén O. Pérez. 'Language influences mass opinion toward gender and LGBT equality' Proceedings of the National Academy of Sciences Aug 2019 https://www.pnas.org/content/116/34/16781

○○

2

തിരയിൽ മാത്രം കണ്ടുമറഞ്ഞവർ

ഡോ. തോമസ് സ്കറിയ

ലെനിൻ 1922-ൽ നവയുഗത്തിനായുള്ള വിദ്യാഭ്യാസനയം ആവിഷ്കരിച്ചപ്പോൾ സിനിമയെ ഏറ്റവും പ്രധാനപ്പെട്ട കലയാണെന്ന് പ്രവചനാത്മകമായി പ്രഖ്യാപിച്ചു. കാരണം, സിനിമ ഒരു ദർശനമാണ്. എന്നാൽ ഇന്ത്യൻ സിനിമ, പാട്ടുകൾ ബ്രാൻഡ് ഉൽപ്പന്നമായ ഒരു സ്വപ്ന ഫാക്ടറിയാണ്. ഹിന്ദി സിനിമയുടെ ചരിത്രം പല തരത്തിൽ പാട്ടിന്റെയും നൃത്തത്തിന്റെയും ചരിത്രമാണ്. മറ്റൊരു വിധത്തിൽ പറഞ്ഞാൽ, ഹിന്ദി സിനിമയുടെ പരിണാമം അതിന്റെ പാട്ടിലൂടെയും നൃത്തത്തിലൂടെയും ഏറ്റവും സൂക്ഷ്മമായി വിലയിരുത്താൻ കഴിയും. ശബ്ദത്തിന്റെ ആവിർഭാവത്തിനു ശേഷം, ഇപ്പോൾ ബോളിവുഡ് എന്നറിയപ്പെടുന്ന ജനപ്രിയ ഹിന്ദി സിനിമ, പാട്ടും നൃത്തവും ഒഴിവാക്കിയിട്ടില്ല. 'ബോളിവുഡ്' എന്ന നാമം ഇപ്പോൾ ലോകമെമ്പാടുമുള്ള ഒരു ബ്രാൻഡാണ്, ദിനംപ്രതി, അതിന്റെ ജനപ്രീതി വർദ്ധിച്ചുകൊണ്ടിരിക്കുന്നു. നൃത്തം, ഈ ബ്രാൻഡിനെ ഉജ്ജ്വലമായി ഉയർത്തിക്കാട്ടുന്നു. ആധുനിക നഗരവൽക്കരിക്കപ്പെട്ട ഇന്ത്യ എന്ന് വിളിക്കപ്പെടുന്ന പാഠത്തിന്റെ ഒരു പ്രധാന ഘടകമാണ് ഹിന്ദി സിനിമാഗാനം. ഇന്ത്യയിലെ ആദ്യത്തെ ശബ്ദചിത്രമായ ആലംആര (1931)യിൽ സംഗീതം, പാട്ട്, നൃത്തം എന്നിവയുടെ ഉപയോഗമുണ്ടായിരുന്നു. ആശിഷ് രാജാധ്യക്ഷയും പോൾ വില്ലെമനും സൂചിപ്പിക്കുന്നതുപോലെ, ഇന്ത്യൻ സിനിമയിൽ അവയ്ക്ക് പ്രധാനസ്ഥാനം കൈവന്നു. എന്നിരുന്നാലും, തുടർന്നുള്ള ദശാബ്ദങ്ങളിൽ ഈ ഘടകങ്ങൾ സിനിമയിൽ പരിണമിച്ച വഴികൾ സിനിമയുടെ ചരിത്രത്തെത്തന്നെ അടയാളപ്പെടുത്തുന്ന വിധത്തിലായി. ചില സമയങ്ങളിൽ ഈ ഘടകങ്ങളെ ഉൾപ്പെടുത്തുന്നതിനുള്ള ഒരു ഉപാധി മാത്രമായി സിനിമ മാറുക പോലുമുണ്ടായി.

സിനിമയുടെ കഥ മാത്രമല്ല, കൂടുതൽ വിശാലമായിപ്പറഞ്ഞാൽ, കഥപറച്ചിലിനുള്ള ഒരു ഉപകരണമായി പാട്ടും നൃത്തവും മാറുക വഴി സിനിമ വാഴ്ത്തപ്പെടുകയും അപമാനിക്കപ്പെടുകയും വിമർശിക്കപ്പെടുകയും ചെയ്തു. ഹിന്ദി സിനിമയെ മാത്രമല്ല മറ്റെല്ലാ പ്രാദേശികസിനിമകളെയും അത് സ്വാധീനിച്ചിട്ടുണ്ട്. ഗാനചിത്രീകരണങ്ങൾ, അവ പതിവായി ചിത്രീകരിക്കപ്പെടുന്നപോലെ, മരം ചുറ്റി പ്രണയഗാനം പാടുന്ന രീതിയിൽ നിന്ന് നിരവധി പ്രൊഫഷണൽ നർത്തകരെയും വിദേശ പശ്ചാത്തലങ്ങളെയും ഉൾക്കൊള്ളുന്ന ഉയർന്ന നൃത്തസംവിധാനങ്ങളിലേക്ക് മാറിക്കൊണ്ടിരിക്കുന്നു, വികസിച്ചുകൊണ്ടിരിക്കുന്നു. സിനിമകളിലെ നൃത്തചലനങ്ങൾ ഒരിക്കലും ഒരു തരത്തിലും താൽക്കാലികമായിരുന്നില്ല; ചലച്ചിത്രനൃത്തങ്ങളുടെ പുനർവ്യാഖ്യാനങ്ങളുമല്ല. ഓരോ ചരിത്രസന്ധിയിലും അവ സാമൂഹിക പ്രതീക്ഷകൾ, ആഖ്യാന ആവശ്യങ്ങൾ, വിപണി ആവശ്യങ്ങൾ എന്നിവയുമായി പൊരുത്തപ്പെടുന്നു. ഹിന്ദി ചലച്ചിത്ര നൃത്ത സംവിധായകർ പുതിയ നൃത്ത പ്രവണതകൾക്കായി അവരുടെ കണ്ണും‌കാതും തുടർച്ചയായി തുറന്നിടുന്നു. നൃത്ത സംവിധായകർ എപ്പോഴും ജനപ്രിയമായത് എന്താണെന്ന് കാണാൻ നോക്കുന്നു.

ബോളിവുഡ് നൃത്തം കേവലം പ്രത്യേക നൃത്തച്ചുവടുകളുടെ ഒരു കളരിയല്ല. അതിലും പ്രധാനമായി അത് സിനിമയുടെ ഉള്ളടക്കവുമായി പൊരുത്തപ്പെടുന്നതോ കൂടുതൽ ഉചിതമായി, നൃത്തച്ചുവടുകൾ ഏറ്റെടുക്കുന്നതോ ആയ ഒരു തുടർച്ചയായ പ്രക്രിയയാണ്. ഏറ്റവും പുതിയ ട്രെൻഡുകൾ കണ്ടെത്താൻ നൃത്ത സംവിധായകർ ശ്രദ്ധിക്കുന്നു. ഓരോ സിനിമയും മുൻ സിനിമകളുടെ സങ്കേതങ്ങൾ പുനർനിർമ്മിക്കുകയും സ്ഥാനഭ്രംശം വരുത്തുകയും ചെയ്യുന്ന രീതിയിലാണ് വികസിക്കുന്നതെന്നു ജാക്വിലിൻ റോസ് സൂചിപ്പിച്ചിട്ടുണ്ട്. അത് അതിനുമുമ്പ് വന്ന സിനിമയെ മരണത്തിലേക്ക് തള്ളിവിടുന്നു. ക്രിസ്റ്റ്യൻ മെറ്റ്സിനെ സംബന്ധിച്ചിടത്തോളം, ഈ ആശയം സിനിമയുടെ മരണം എന്ന് വിളിക്കുന്ന ഒന്നായിരുന്നു. വ്യക്തിനിഷ്ഠത, ലൈംഗിക വ്യത്യാസം, ഫാന്റസി എന്നിവ സിനിമയിൽ നിന്നും വേരോടെ പിഴുതെറിയുകയോ നിരാകരിക്കുകയോ ചെയ്യാത്ത വിധത്തിൽ മനസ്സിലാക്കുക എന്നത് ഒരു നിർണായക കടമയായി അതിന്റെ നിലനില്പിനായി തോന്നുന്നത് അതുകൊണ്ടാണ്.

ഇന്ത്യൻ ചലച്ചിത്ര വ്യവസായത്തിൽ പുരുഷന്മാർ ആധിപത്യം

പുലർത്തുന്നു. ഗാനരചയിതാക്കൾ കൂടുതലും പുരുഷന്മാർ ആണ്. സിനിമ സംവിധാനം ചെയ്യുന്നതും കൂടുതലും പുരുഷന്മാരാണ്. കൂടാതെ പുരുഷവീക്ഷണകോണിൽ നിന്ന് ഗാനനൃത്ത രംഗങ്ങൾ ചിത്രീകരിക്കുകയും ചെയ്യുന്നു. അങ്ങനെ, ചിത്രീകരണമായാലും ക്യാമറാ ആംഗിളായാലും വേഷവിധാനമായാലും സ്ത്രീകളെ ഒന്നിലധികം രീതികളിൽ ദൃശ്യവസ്തുക്കളാക്കി മാറ്റുന്നു. സ്ത്രീക ളുടെ സ്വത്വത്തെ നിരാകരിക്കുന്ന ഗാനത്തിന്റെ വരികളും ദൃശ്യങ്ങ ളിലെ നടിയുടെ മാദകചിത്രീകരണവും മിക്ക സിനിമകളിലും കാണാം, കാരണം ക്യാമറ ആംഗിൾ നായകനെ പുരുഷ പ്രേക്ഷ കരുടെ വീക്ഷണകോണിൽ നിന്ന് പ്രതിഷ്ഠിച്ചിരിക്കുന്നു. അതു കൊണ്ടുതന്നെ സ്ത്രീയെന്ന വ്യക്തിക്ക് നൃത്ത രംഗങ്ങളിൽ കാമോദ്ദീപകവസ്തു എന്ന പദവി കൈവരുന്നു. പ്രസക്തമായ ഒരു ചോദ്യം ഒരു സിനിമയിൽ ഐറ്റം ഗാനങ്ങളുടെ പ്രസക്തി എന്താണ് എന്നതത്രേ. ഐറ്റം ഗാനങ്ങളും നൃത്തങ്ങളും ഇന്ന് സിനിമകളുടെ അവിഭാജ്യ ഘടകമായി നിലകൊള്ളുന്നു. സിനിമ യുടെ വിജയം ഉറപ്പാക്കാനുള്ള മാർക്കറ്റിംഗ് ഉപകരണമായി അവ ഉപയോഗിക്കുന്നു. ഐറ്റം എന്ന പദം തന്നെ അപകീർത്തികര മാണ്. സാധാരണയായി, ഈ പദം നിർജീവ വസ്തുക്കൾക്കളെ സൂചിപ്പിക്കാൻ ഉപയോഗിക്കുന്നു. പുരുഷാധിപത്യ സമൂഹത്തിൽ സ്ത്രീകളെ ആഗ്രഹത്തിന്റെയും കാമത്തിന്റെയും വസ്തുക്കളാ യാണ് കാണുന്നത്. ലൈംഗികവസ്തുക്കളായി പ്രദർശിപ്പിക്കപ്പെ ടുന്ന സ്ത്രീകൾ ലൈംഗികാഭിലാഷത്തിന്റെ ലക്ഷ്യമാണ്. സ്ത്രീ വിരുദ്ധത അവിടെ വ്യക്തമാണ്.

മലയാള സിനിമയിൽ തെരുവുനൃത്തങ്ങൾക്ക് ഒരു കാലത്ത് പ്രാധാന്യമുണ്ടായിരുന്നു. ഹോയ് ഹോയ് ഹോയ് ഹോയ് ഹോയ് മേലോരേ... എന്നു തുടങ്ങുന്ന ഒരു ഗാനം ഇവളൊരു നാടോടി (1979) എന്ന ചിത്രത്തിലുണ്ട്.

ഹോയ് ഹോയ് ഹോയ് ഹോയ് ഹോയ് മാളോരേ...
ഹോയ് ഹോയ് ഹോയ് ഹോയ് ഹോയ് മേലോരേ...
ഹോയ് ഹോയ് ഹോയ് ഹോയ് ഹോയ് മാളോരേ...
നാടുവിട്ടു നാടുപോകും നാടോടി എന്ന കൂട്ടങ്ങൾ
ആടാം നിങ്ങൾ പോരുവിൻ പാടാം നിങ്ങൾ കൂടുവിൻ
ആടാം നിങ്ങൾ പോരുവിൻ.. പാടാം നിങ്ങൾ കൂടുവിൻ

(ഹോയ് ഹോയ് ഹോയ്...) എന്നാണ് ഈ ഗാനം ആരംഭിക്കു ന്നത്. ഡോ. ഷാജഹാൻ എഴുതിയ വരികൾ ആലപിച്ചത് വാണി

ജയറാമാണ്.

സൗഗന്ധീ ഞാൻ കാനനസൂനങ്ങൾ
തൻ മധുതൂകും സൗഗന്ധീ
സൈരന്ധ്രീ ഞാൻ സ്നേഹസുരാചഷകങ്ങൾ
നിറയ്ക്കും സൈരന്ധ്രീ...
ചേലോടെ ആടും പെണ്ണല്ലേ നിൻ മുന്നിൽ
അറിയാത്തതെന്തേ നീ നോക്കൂ എൻ കണ്ണിൽ
അലർവള്ളിപോലെ തളിർവള്ളി പോലെ ആടും പെണ്ണല്ലേ
ആടാം നിങ്ങൾ പോരുവിൻ..പാടാം നിങ്ങൾ കൂടുവിൻ..
ആടാം നിങ്ങൾ പോരുവിൻ..പാടാം നിങ്ങൾ കൂടുവിൻ..

എന്നിങ്ങനെ അവൾക്കൊപ്പം ആടാനും പാടാനും അവൾ കാഴ്ചക്കാരെ ക്ഷണിക്കുന്നു.

അറിയില്ലാ എന്റെ ഊരേത് പേരേത്
എവിടെ ജനിച്ചെന്നറിയില്ലാ
പറയില്ലാ എന്റെ മാനസമോഹങ്ങൾ
എന്തെല്ലാമാണെന്നു പറയില്ലാ...
അനുരാഗം ഉള്ളം ഉള്ളോനേ വന്നീടൂ
ഞാനല്ലോ രാധ നീയെന്റെ വനമാലീ
നിറമാലയായ് ഞാൻ നിൻ മാറിൽ വീഴാം
നീ എന്റെ ദേവൻ
ആടാം നിങ്ങൾ പോരുവിൻ.. പാടാം നിങ്ങൾ കൂടുവിൻ..

ഈ ഗാനം തെരുവു നർത്തകിയുടെ സ്വത്വവും സ്വഭാവവും സ്ഥാനവും വ്യക്തമാക്കുന്നതായിരുന്നു. എഴുപതുകളുടെ ഒടുക്കത്തോടെ തെരുവിൽ നിന്നും മധുശാലയിലേക്ക് മെല്ലെ നർത്തകി പ്രവേശിച്ചിരുന്നു. പിന്നെ അവിടെയായി പാട്ടും നൃത്തവും. അവിടെ കാണികളായി പുരുഷന്മാർക്കൊപ്പം സ്ത്രീകളും ഉണ്ടായിരുന്നു. ഈ മനോഹര തീരം (1978) എന്ന ചിത്രത്തിലെ ഒരു ഗാനം മധുശാലയിലെ നർത്തകിമാരെ പുരുഷ സമൂഹം എങ്ങനെ പരിഗണിച്ചു എന്നു വ്യക്തമാക്കുന്നുണ്ട്.

കടമിഴിയിതളാൽ കളിയമ്പെറിയും
പെണ്ണൊരു പ്രതിഭാസം അവൾ
പുരുഷന്റെ രോമാഞ്ചം
ചിരികൊണ്ടു മനസ്സിന്റെ സമനില മാറ്റും
ശൃംഗാര പഞ്ചാമൃതം
ചഷകം മധുചഷകം

അവളുടെ മാറിൽ അനംഗനും കൊതിക്കും
ചഷകം മധുചഷകം
മിഴികളിൽ ഉന്മാദലഹരി
ചലനങ്ങൾ ആവേശഭരിതം
നടനം രതിനടനം
അവളുടെ അരയിൽ
അരഞ്ഞാണം കിലുങ്ങും
നടനം രതിനടനം
ചൊടികളിൽ സംഗീത ലഹരി
വചനങ്ങൾ ആപാദമധുരം

ബിച്ചു തിരുമല എഴുതിയ വരികൾ സ്ത്രീയെ ഒരു ലൈംഗിക വസ്തുവായി മാത്രം പരിഗണിക്കുന്നു.

എൺപതുകളോടെ നൃത്തത്തിന്റെ സ്വഭാവമേ മാറി. സിനിമകളിലെ നൃത്തം കാബറേ ആയിത്തീർന്നു. തെരുവിൽ നൃത്തമാടി ദൈനംദിന ജീവിതം തള്ളിനീക്കുന്ന അനാഥയിൽ നിന്ന് നർത്തകിക്കു സ്ഥാനക്കയറ്റം ലഭിച്ചു. പക്ഷേ, അവളുടെ വ്യക്തിത്വം അതോടെ നഷ്ടമായി. സമൂഹത്തിലെ സ്ഥാനം ലൈംഗികതയിലേക്ക് ശ്രദ്ധ ക്ഷണിക്കുന്നവളുടേതായി. പിന്നീട് ഐറ്റം ഡാൻസിന്റെ ആധിപത്യം വന്നു ചേർന്നു. സ്ത്രീയുടെ ലൈംഗിക സദാചാരവും സാമൂഹിക അപചയവും തമ്മിലുള്ള ബന്ധമാണ് വിശാലമായ സംസ്കാരം എന്നും പരിശോധിക്കുന്നത്.

സമൂഹത്തിന്റെ ധാർമ്മിക ബോധം അളക്കുന്ന ഒന്നായി സിനിമയെ വിലയിരുത്താമോ എന്നതാണ് പ്രസക്തമായ ചോദ്യം. ആണെങ്കിൽ സിനിമയിലെ പാട്ടും നൃത്തവും സ്ത്രീയെ പ്രതിനിധാനം ചെയ്യുന്നതിൽ പരാജയമാണെന്നു പറയേണ്ടിവരും. അത് ഒരു കുറവായി കാണുമെന്നതിൽ സംശയവുമില്ല. ഇവിടെ പ്രധാനം, വിഷയത്തിന്റെ ആവശ്യം ഓരോ സാഹചര്യത്തിലും ഒരു ബാഹ്യവസ്തുവിലേക്ക് നയിക്കപ്പെടുന്നു എന്നതാണ്, ഈ ആവശ്യത്തിന്റെ പേരിൽ അത് അവകാശപ്പെടുന്ന വസ്തുവിന്റെ സമൂഹവുമായുള്ള ബന്ധമാണ് വിലയിരുത്തലിന് അടിസ്ഥാനമാകുന്നത്.

OO

3

മലയാളഭാഷയിലെ ലിംഗവ്യവസ്ഥ – സ്ത്രീപക്ഷവായന

ഡോ. സിബി കുര്യൻ

മനുഷ്യന്റെ ലിംഗസ്വത്വവുമായി ബന്ധപ്പെട്ട് ജീവശാസ്ത്രപരമെന്നതിനെക്കാൾ സാമൂഹികവും സാംസ്കാരികവുമായ വ്യത്യാസങ്ങളെ ആസ്പദമാക്കി രൂപപ്പെടുന്ന ആശയാവലിയാണ് ലിംഗപദവി (Gender). ആൺ, പെൺ എന്നീ വിവക്ഷകളുടെ സ്ഥാപിത ആശയങ്ങളുമായി പൊരുത്തപ്പെടാത്ത സത്തകളുടെ ശ്രേണിയാണത്. പുരുഷത്വവും സ്ത്രീത്വവും കേവലം ജീവശാസ്ത്രപരമോ ശരീരശാസ്ത്രപരമോ അല്ല. അത് ജന്മദത്തവുമല്ല. തലമുറകളിലൂടെ മനുഷ്യവംശം രൂപപ്പെടുത്തിയ ചിന്തകളുടെയും പ്രവൃത്തികളുടെയും വ്യവസ്ഥയുടെ ഭാഗമാണത്. അതുകൊണ്ടുതന്നെ ഇതിന്റെ അർത്ഥവും പ്രാധാന്യവും ബൃഹത്തായതും കാലത്തെയും ദേശത്തെയും ആശ്രയിച്ച് നിലകൊള്ളുന്നതുമാണ്.

സാമൂഹികജീവിതത്തിന്റെ സവിശേഷതകളാൽ സൃഷ്ടിക്കപ്പെടുകയും അതിനെ നിയന്ത്രിക്കുകയും ചെയ്യുന്ന ലിംഗപദവി മനുഷ്യജീവിതത്തിന്റെ എല്ലാ തലങ്ങളിലും സ്വാധീനം ചെലുത്തുന്നുണ്ട്. മനുഷ്യന്റെ ജൈവികസിദ്ധിയും സംസ്കാരപ്രതിനിധാനവുമായ ഭാഷ ഒരു സമൂഹത്തിന്റെ ലിംഗപദവീപരമായ നിലപാടുകളെ മറ്റേതൊരു ഉപാധിയെക്കാൾ ശക്തമായ വിധത്തിൽ വെളിപ്പെടുത്തുന്നുണ്ട്. ഏതൊരു ഭാഷയിലും വാക്യം രൂപീകൃതമാകുന്നത് നാമം, ക്രിയ എന്നിവയുടെ അർത്ഥപരവും ഘടനാപരവുമായ ചേർച്ചകൊണ്ടാണല്ലോ. നാം ഏതിനെപ്പറ്റി സംസാരിക്കുന്നുവോ ആ വസ്തു തന്നെ നാമം. ഇതിനെയാണ് വൈയാകരണന്മാർ ആഖ്യ (Subject) എന്നു വിളിക്കുന്നത്. ആ വസ്തുവിനെപ്പറ്റി നാം എന്തു സം

സാരിക്കുന്നുവോ അത് ക്രിയ. അതുതന്നെ ആഖ്യാതം (Predicate). ഏറ്റവും ചുരുങ്ങിയത് ഒരു ആഖ്യയും ഒരു ആഖ്യാതവും ചേർന്നാൽ മാത്രമേ വാക്യം രൂപപ്പെടുകയുള്ളു. അതിൽ പിന്നീട് വാക്യത്തിൽ കൂട്ടിച്ചേർക്കലുകൾ എത്ര വേണമെങ്കിലും ആവാം.

നാമത്തിന് ക്രിയയോടുള്ള പൂരകബന്ധമാണ് വാക്യത്തെ സ്വാർത്ഥകമാക്കുന്നത്. യഥായോഗ്യം ലിംഗവചനവിഭക്തി പ്രത്യയങ്ങൾ സന്നിവേശിപ്പിച്ചാണ് നാമത്തെ വാക്യാനുകൂലമായി പരിവർത്തിപ്പിക്കുന്നത്. ഇതിൽ ലിംഗമെന്നത് നാമത്തിന്റെ സാമൂഹികാവസ്ഥയുമായി ബന്ധപ്പെട്ടിരിക്കുന്നു. ഒരു ഭാഷയിലെ ലിംഗവ്യവസ്ഥ ആ ഭാഷ നിലനിൽക്കുന്ന സമൂഹത്തിന്റെ ലിംഗബോധത്തെ പ്രത്യക്ഷീകരിക്കുന്നുണ്ട്. സമൂഹത്തിൽ നിലനിൽക്കുന്ന ലിംഗപദവീപരമായ ധാരണകൾക്ക് അനുസൃതമായാണ് ഭാഷയിലെ ലിംഗപ്രത്യയങ്ങളുടെ വിനിയോഗം. ചില സമൂഹങ്ങൾ അചേതനങ്ങൾക്കുകൂടി ലിംഗഭേദം കല്പിക്കുന്നതും സ്ത്രീകളെയും ഇതര ചരാചരങ്ങളെയും ഒരേ വകുപ്പിൽ പെടുത്തുന്നതുമൊക്കെ സമൂഹബോധത്തിന്റെ അടിസ്ഥാനത്തിൽതന്നെയാണ്.

ഇൻഡോ-യൂറോപ്യൻ ഗോത്രഭാഷകളുടെ ലിംഗനിയമങ്ങൾ ദ്രാവിഡഭാഷകളുടെതിൽ നിന്ന് തുലോം ഭിന്നമാണ്. സംസ്കൃതം ഉൾപ്പെടെയുള്ള ഇൻഡോ-യൂറോപ്യൻ ഭാഷകളിൽ സചേതനങ്ങളും വിശേഷബുദ്ധിയുള്ളതുമായ ജീവികൾക്കു മാത്രമല്ല, അചേതനവസ്തുക്കൾക്കും അരൂപാശയങ്ങൾക്കുപോലും പുംസ്ത്രീലിംഗഭേദങ്ങൾ കൽപ്പിച്ചിട്ടുണ്ട്. ഇതേക്കുറിച്ച് ഏആർ രാജരാജവർമ്മ പറയുന്നത് ഇപ്രകാരമാണ് 'സംസ്കൃതത്തിലും മറ്റും ലിംഗത്തിനു വ്യവസ്ഥയില്ല. അചേതനമായ കിണ്ടി (കുണ്ഡീ), കുടം (ഘടഃ) ഇത്യാദിയെ സംസ്കൃതത്തിൽ അവൾ എന്നും അവൻ എന്നും അർത്ഥമായ സാ, സഃ എന്ന പദങ്ങൾകൊണ്ടാണു വ്യവഹരിക്കുന്നത്'(ഏആർ രാജരാജവർമ്മ, 2014:121). അചേതനങ്ങൾക്കും അരൂപാശയങ്ങൾക്കും ലിംഗകൽപ്പന ചെയ്യുന്നത് അവ്യവസ്ഥയായാണ് ഏആർ പരിഗണിക്കുന്നത്. എന്നാൽ ഇത് ആ ഭാഷ ഉപയോഗിക്കുന്ന സമൂഹത്തിന്റെ സാംസ്കാരികോന്നതി അഭിവ്യക്തമാക്കുന്ന സവിശേഷതയാണെന്നാണ് റോബർട്ട് കാൾഡ്വെല്ലിന്റെ അഭിപ്രായം. 'ഈ സവിശേഷസമ്പ്രദായം ഇൻഡോ-യൂറോപ്യൻ ജനതയുടെ ഭാവനാത്മകവും കവിതാസുരഭിലവുമായ മനോഭാവത്തെയാണ് കാണിക്കുന്നത്. ഈ മനോഭാവംനിമിത്തം എത്രയധികം വ്യത്യാസങ്ങളുണ്ടായിരുന്നാലും അതിനിടയിൽനിന്ന് സാമ്യമൂലക

തത്ത്വങ്ങളെ ചികഞ്ഞെടുത്ത് അവർ എല്ലാ വസ്തുക്കളെയും സചേതനമാക്കുക മാത്രമല്ല, സരൂപമാക്കുകയുംകൂടി ചെയ്തു. ഈ പുരുഷധർമാരോപംകൊണ്ടാണ് പൗരാണികകഥകൾ ഉണ്ടായതെന്ന് കരുതപ്പെടുന്നു' (റോബർട്ട് കാൾഡ്വെൽ, 1993:270). രണ്ടു വൈയാകരണന്മാരും സംസ്കൃത ലിംഗവ്യവസ്ഥയെക്കുറിച്ച് വിരുദ്ധാഭിപ്രായങ്ങളാണ് പുറപ്പെടുവിച്ചിട്ടുള്ളതെങ്കിലും ലിംഗവ്യവസ്ഥ ജനതയുടെ സംസ്കാരത്തെ സവിശേഷമായ വിധത്തിൽ പ്രതിഫലിക്കുന്നു എന്ന കാര്യത്തിൽ അവർ അഭിപ്രായൈക്യമുള്ളവരാണ്.

സംസ്കൃതഭിന്നമായ വ്യവസ്ഥയാണ് ലിംഗത്തെ സംബന്ധിച്ച് ദ്രാവിഡഗോത്രഭാഷയായ മലയാളം പുലർത്തിപ്പോരുന്നത്. ഇക്കാര്യം കേരളപാണിനീയകാരൻ അസന്ദിഗ്ദ്ധമായി പ്രഖ്യാപിക്കുന്നുണ്ട്. 'ഭാഷയിലെ ലിംഗവ്യവസ്ഥ അർത്ഥമനുസരിച്ചാകയാൽ വളരെ സയുക്തികമായിരിക്കുന്നുണ്ട്. വിശേഷബുദ്ധിയില്ലാത്ത മൃഗങ്ങൾ തുടങ്ങിയ ജന്തുക്കൾപോലും ഭാഷയിൽ നപുംസകലിംഗം ആണ്. അതിനുള്ള യുക്തി പുംസ്ത്വം, സ്ത്രീത്വം, ഇതു രണ്ടും വിശേഷബുദ്ധി എന്ന ചൈതന്യമുള്ളവരിലേ പ്രധാനമായി ഗണിക്കേണ്ടതുള്ളു എന്നും മനുഷ്യനെ സംബന്ധിച്ചിടത്തോളം ആവക ജന്തുക്കളെയും അചേതനമായി ഗണിക്കാവുന്നതിനാൽ അവയിലെ പുംസ്ത്രീഭേദം വകവയ്ക്കേണ്ടതില്ല എന്നും ആണ്' (ഏആർ രാജരാജവർമ്മ, 2014:121). മലയാളഭാഷയുടെ ലിംഗവ്യവസ്ഥയെ സംബന്ധിച്ച ഈ നിലപാട് ദ്രാവിഡഭാഷകളുടെ പൊതുസ്വഭാവം തന്നെയാണ്.

ദ്രാവിഡനാമങ്ങളെ പൊതുവേ രണ്ടായി തിരിച്ചിട്ടുണ്ട്. തമിഴിൽ ഇതിന് ഉയർത്തിണൈ എന്നും അൽതിണൈ എന്നും പറയുന്നു. തെലുങ്കിൽ മഹത് എന്നും അമഹത് എന്നുമാണ് ഇതിനുപേര്. ദേവന്മാരും മനുഷ്യരുമാണ് ഒന്നാമത്തെ വിഭാഗം. വിശേഷബുദ്ധിയില്ലാത്ത എല്ലാം സചേതനമായാലും അചേതനമായാലും അൽതിണൈ അഥവാ അമഹത് വിഭാഗത്തിൽ ഉൾപ്പെടുന്നു. വിശേഷബുദ്ധിയുള്ളവയെന്നും ഇല്ലാത്തവയെന്നും ജീവികളെ വേർതിരിക്കുന്നതാണ് ദ്രാവിഡഭാഷയിലെ ലിംഗവ്യവസ്ഥ. 'ദ്രാവിഡഭാഷയുടെ ഈ സവിശേഷലിംഗവ്യവസ്ഥ, ദ്രാവിഡവർഗത്തിന്റെ പുരോഗമനാത്മകമായ ബുദ്ധിശക്തിയുടെയും വ്യാകരണകാര്യത്തിലുള്ള ഉന്നതസംസ്കൃതിയുടെയും ഫലമാണ്' (റോബർട്ട് കാൾഡ് വെൽ, 1993:272) എന്നാണ് കാൾഡ്വെൽ നിരീക്ഷിക്കുന്നത്.

ഒപ്പം തന്നെ, 'എല്ലാ പ്രാചീനദ്രാവിഡനാമങ്ങളും ലിംഗസൂചനയില്ലാത്തതായിരുന്നുവെന്നും ലിംഗസൂചനയുൾക്കൊണ്ട ഓരോ നാമവും സർവനാമവും സമസ്തപദങ്ങളായതുകൊണ്ട്, അവ പിൽക്കാലത്തുണ്ടായതാണെന്നും ഊഹിക്കേണ്ടിയിരിക്കുന്നു' (റോബർട്ട് കാൾഡ് വെൽ, 1993:272) എന്നും അദ്ദേഹം അഭിപ്രായപ്പെടുന്നു. ഈ അഭിപ്രായങ്ങളെ പ്രമാണമായി സ്വീകരിച്ചാൽ പ്രാചീനകാലത്ത് മനുഷ്യനും ഇതരജീവജാലങ്ങളും തമ്മിൽ താരതമ്യഭേദമില്ലാതെ വസിച്ചകാലത്ത് വ്യവസ്ഥാപിതമായ ലിംഗഭേദം ഉണ്ടായിരുന്നില്ല. വളർച്ചയുടെയും വികസനത്തിന്റെയും വഴിയിൽ മനുഷ്യൻ ഇതര ജീവികളിൽനിന്ന് അകലുകയും സ്വയം വലിയവനായി ഭാവിക്കുകയും ചെയ്തു. ഈ സംസ്കാരപരിണതിയുടെ ഫലമായാണ് മനുഷ്യഭാഷയിൽ ലിംഗഭേദം പ്രകടമായത്. പ്രകൃതിയെയും അതിലെ ജീവജാലങ്ങളെയും ഉപഭോഗവസ്തുവായി ഗണിച്ച മനുഷ്യന്റെ ആധിപത്യപ്രവണതയുടെയും അധീശമനോഭാവത്തിന്റെയും പ്രകടനമായിത്തീരുന്നുണ്ട് ഭാഷയിലെ ലിംഗവ്യവസ്ഥ. ഇത് ദ്രാവിഡഭാഷകളുടെ കാര്യം മാത്രമല്ല, ഏതൊരു പരിഷ്കൃത സമൂഹത്തിന്റെ ഭാഷ പരിശോധിച്ചാലും ഇക്കാര്യം വ്യക്തമാകും. ആദ്യം പ്രകൃതിവസ്തുക്കളെയും പിന്നീട് സ്ത്രീയെയും അവഗണിച്ചുകൊണ്ട് പുരുഷകേന്ദ്രീകൃതമായ സമൂഹം സൃഷ്ടിച്ച മനുഷ്യന്റെ ശ്രേണീബദ്ധമായ സാമൂഹികജീവിതത്തിന്റെ അടരുകളെ കൃത്യമായി അടയാളപ്പെടുത്തുന്നുണ്ട് ഭാഷ. ഭാഷയിലെ ലിംഗവ്യവസ്ഥയിൽ ലിംഗപദവീപരമായ ശ്രേണീകരണം ഏറെ വ്യക്തമാണുതാനും.

മലയാളം ഉൾപ്പെടെയുള്ള ഭാഷകളിൽ പ്രധാനമായും മൂന്നു ലിംഗങ്ങളാണുള്ളത്. പുരുഷൻ, സ്ത്രീ, നപുംസകം. പുല്ലിംഗവും സ്ത്രീലിംഗവും പ്രധാനമായും മൂന്നുവിധത്തിൽ സൂചിപ്പിക്കുന്നു. അച്ഛൻ-അമ്മ, ആങ്ങള-പെങ്ങൾ, പോത്ത്-എരുമ എന്നിങ്ങനെ വ്യത്യസ്തപദങ്ങൾ തന്നെ ലിംഗസൂചകമായി വർത്തിക്കുന്നു. സാമാന്യലിംഗത്തിലുള്ള നാമത്തിനു മുമ്പിൽ സ്ത്രീപുരുഷഭേദം കുറിക്കുന്ന വിശേഷണങ്ങൾ ചേർത്തുകൊണ്ടും ലിംഗം വ്യക്തമാക്കാം. ആൺകുട്ടി-പെൺകുട്ടി, പൂവൻകോഴി-പിടക്കോഴി, കണ്ടൻ പൂച്ച-ചക്കിപ്പൂച്ച എന്നിവ ഉദാഹരണങ്ങൾ. പ്രത്യേക പ്രത്യയങ്ങൾ നാമത്തോടു ചേർത്തുകൊണ്ടും ലിംഗഭേദം ദ്യോതിപ്പിക്കുന്നു. കേമൻ-കേമി, നടൻ-നടി, മകൻ-മകൾ എന്നിവയൊക്കെ ഉദാഹരണങ്ങളാണ്. ഇവയിൽ അവസാനം പ്രതിപാദിച്ചത്, ലിംഗപ്രത്യയങ്ങൾ

ഉപയോഗിച്ചുകൊണ്ട് ലിംഗഭേദം കുറിക്കുന്നവിധം സവിശേഷപഠനം അർഹിക്കുന്നുണ്ട്. അവിടെ പുല്ലിംഗസൂചകമായ പദത്തെ അടിസ്ഥാനപദമായി സ്വീകരിച്ചുകൊണ്ടാണ് സ്ത്രീലിംഗപദനിർമ്മിതി നടത്തുന്നത്.

പുരുഷനെ അടിസ്ഥാനമാക്കി, അവന്റെ ഉപയോഗത്തിന് ആവശ്യമായ പദങ്ങളുടെമാത്രം സ്ത്രീലിംഗം നിർമ്മിക്കുന്നതായിരുന്നു മിക്ക ഭാഷകളുടെയും രീതി. ജാരൻ, വിടൻ തുടങ്ങിയ പദങ്ങൾ കുറിക്കുന്ന പ്രവൃത്തികൾ പുരുഷനുമാത്രം നീക്കിവച്ചിട്ടുള്ളവ ആയിരുന്നതിനാൽ അവയ്ക്ക് സ്ത്രീലിംഗപദങ്ങളില്ല. വേശ്യയും വിധവയും സ്ത്രീകളിൽ മാത്രമേ ഉണ്ടാകുമായിരുന്നുള്ളു എന്ന അനുമതിയുടെ അടിസ്ഥാനത്തിൽ അവയ്ക്ക് പുല്ലിംഗപദങ്ങളുമില്ല. പുരുഷകേന്ദ്രിതമായ സാമൂഹികക്രമത്തിന്റെ സൂക്ഷ്മതലങ്ങളെയാണ് ഈ ലിംഗനിർമ്മിതി അടയാളപ്പെടുത്തുന്നത്. ഇത് മലയാളത്തിന്റെമാത്രം കാര്യമല്ല. Wren & Martin രചിച്ച പ്രഖ്യാതമായ High School English Grammar എന്ന ഇംഗ്ലീഷ് വ്യാകരണഗ്രന്ഥത്തിൽ Gender നെക്കുറിച്ച് പ്രതിപാദിക്കുന്നിടത്ത് Way of forming the Feminine of Noun എന്നാണ് പറയുന്നത്. അതായത് പുല്ലിംഗം (Masculine) ഭാഷയിൽ സുനിശ്ചിതമാണ്, അതിന്റെ അടിസ്ഥാനത്തിൽ സ്ത്രീലിംഗപദങ്ങൾ നിർമ്മിക്കുന്നതിനുള്ള മാർഗങ്ങളാണ് നിർദ്ദേശിക്കുന്നത്. അതിനായി പുല്ലിംഗപദത്തോട് -ess, -ine, -trix, -a തുടങ്ങിയ അക്ഷരങ്ങൾ കൂട്ടിച്ചേർക്കണമെന്നും സൂചിപ്പിക്കുന്നു. ഇതെല്ലാം വ്യക്തമാക്കുന്നത് ഭാഷകളിലും, ആ ഭാഷകൾ ഉപയോഗിക്കുന്ന സമൂഹത്തിലും നിലനിൽക്കുന്ന പുരുഷാധിപത്യപ്രവണതകളെ തന്നെയാണ്.

മലയാളത്തിലെ ലിംഗപ്രത്യയങ്ങൾ സൂക്ഷ്മനിരീക്ഷണത്തിന് വിധേയമാക്കുമ്പോഴും ഇത്തരം അസമത്വങ്ങൾ ശ്രദ്ധയിൽപെടും. ഏആർ രാജരാജവർമ്മ, കേരളപാണിനീയം കാരിക നാല്പത്തിമൂന്നിൽ ലിംഗപ്രത്യയങ്ങളെ വിധിക്കുന്നു.

'അനിയം (അൻ-ഇ-അം) തനിനാമത്തിൽ
ലിംഗപ്രത്യയമാവിത്
അനൾതു (അൻ-അൾ-തു) സർവ്വനാമത്തിൽ,
പുംസ്ത്രീസാധാരണത്തിലും
ആനാൾതുവെന്നു ദീർഘിക്കു-
മാഖ്യാതത്തിൽ തൊടുക്കുകിൽ.'

സർവ്വനാമമല്ലാത്ത നാമം തനിനാമം. തനിനാമത്തിൽ പുല്ലിംഗ

ത്തിന് 'അൻ' എന്നും സ്ത്രീലിംഗത്തിന് 'ഇ' എന്നും നപുംസക ത്തിന് 'അം' എന്നും പ്രത്യയങ്ങൾ. സർവ്വനാമങ്ങളിൽ പുല്ലിംഗ ത്തിന്'അൻ' ന്നും, സ്ത്രീലിംഗത്തിന് 'അൾ' എന്നും, നപുംസക ത്തിന് 'ത്' എന്നുമാണ് പ്രത്യയങ്ങൾ. പുംസ്ത്രീ സാധാരണശബ്ദ ങ്ങളിലും 'അൻ', 'അൾ' എന്നിവതന്നെ പ്രത്യയങ്ങൾ. ആഖ്യാത ത്തോടുചേരുമ്പോൾ ഈ 'അൻ', 'അൾ' എന്നിവ ദീർഘിച്ച് 'ആൻ' 'ആൾ'എന്നായിത്തീരും. നപുംസകപ്രത്യയമായ 'തു' മാറ്റമില്ലാതെ നിൽക്കുന്നു. ഇതു കൂടാതെ സ്ത്രീലിംഗത്തിന് 'ത്തി', 'ച്ചി', 'ആട്ടി' തുടങ്ങിയ പ്രത്യയങ്ങളുമുണ്ടെന്നും കേരളപാണിനി സൂചിപ്പിക്കു ന്നു.

സ്ത്രീലിംഗപ്രത്യയങ്ങൾ നാമസ്വഭാവത്തിനനുസരിച്ച് മാറ്റത്തി നു വിധേയമാകുമ്പോഴും പുല്ലിംഗപ്രത്യയമായ 'അൻ' എന്നതിന് യാതൊരു മാറ്റവും സംഭവിക്കുന്നില്ല. ആകെയുള്ള മാറ്റം ക്രിയക ളോടു ചേർത്തുപ്രയോഗിക്കുമ്പോൾ ഹ്രസ്വമായ അകാരം ദീർഘ മാകുന്നു എന്നതു മാത്രമാണ്. ഭാഷയിൽ പുല്ലിംഗപദങ്ങൾ രൂപീ കൃതമാകുകയും അവയെ അടിസ്ഥാനമാക്കി സ്ത്രീലിംഗപദങ്ങൾ ഉണ്ടാവുകയും ചെയ്യുന്ന രീതിതന്നെയാണ് മലയാളത്തിലും സംഭ വിച്ചതെന്ന് ഊഹിക്കാം. 'പുല്ലിംഗത്തിന്റെ അന്തം സ്ത്രീലിംഗത്തിൽ അൾ, അ, ഇ, നി, ത്തി, ച്ചി, ട്ടി എന്നവയിൽ ഒന്നായിട്ടു മാറ്റപ്പെടു ന്നു'. (ജോർജ് മാത്തൻ, 2000:42) എന്നു തന്നെയാണ് ജോർജ് മാത്തനും അഭിപ്രായപ്പെടുന്നത്. പുല്ലിംഗപദങ്ങളെല്ലാം 'ആൺ' ശബ്ദത്തിൽ നിന്നുണ്ടായ 'അൻ' പ്രത്യയാന്തങ്ങളായി നിലനിൽ ക്കുകയും സ്ത്രീലിംഗപ്രത്യയങ്ങൾ സന്ദർഭാനുസരണം മാറ്റത്തി നു വിധേയമാകുകയും ചെയ്യുന്ന ഈ സവിശേഷത ദ്രാവിഡഭാഷ കൾക്കു പൊതുവായിട്ടുള്ളതാണ്. പുരുഷൻ കേന്ദ്രസ്ഥാനത്തു വർ ത്തിക്കുകയും അവന്റെ ഇംഗിതത്തിനനുസരിച്ച് മന്ത്രിയും ദാസി യും മാതാവും വേശ്യയുമൊക്കെയായി സ്ത്രീകൾക്ക് പലവിധ വേ ഷങ്ങൾ അണിയുകയും ചെയ്യേണ്ടിവരുന്ന സാമൂഹികക്രമത്തെത ന്നെയാണ് ഈ ലിംഗവ്യവസ്ഥ പ്രതിനിധാനം ചെയ്യുന്നത്. ഒരു ജനസമൂഹത്തിൽ രൂപമെടുത്ത പുരുഷാധിപത്യപ്രവണതയുടെ ശേ ഷിപ്പുകളായിട്ടുവേണം ഭാഷയിലെ ഈ ലിംഗവ്യവസ്ഥയെ കണ ക്കാക്കുവാൻ.

മനുഷ്യേഭിന്നമായ ജന്തുജാലങ്ങളെയെല്ലാം മലയാളം നപുംസ ക വിഭാഗത്തിലാണ് ഉൾപ്പെടുത്തിയിരിക്കുന്നത്. എങ്കിലും അവ യുടെ സ്വഭാവമനുസരിച്ച് അവയ്ക്ക് ലിംഗപരത കല്പിച്ചുനൽകാ

റുണ്ട്. ശക്തിയും ശൗര്യവുമുള്ളവയെ പുല്ലിംഗമായും സൗന്ദര്യവും ശാലീനതയുമുള്ളവയെ സ്ത്രീലിംഗമായും പരിഗണിക്കുന്നു. ഇത്തരം നപുംസകശബ്ദങ്ങളോടുചേർത്തു പ്രയോഗിക്കുന്ന സർവനാമങ്ങൾ, വിശേഷണങ്ങൾ എന്നിവയിലൂടെയാണ് ലിംഗഭേദം ദ്യോതിപ്പിക്കുന്നത്. പർവതം അവന്റെ ശിരസ്സുയർത്തി, സുന്ദരിയായ പുഴ ശാന്തമായൊഴുകി എന്നിങ്ങനെ നപുംസകങ്ങൾക്ക് ലിംഗസ്വത്വം പലപ്പോഴും കല്പിച്ചുനൽകാറുണ്ട്. അപ്പോഴൊക്കെയും കരുത്തുള്ളവയെ പുല്ലിംഗമായും ദുർബലമായവയെ സ്ത്രീലിംഗമായുമാണ് സങ്കല്പിക്കുന്നത്. ഇത് സമൂഹത്തിൽ നിലനിൽക്കുന്ന ലിംഗപദവീപരമായ അസമത്വത്തെതന്നെയാണ് കുറിക്കുന്നത്. ലിംഗപദവിയെന്നത് ജൈവികസിദ്ധിയുമായി ബന്ധപ്പെട്ട വസ്തുതയല്ലെങ്കിലും സമൂഹം മിക്കപ്പോഴും ലിംഗപദവിയെ ലിംഗത്തിന്റെ അടിസ്ഥാനത്തിൽ വിലയിരുത്തുകയും പുരുഷനു താഴെയായിമാത്രം സ്ത്രീകളെ പ്രതിഷ്ഠിക്കുകയും ചെയ്യുന്നു.

ലിംഗപ്രത്യയങ്ങളുടെ ഉൽപ്പത്തിയെപ്പറ്റി കേരളപാണിനി പ്രതിപാദിച്ചിട്ടുള്ള കാര്യങ്ങൾ പരിശോധിച്ചാലും സാമൂഹികനില ഭാഷാലിംഗരൂപീകരണത്തിൽ ചെലുത്തുന്ന സ്വാധീനം വെളിവാകുന്നതാണ്. 'ആൺ' എന്ന ശബ്ദരൂപം തന്നെയാണ് 'അൻ' എന്ന പുല്ലിംഗപ്രത്യയമായി പരിണമിച്ചത്. 'ആൾ' എന്ന ശബ്ദരൂപം 'അൾ' എന്ന സ്ത്രീലിംഗ പ്രത്യയവുമായി. 'ആൾ' എന്നത് ഇക്കാലത്തു സ്ത്രീപുരുഷസാമാന്യവാചകമായിത്തീർന്നിട്ടുണ്ടെങ്കിലും ആദികാലത്തിൽ അതു സ്ത്രീവാചകശബ്ദങ്ങളോടുകൂടി കമനിയാൾ, സുന്ദരിയാൾ, അന്നനടയാൾ ഇങ്ങനെ പ്രയോഗിച്ചുകാണുന്നതും പുരുഷവാചകങ്ങളോടു ചേർന്നുള്ള പ്രയോഗം കാണാതിരിക്കുന്നതും സാമാന്യം യുക്തിയായിരിക്കുന്നുണ്ട്' (ഏആർ രാജരാജവർമ്മ, 2014:129). എന്നിങ്ങനെ 'അൾ' എന്നതിന്റെ പൂർവരൂപം 'ആൾ' തന്നെയായിരുന്നുവെന്ന് കേരളപാണിനി വിശദമാക്കുന്നുമുണ്ട്. ഈ അഭിപ്രായം സ്വീകരിക്കുന്നപക്ഷം സ്ത്രീകൾക്ക് സമൂഹത്തിൽ ഉണ്ടായിരുന്ന സ്ഥാനത്തെ ഇത് അടയാളപ്പെടുത്തുന്നുവെന്ന് പറയാവുന്നതാണ്. 'ആൾ' എന്നാൽ ആളുക എന്ന ധാതു തന്നെ. ഭരിക്കുക, നിയന്ത്രിക്കുക, (നായകത്വം) വഹിക്കുക എന്നൊക്കെയാണ് ഇതിന് അർത്ഥം. കുടുംബസംവിധാന രൂപീകരണഘട്ടത്തിൽ കുടുംബഭരണം നിർവഹിച്ചിരുന്നത് സ്ത്രീകളായിരുന്നു. പുരുഷൻ കുടുംബബാഹ്യമായ കാര്യങ്ങളിൽ വ്യാപൃതനായിരിക്കുമ്പോൾ കുടുംബത്തിന്റെ നിയന്ത്രണം പെണ്ണാളിന്റെ കയ്യിലായിരുന്നിരിക്കാൻ

ഇടയുണ്ട്. പിന്നീട് സർവമേഖലയിലും പുരുഷൻ ആധിപത്യം പുലർത്താൻ തുടങ്ങിയതോടെയാകാം 'ആൾ' ശബ്ദം സ്ത്രീപുരുഷസാമാന്യവാചകമായിത്തീർന്നത്.

ലിംഗപ്രത്യയങ്ങൾ വചനപ്രത്യയങ്ങൾ കൂടിയാണ്. ഏകവചനം കുറിക്കാൻ ലിംഗപ്രത്യയമല്ലാതെ വേറെ പ്രത്യയമില്ല. 'അൻ' നാമത്തിനും സർവ്വനാമത്തിനും സാധാരണമായിരിക്കെ 'അൾ', 'തു' എന്നിവ രണ്ടും സർവ്വനാമത്തിനു മാത്രമേയുള്ളു. നാമങ്ങളിൽ 'ഇ', 'ത്തി', 'ച്ചി'തുടങ്ങിയവയൊക്കെയാണ് സ്ത്രീലിംഗപ്രത്യയങ്ങൾ. ബഹുവചനപ്രത്യയങ്ങളിൽ 'മാർ' ലിംഗസൂചനയുള്ള സലിംഗബഹുവചനപ്രത്യയമാണ്. അതിന്റെ പ്രയോഗം ലിംഗപ്രത്യയത്തിനു മേലാണ്. മിടുക്കൻ-മിടുക്കൻമാർ, മിടുക്കത്തിമാർ എന്നീ ഉദാഹരണങ്ങൾ കാണുക. ഇവിടെ ലിംഗസൂചന വ്യക്തമാണ്.

എന്നാൽ സ്ത്രീകളും പുരുഷന്മാരും കൂടിയുണ്ടാകുന്ന ബഹുത്വത്തെക്കുറിക്കുന്ന അലിംഗബഹുവചനപ്രത്യയമായ 'അർ' പ്രത്യയത്തിന്റെ ഉപയോഗത്തിൽ ലിംഗസൂചന ഏതുമില്ല. മിടുക്കർ, മടിയർ എന്നിവ ഉദാഹരണങ്ങൾ. ന്യൂട്രൽ ജൻഡർ പദപ്രയോഗങ്ങൾ ആവശ്യമായിവരുന്ന സമകാല ഭാഷാസന്ദർഭത്തിൽ അലിംഗബഹുവചനപ്രത്യയത്തിന്റെ പ്രയോഗസാധ്യത ഏറെ ഉപയോഗപ്പെടുത്തേണ്ടതുണ്ട്. അവൻ, അവൾ എന്നിവയുടെ ബഹുവചനരൂപമായ അവർ ബഹുമാനസൂചകമായി സ്ത്രീകളെ കുറിക്കാൻ ഉപയോഗിക്കുന്നു എന്ന ഭാഷാപരിണാമം സമൂഹത്തിൽ സ്ത്രീസൗഹാർദ്ദപരമായി രൂപപ്പെട്ട മനോഭാവത്തെതന്നെയാണ് സൂചിപ്പിക്കുന്നത്. സ്ത്രീകളെ ബഹുമാനപുരസരം അഭിവാദനം ചെയ്യുന്ന ഘട്ടത്തിൽ അവർ പൂജകബഹുവചനമായി മാറുന്നു.

നപുംസബഹുവചനപ്രത്യയമായ 'കൾ' മരങ്ങൾ, മലകൾ എന്നിവയോടൊപ്പം കുട്ടികൾ, വേലക്കാരത്തികൾ എന്നീ ഇടങ്ങളിലും ഉപയോഗിക്കുന്നു. 'ബാല്യം മുതലായ നിമിത്തങ്ങളാൽ ചേതനധർമ്മം പൂർണ്ണമായിട്ടില്ലാത്ത നിലയിൽ അനാദരംവഴിക്ക് നപുംസകധർമ്മമായ ജഡത്വത്തെക്കൂടി പരാമർശിച്ചുകൊണ്ടുള്ള പ്രയോഗമാകയാലാകുന്നു'(ഏആർ രാജരാജവർമ്മ, 2014:131) ഇതെന്നതാണ് കേരളപാണിനിയുടെ സമാധാനം. അങ്ങനെയെങ്കിൽ സ്ത്രീകൾ എന്ന പ്രയോഗത്തിന്റെ അടിസ്ഥാനത്തിൽ സ്ത്രീകളെയും ചേതനധർമ്മം പൂർണ്ണമായിട്ടില്ലാത്തവരുടെ ഗണത്തിൽ ഉൾപ്പെടുത്തേണ്ടി വരില്ലേ. സ്ത്രീകളോടുള്ള സമൂഹത്തിന്റെ ലിംഗപദവീപരമായ സമീപനംതന്നെയാണ് ഇവിടെയും പ്രകടമാകുന്നത്.

എന്നാൽ പെണ്ണുങ്ങൾ എന്നപോലെ ആണുങ്ങളും ഭാഷയിലുണ്ടെന്ന കാര്യം മറക്കരുത്. പെണ്ണ്, ആണ് എന്നിവയൊക്കെ പ്രാചീന ദ്രാവിഡപദങ്ങളാണ്. ഭാഷയുടെ പ്രാരംഭഘട്ടത്തിൽ ലിംഗഭേദം സുനിശ്ചിതമായിരുന്നില്ലെന്നും മനുഷ്യരും ഇതര ജീവജാലങ്ങളും വലുപ്പച്ചെറുപ്പമില്ലാതെ ഇടകലർന്നു ജീവിച്ച പ്രാക്തനകാലത്തെയാണ് ഇത് സൂചിപ്പിക്കുന്നതെന്നും നിരീക്ഷിക്കാവുന്നതാണ്.

മനുഷ്യജീവിതം വ്യവസ്ഥാപിതമായിത്തീരുകയും ചട്ടങ്ങളും ചിട്ടകളുംകൊണ്ട് അവ നിയന്ത്രിതമാകുകയും ചെയ്തതോടെയാണ് സമൂഹം ശ്രേണീബദ്ധമായത്. സമൂഹത്തിന്റെ കേന്ദ്രസ്ഥാനവും മേധാവിത്വവും പുരുഷൻ കയ്യാളാൻ തുടങ്ങിയതോടെ സ്ത്രീകളും ഇതര ജീവജാലങ്ങളും ആജ്ഞാനുവർത്തികളായി അധഃപതിച്ചു. പുരുഷകേന്ദ്രിത സമൂഹത്തിൽ സ്ത്രീകൾക്ക് അനുഭവിക്കേണ്ടിവന്ന അവമതിയെ മനുഷ്യന്റെ സ്വത്വപ്രകടനത്തിനുള്ള ഉപാധി എന്നനിലയിൽ മനുഷ്യഭാഷ അടയാളപ്പെടുത്തുന്നുണ്ട്.

പുരുഷൻ, സ്ത്രീ, നപുംസകം എന്നിങ്ങനെയുള്ള ഭേദം വ്യക്തമാക്കാൻ ഉപയുക്തമായ ഭാഷയിലെ ലിംഗവ്യവസ്ഥയിൽ സാമൂഹികശ്രേണീകരണം ഏറെ പ്രകടമാണ്. മിക്ക ഭാഷകളിലും പുല്ലിംഗത്തെ അടിസ്ഥാനമാക്കിയാണ് ലിംഗവ്യവസ്ഥ നിലനിൽക്കുന്നതുതന്നെ. ലിംഗഭേദം സുനിശ്ചിതമല്ലാതിരുന്ന ഒരു പൂർവകാലം ഒട്ടെല്ലാ ഭാഷകളിലും കാണാവുന്നതാണ്. ലിംഗപദവീപരമായ വേർതിരിവുകളില്ലാതിരുന്ന പ്രാക്തനസമൂഹങ്ങളെത്തന്നെയാണ് ഇതു സൂചിപ്പിക്കുന്നത്. ഈ ജെൻഡർ ന്യൂട്രൽ സമൂഹങ്ങളിൽ കാലക്രമേണ വന്നുചേർന്ന മാറ്റത്തെയാണ് ഭാഷയിലെ ലിംഗവ്യവസ്ഥ അഭിവ്യക്തമാക്കുന്നത്. ജെൻഡർ നൂട്രൽ സമൂഹസൃഷ്ടിയ്ക്ക് അനുകൂലമായ സാമൂഹികക്രമം ഇന്ന് രൂപപ്പെട്ടുവരുന്നുണ്ട്. അതിന്റെ ആദ്യാങ്കുരങ്ങൾ മുള പൊട്ടേണ്ടത് മനുഷ്യമനസ്സിലും മനോഭാവത്തിലുമാണ്. മനുഷ്യസമൂഹത്തിൽ ലിംഗേതര ചിന്ത രൂപപ്പെട്ടാൽ അത് സ്വാഭാവികമായും ഭാഷയിൽ പ്രതിഫലിക്കും. ആ മാറ്റം ഭാഷ പ്രകടിപ്പിക്കുക തീർച്ചയായും ഭാഷയിലെ ലിംഗവ്യവസ്ഥയിൽ ഉണ്ടാകുന്ന രൂപഭേദങ്ങളിലൂടെയാകും.

സഹായകഗ്രന്ഥങ്ങൾ

ജോർജ് മാത്തൻ, 2000, മലയാഴ്മയുടെ വ്യാകരണം, തിരുവനന്തപുരം: കേരള ഭാഷാ ഇൻസ്റ്റിറ്റ്യൂട്ട്.

രാജരാജവർമ്മ ഏ. ആർ., 2014, കേരളപാണിനീയം, കോട്ടയം:

ഡി സി ബുക്സ്.

ഹെർമ്മൻ ഗുണ്ടർട്ട്, 2014, മലയാളഭാഷാവ്യാകരണം, മലയാള വ്യാകരണ ചോദ്യോത്തരങ്ങൾ, കോട്ടയം: സാഹിത്യപ്രവർത്തക സഹകരണസംഘം.

റോബർട്ട് കാൾഡ്വെൽ, 1993, ദ്രാവിഡഭാഷാവ്യാകരണം(ഒന്നാം ഭാഗം), നായർ എസ്. കെ., (പരിഭാഷ) തിരുവനന്തപുരം: കേരള ഭാഷാ ഇൻസ്റ്റിറ്റ്യൂട്ട്.

Wren & Martin, 2004, High School English Grammar & Composition, New Delhi: S. Chand & Company ltd.

○○

4

സിതാരക്കഥകളിലെ സ്ത്രീപക്ഷചിന്തകൾ

(തിരഞ്ഞെടുത്ത കഥകളെ ആസ്പദമാക്കിയുള്ള പഠനം)

സോണി ജോണി

സമകാലിക മലയാളസാഹിത്യത്തിൽ ചെറുകഥകൾ പ്രമേയസ്വീകരണംകൊണ്ടും ആശയാവതരണംകൊണ്ടും വ്യത്യസ്തത പുലർത്തുന്നുണ്ട്. വിശേഷിച്ചും ഈ കാലഘട്ടങ്ങളിൽ, വിഷയസ്വീകരണത്തിൽ ധാരാളം പുതുമകളും കൈവന്നിരിക്കുന്നു. ദളിത്ചിന്തകൾ, പരിസ്ഥിതി, സ്ത്രീലോകം, നവമാധ്യമലോകം തുടങ്ങി മനുഷ്യനിർമ്മിതമേഖലകൾ വരെ ചെറുകഥകൾക്ക് വിഷയമാകുന്നു. ഇവ ഓരോന്നും വിവിധ എഴുത്തുകാരുടെ പശ്ചാത്തലത്തിൽ പഠനവിധേയമാക്കിയിട്ടുണ്ട്. അത്തരത്തിൽ സിതാരയുടെ കഥകളിലെ സ്ത്രീകഥാപാത്രങ്ങളുടെ ചിന്താലോകമാണ് ഈ പ്രബന്ധത്തിൽ പഠനവിധേയമാക്കുന്നത്. സിതാരയുടെ അഗ്നിയും കഥകളും, വേഷപ്പകർച്ച, ഇടം എന്നീ സമാഹാരങ്ങളിലെ തിരഞ്ഞെടുത്ത കഥകളാണ് പഠനത്തിനായി ഉൾക്കൊള്ളിച്ചിരിക്കുന്നത്.

മലയാളചെറുകഥാസാഹിത്യത്തിലെ ആദ്യ സ്ത്രീപക്ഷവാദിയായിരുന്ന സരസ്വതിയമ്മയുടെ കഥകളെ ഓർമ്മിപ്പിക്കുന്നവയാണ് സിതാരയുടെ കഥകൾ. ചിന്തിക്കാനുള്ള കഴിവും തലയും സ്ത്രീകൾക്കും ഉണ്ടെന്ന് ബോധ്യപ്പെടുത്താൻ അവർ ശ്രമിച്ചു. സരസ്വതിയമ്മയുടെ പെൺബുദ്ധി എന്ന കഥ ഇതിന് ഉദാഹരണമാണ്. ഇവയുടെ തുടർച്ചയാണ് ഗ്രേസിയിലും സാറാ ജോസഫിലും കാണാൻ കഴിയുന്നത്. ഗ്രേസിയുടെ കല്ലുവും സാറാജോസഫിന്റെ മുടിത്തെയ്യമുറയുന്നു എന്ന കഥയും ആൺകോയ്മയിൽ നിന്ന് രക്ഷ നേടാനുള്ള സ്ത്രീകളുടെ ആത്മസമരമാണ്. ഈ പാരമ്പര്യം കാത്തുസൂക്ഷിക്കുകയാണ് സിതാര തന്റെ കഥകളിൽ. അവിടെ ഭാഷ കൂടുതൽ തീവ്രവും ജ്വലനശക്തിയുള്ളതും ആയിതീരുന്നു.

സിതാരയുടെ മിക്ക സമാഹാരങ്ങളിലും ഈ പ്രവണത കാണാൻ കഴിയും. കഥകളിലെ പ്രമേയ സ്വീകരണം തന്നെ ഒരു ചെറുത്തുനില്പിന്റെ തലം നൽകുന്നുണ്ട്.

കഥാകാരിയുടെ സ്ത്രീകഥാപാത്രങ്ങൾ എങ്ങനെയെല്ലാമാണ് തങ്ങളുടെ പുരുഷാധിപത്യസാഹചര്യങ്ങളെ അതിജീവിക്കുന്നത് എന്ന് ഈ പഠനം അന്വേഷിക്കുന്നു. ഇതിലൂടെ വിവിധ പ്രതിരോധ മാർഗ്ഗങ്ങൾ അവർ സ്വീകരിക്കുന്നതായി കാണാം. സാമർത്ഥ്യം കൊണ്ടും ശരീരഭാഷകൊണ്ടും അവർ എതിർപ്പുകൾ സൃഷ്ടിക്കുന്നു. ഈ എതിർപ്പുകൾ പുരുഷാധിപത്യലോകത്തിന് അസ്വസ്ഥത ഉണ്ടാക്കുന്നതും ഈ കഥകൾ സൂചിപ്പിക്കുന്നു. ഇപ്രകാരമുള്ള വിവിധ ചിന്തകളാണ് ഈ പഠനം മുന്നോട്ട് വയ്ക്കുന്നത്.

സ്ത്രീഭാവങ്ങളുടെ വ്യത്യസ്തമുഖങ്ങൾ
- പ്രിയയും സുഭദ്രതയും

സമൂഹത്തെയും കുടുംബത്തെയും ആധിപത്യത്തിന് കീഴിൽ നിർത്തുന്ന പുരുഷവർഗ്ഗത്തിനെതിരെ പോരാടുന്നവരും എതിർത്തു നിൽക്കുന്നവരും ആയ സ്ത്രീകളും സിതാരക്കഥകളിൽ ഉണ്ട്. 'അഗ്നി' എന്ന കഥയിലെ പ്രിയയും സാൽവദോർ ദാലയിലെ ലളിതയും 'ഡ്രിബ്ലിങ്ങി'ലെ സുഭദ്രയും എല്ലാം അത്തരം കഥാപാത്രങ്ങൾ ആണ്.

സ്ത്രീകൾ വാക്സാമർത്ഥ്യം കൊണ്ടും വിദ്യാസമ്പന്നതകൊണ്ടും തങ്ങളുടെ സ്വത്വം ആവിഷ്ക്കരിക്കുകയും ആൺകോയ്മക്കെതിരെ പ്രവർത്തിക്കുകയും ചെയ്യുന്നു. 'അഗ്നിയും കഥകളും' എന്ന സമാഹാരത്തിന് സാറാജോസഫ് എഴുതിയ അവതാരികയിൽ പറയുന്നുണ്ട്. 'ഇനിയും പഴയപോലെ വ്രീളാവിവശകളേയും തരളിതഗാത്രികളേയും സൃഷ്ടിച്ചുകൊണ്ടിരിക്കാൻ നമ്മുടെ സമൂഹത്തിന് കഴിയില്ലെന്നുള്ള തിരിച്ചറിവാണ് സിതാരയുടെ കഥകൾ വായിച്ചുകഴിയുമ്പോഴത്തെ അനുഭവം.'

ബലാൽസംഗം ചെയ്ത പുരുഷന്റെ മുഖത്ത് നോക്കി നിങ്ങൾ ഒട്ടും പോരായിരുന്നു എന്നും നിങ്ങൾക്കു കരുത്തു കുറവാണ്, ഒരു പെണ്ണിനെ പൂർണമായും തൃപ്തിപ്പെടുത്തുവാൻ നിങ്ങൾക്കാവും എന്നു തോന്നുന്നില്ല എന്നും പറയുവാനുള്ള തൻേറടം പ്രിയയ്ക്ക് ഉണ്ടായി. ആ ധൈര്യം പുരുഷസമൂഹത്തെ സംബന്ധിച്ചിടത്തോളം വെല്ലുവിളി തന്നെയാണ്. ചോദ്യത്തിന് മുൻപിൽ രവിയുടെയും സജീവന്റെയും ആഭാസച്ചിരി കലർന്ന മുഖഭാവം മാറിമറി

യുന്നതിന് സമൂഹം കാണുന്നു. ഇത്രയും കാലം ആൺകോയ്മയുടെ അഹങ്കാരത്തിൽ അവർ ചെയ്തു കൂട്ടിയ അന്യായങ്ങൾ, ഒരു സ്ത്രീ ചോദ്യം ചെയ്തപ്പോൾ പുരുഷവർഗ്ഗം പതറി. ഒരു പുരുഷന്റെ മുഖത്ത് അടിക്കത്തക്ക ഭാവം നൽകുന്നതായിരുന്നു പ്രിയയുടെ ആ മറുപടി.

പുരുഷസമൂഹം തങ്ങളുടെ ഉറച്ച ശരീരംകൊണ്ടും സ്വാധീനം കൊണ്ടും സ്ത്രീസമൂഹത്തെ ഉപദ്രവിച്ചുവെങ്കിൽ സ്നേഹം കൊണ്ട് സ്ത്രീ അതിന് പ്രതികാരം ചെയ്യുകയായിരുന്നു. കഥയിൽ അവസാനഭാഗത്ത് പ്രിയ പറയുന്നുണ്ട്. 'നിന്റെയീ സ്നേഹമാണ് എന്റെ പ്രതികാരം' സ്നേഹം കൊണ്ടും പ്രതികാരം ആവാം എന്ന ചിന്ത ആദ്യമായി പുരുഷമനസ്സിൽ കയറ്റിവിടാൻ കഥാകാരിക്കു കഴിഞ്ഞു.

ഇത്തരം പ്രശ്നങ്ങൾക്കും ദുരന്തങ്ങൾക്കും ആത്മഹത്യകൊണ്ടും കണ്ണുനീര് കൊണ്ടും യാതൊരു പ്രയോജനവും ഇല്ല എന്ന് പ്രിയ മനസ്സിലാക്കി. അതുകൊണ്ടാണവൾ പറയുന്നത് 'കരയരുത്, കരച്ചിൽകൊണ്ടെന്തു കാര്യം...' കരഞ്ഞാൽ ഇത്തരം പ്രശ്നങ്ങൾക്ക് പരിഹാരം ആവില്ല. മറിച്ച് അതുകൊണ്ട് ആരുടെ എങ്കിലും സഹതാപം ലഭിച്ചേക്കാം. പക്ഷേ ആ സഹതാപംകൊണ്ടും കാര്യം ഒന്നുമില്ലല്ലോ? സിതാരയുടെ അഗ്നിയിൽ താത്രിയുടെ മറ്റൊരു രൂപം കാണാം. 'അഗ്നിതാത്രി' എന്ന് വേണമെങ്കിൽ അഗ്നിയിലെ പ്രിയയെ വിശേഷിപ്പിക്കാം.

നൂറുവർഷം മുൻപുള്ള നമ്പൂതിരി സാമുദായിക ഘടന നിരീക്ഷിക്കുമ്പോൾ സ്വാതന്ത്ര്യം ആഗ്രഹിച്ച സമുദായത്തിനകത്തെ അനാചാരങ്ങളോടു ബുദ്ധികൊണ്ടും ശരീരംകൊണ്ടും പൊരുതിയ താത്രിയെ ചാവേർ എന്നാണുവിളിക്കേണ്ടത്. അക്കാലത്ത് ഏതൊരു സ്ത്രീയുടെയും ഉള്ളിൽ ഉണ്ടായിരുന്ന ചാവേറിന്റെ നമ്പൂതിരി പേരായിരുന്നു താത്രി. കുറിയേടത്തു സാവിത്രി അന്തർജ്ജനം എന്ന് അവളെ വിശദമായി പേരെടുത്ത് ചരിത്രം പോലും വിളിക്കുന്നില്ല. അർഹതപ്പെട്ട മേൽവിലാസം അവൾക്ക് വകവെച്ചു കൊടുക്കാൻ ചരിത്രവും മടി കാണിക്കുന്നതെന്തുകൊണ്ടാണ്?

അതിനുള്ള വ്യക്തമായ കാരണം അവരുടെ ധീരമായ പ്രവൃത്തിയാണ്. അക്കാലത്തെ സമൂഹത്തെ തന്റെ ലൈംഗികസ്വത്വം ഉയർത്തിപ്പിടിച്ച് വിചാരണ ചെയ്യാൻ അവർക്കു സാധിച്ചു എന്നതുകൊണ്ടുതന്നെ. സ്ത്രീയും പുരുഷനും തമ്മിലുള്ള ലൈംഗികാധിഷ്ഠിത ബന്ധത്തിന്റെ എക്കാലത്തെയും നിയമവ്യവസ്ഥയെ കീഴ്

മേൽ മറിക്കുകയാണ് താത്രി ചെയ്തത്. ഇന്ന് 'അഗ്നി'യിലെ പ്രിയ എന്ന കഥാപാത്രത്തിന്റെ വാക്കുകൾ കേട്ടപ്പോൾ ഉണ്ടായ സമൂഹത്തിന്റെ ഞെട്ടൽ അന്നും നമ്പൂതിരി സമുദായത്തിന്റെ ഇട യിൽ ഉണ്ടായിക്കാണും.

അധികാരവ്യവസ്ഥ സ്ത്രീവിരുദ്ധവും പുരുഷമേധാവിത്വപരവും ആയിരുന്നതിന്റെ ചിത്രങ്ങൾ ചരിത്രത്തിലുണ്ട്. ചരിത്രത്തിൽ മാത്രമല്ല നാടോടിക്കഥകളും മുത്തശ്ശിക്കഥകളും പലപ്പോഴും സ്ത്രീവിരുദ്ധമാവുന്നു എന്നതിന് തെളിവുകളുണ്ട്. നാട്ടിൻ പുറ ത്തെ വീടുകളിലെ തട്ടിൻപുറങ്ങളിൽ എലിയും പൂച്ചയും ബദ്ധശ ത്രുക്കളായതിന്റെ കഥകൾ പറയുന്ന മുത്തശ്ശിക്കഥകളിൽ എലിയു ടെ ശരീരം കടിച്ചു പിടിച്ച് ഇറങ്ങിവരുന്ന പൂച്ച ശക്തനായ പുരുഷ പ്രതീകമായിരുന്നു എങ്കിൽ ആ മുത്തശ്ശിക്കഥയുടെ കീഴേമേൽ മറി യലാണ് ടോം ആൻറ് ജെറി എന്ന കാർട്ടൂൺ. ശക്തനായ പൂച്ചയെ വിഡ്ഢിയാക്കുകയും തോല്പിക്കുകയും രക്ഷിക്കുകയും സ്വയം വിധിക്കുകയും ചെയ്യുന്ന ജെറി എന്ന കുഞ്ഞെലി പുതുകാലത്തെ സ്ത്രീ അവസ്ഥയെ പ്രതിനിധീകരിക്കുന്നു.

അതുപോലെ നൂറുവർഷം മുൻപ് ഒരു അന്തർജനം ഒറ്റയ്ക്ക് അനേകം പുരുഷന്മാരെ നേരിട്ടതിന്റെ വിസ്മയകഥ കൂടിയാണ് താത്രിയുടെ ചരിത്രം പഠിക്കപ്പെടുന്നത്. ആധുനികോത്തര കഥ യിൽ താത്രിക്കു തുല്യം ശക്തിയുള്ള ഒരു പെണ്ണിനെ കാണുകയാ ണ് സിതാര എസ്. എഴുതിയ 'അഗ്നി' എന്ന കഥയിൽ. സാവിത്രി അന്തർജ്ജനം പുനർജനിക്കുകയാണ് കഥയിൽ. അന്നു താത്രി പുരുഷനിൽ ഇടപെട്ടതിന്റെ ആധുനികാനന്തര സമീപനമാണ് ഈ കഥയിൽ വായിച്ചെടുക്കേണ്ടത്. അന്നത്തെ താത്രി ഇന്നത്തെ പ്രിയയായി മാറി എന്നതാണ് ചുരുക്കം.

കുറ്റിക്കാട്ടിലും കൂരിരുട്ടിലും പതിയിരിക്കുന്ന ആധിപത്യ ആക്രമണഘട്ടങ്ങളിൽ പോലും ആത്മവിശ്വാസം കൈവിടാതെ മുന്നോട്ടു പോകുന്ന സ്ത്രീകൾ ഉണ്ട്. 'ഒന്നും സംഭവിക്കില്ല' എന്ന ആത്മധൈര്യം അവർക്കുള്ളിലുണ്ട്. 'അഗ്നി' എന്ന കഥയിലും 'ഒന്നുമുണ്ടാവില്ല എന്ന ശുഭാപ്തിവിശ്വാസത്തോടെയാണ് പ്രിയ റോഡുവിട്ട് കൊച്ചുറോഡിലേക്ക് കയറുന്നത്. ഈ വിശ്വാസം ആണ് ഏതൊരു സ്ത്രീയെയും ജീവിക്കാൻ, പ്രതിസന്ധി ഘട്ടങ്ങ ളിൽ പിടിച്ച് നിൽക്കുവാൻ സഹായിക്കുന്നത്. ഇവയുടെയെല്ലാം അനന്തരഫലം, പുരുഷാധിഷ്ഠിത സമൂഹത്തിൽ തങ്ങളുടേതായ ഒരു സ്വത്വം ആവിഷ്കരിക്കുവാൻ അവളെ പ്രാപ്തരാക്കുന്നു

എന്നതാണ്.

'അഗ്നിയും കഥകളും' എന്ന സമാഹാരത്തിൽ 'ഡ്രിബ്ലിങ്ങ്' എന്ന കഥ ശ്രദ്ധിക്കുക ആധിപത്യമനോഭാവത്തെക്കുറിച്ച് അവിടെ പരാമർശിക്കുവാൻ കഴിയുന്നതിനെക്കാൾ തന്റെ സാഹചര്യങ്ങൾ എന്തുതന്നെയായാലും അവയോട് ചേർന്ന് ജീവിക്കുവാൻ തയ്യാറാകുന്ന സുഭദ്ര എന്ന സ്ത്രീകഥാപാത്രത്തെ കാണാൻ കഴിയും. സുഭദ്ര ഏറെ കഴിവുള്ള സ്ത്രീയാണ്. സ്കൂളിൽ അവൾ ഹോക്കി ടീം ക്യാപ്റ്റൻ ആയിരുന്നു. അവിടെ നിന്നും ലഭിച്ച ചെറിയ ട്രോഫിയാണ് ഭർത്താവ് കുട്ടിക്ക് കളിക്കാൻ എടുത്തുകൊടുക്കുന്നത്. ഇവിടെ, സുഭദ്രയുടെ കഴിവിനെയും അംഗീകാരത്തെയും അവഗണിക്കുന്ന, പുരുഷാധിപത്യത്തിന്റെ പ്രതിനിധിയായി ഭർത്താവ് മാറുന്നു. അതുകൊണ്ടാണ് കഥയുടെ ആരംഭത്തിൽ, 'ഇന്ത്യൻ ഹോക്കി തകരുകയാണോ?' എന്ന ചോദ്യം നാം കാണുന്നത്. ഇവിടെ യഥാർത്ഥത്തിൽ തകരുന്നത് ഹോക്കിയോ? അതോ സുഭദ്രയോ?

ഹോക്കീന്ന് വച്ചാൽ ആ വളഞ്ഞ വടികൊണ്ട് കളിക്കണ കളിയല്ലേ? എന്ന ഭർത്താവിന്റെ ചോദ്യത്തിന് ഹോക്കിയെപ്പറ്റി എന്തൊക്കെയാണ് പറയേണ്ടത് എന്ന് സുഭദ്ര ആലോചിക്കുമ്പോഴേക്കും അകത്തു നിന്നും കുഞ്ഞ് കരഞ്ഞു. ഒരു സ്ത്രീക്ക് വിവാഹത്തിനും കുടുംബത്തിനും മുൻപ് ഉണ്ടായിരുന്ന കഴിവും അംഗീകാരവും അതിനുശേഷം ഇല്ലാതാക്കുന്നുണ്ടോ? ഈ സ്ഥാനത്ത് പുരുഷൻ ആണെങ്കിൽ അവന്റെ കഴിവിനും അംഗീകാരത്തിനും കുടുംബവും വിവാഹവും മൂലം എന്തെങ്കിലും കോട്ടം സംഭവിക്കുന്നതായി കരുതാനാകുമോ? എന്നാൽ കഥയുടെ അവസാനഭാഗത്ത് സ്വപ്നത്തിൽ ഇന്ത്യൻ ഹോക്കി ടീമിനുവേണ്ടി ഒളിംപിക്സിൽ കളിക്കുമ്പോൾ ഗോൾപോസ്റ്റിനു നേരെ ഓടുന്ന തന്റെ ദേഹത്ത് വന്നുവീണ ഭർത്താവിന്റെ കൈകൾ അവൾ വെറുപ്പോടെ തട്ടിമാറ്റുന്നു. കുടുംബജീവിതത്തിന് നേരെ തന്റെ വാതിൽ കൊട്ടിയടയ്ക്കുകയല്ല സ്ത്രീ; മറിച്ച് തങ്ങളുടെ സ്വത്വം മറ്റ് ബന്ധങ്ങളുടെ മുൻപിൽ മാഞ്ഞുപോകാതെ കാത്തുസൂക്ഷിക്കുകയാണ് അവൾ ചെയ്യുന്നത്.

സ്ത്രീജീവിതങ്ങളുടെ വേഷപകർച്ചകൾ

'വേഷപ്പകർച്ച' എന്ന സമാഹാരത്തിലെ 'നോബഡീസ് സ്വീറ്റ് ഹാർട്ട്' എന്ന കഥയിലും രഞ്ജുവിനെ കുറ്റിക്കാടുകൾ നിറഞ്ഞ

വിജനപ്രദേശത്തിലൂടെ നടക്കാൻ ധൈര്യപ്പെടുത്തുന്നത് അവളിലെ ആത്മധൈര്യം ആണ്. വഴിവക്കിലെ ഗൂഢമായ ഇരുട്ടിലും ആ ഇരുട്ടിനുള്ളിലെ ക്രൂരത നിറഞ്ഞ സ്ത്രീലമ്പടൻമാരുടെ കണ്ണുകളിലും അവളുടെ ദൃഷ്ടി പതിയുന്നുണ്ട്. 'ഉപദ്രവിക്കാനിങ്ങോട്ടുവരട്ടെ, കാട്ടിക്കൊടുക്കാം' എന്നുപറയാൻ രഞ്ജുവിനായി. ആദ്യകാലങ്ങളിലാണ് ഈ സ്ഥിതിവിശേഷം നടക്കുന്നത് എന്ന് ചിന്തിക്കുക. കരഞ്ഞുകലങ്ങിയ കണ്ണുകളുമായി, പേടിച്ച് വിറച്ച് നിൽക്കുന്ന പെൺകുട്ടികളെ ആണ് നാം കണ്ടുമുട്ടുന്നത്. അതിൽ നിന്നൊക്കെയും പ്രിയയും രഞ്ജുവും എത്രദൂരം മുന്നോട്ടുപോയി എന്നു ആലോചിക്കുമ്പോൾ അത്ഭുതം തോന്നിയേക്കാം.

ഉപജീവനം എന്ന കഥയിൽ അനുപമ എന്ന കഥാപാത്രം ഒരു പുരുഷന്റെ സാമാന്യമായ ചില സവിശേഷതകളെ അറിഞ്ഞുകൊണ്ട് അവനിൽ നിന്നും ബുദ്ധിപൂർവ്വം മാറി നിൽക്കുന്നു, അകലുന്നു. അനുപമയല്ലേ? എന്ന് ചോദിച്ചുകൊണ്ടാണ് മനു സംഭാഷണം ആരംഭിച്ചത്. ഇത്തരം അനുഭവങ്ങൾ മുൻപ് ഉണ്ടായിട്ടുള്ളതുകൊണ്ട് ഒരു ചെറു പുഞ്ചിരിയായിരുന്നു അവളുടെ മറുപടി. അതു കഴിഞ്ഞ് അവൾ പ്രതീക്ഷിച്ച ചോദ്യം തന്നെയാണ് അയാൾ ചോദിച്ചത്. ഈ സംഭാഷണത്തിന്റെയും സൗഹൃദബന്ധത്തിന്റെയും നൂലാമാലകൾ അറിയാവുന്നതുകൊണ്ട് മനു ചോദിക്കും എന്ന് ഉറപ്പുള്ള ചോദ്യങ്ങൾക്ക് എല്ലാം മറുപടി അവൾ നേരത്തെ പറയുന്നു. ഇത്തരം സന്ദർഭങ്ങൾ എല്ലാം അവസരോചിതമായി തനിക്ക് ദോഷം തട്ടാത്തവിധത്തിൽ അവൾ കൈകാര്യം ചെയ്യാൻ പഠിക്കുന്നു.

അനുപമയെ തോല്പിക്കാൻ എന്നവണ്ണം ടീച്ചറിന്റെ കവിതകൾ വായിക്കാനാണോ? കേൾക്കാനാണോ? ഇഷ്ടം എന്ന് മനു ചോദിക്കുന്നുണ്ട്. എന്നാൽ തികഞ്ഞ ബുദ്ധിസാമർത്ഥ്യം ഉള്ള അനുപമ 'അനുകരിക്കാൻ' എന്ന മറുപടി നൽകുന്നു. തോൽവിയുടെ രുചി അറിഞ്ഞ മനു ആ മറുപടിയെ ഒരു തമാശയുടെ രൂപത്തിലാണ് എടുത്തത്. ആധുനികോത്തരയിൽ ഏറെ ചർച്ചകൾക്ക് വിധേയമാകുന്ന 'പെണ്ണെഴുത്തിനെ'ക്കുറിച്ച് ചോദിക്കാൻ അയാൾ മടിക്കുന്നില്ല. എന്നാൽ ഇത്തരം ചോദ്യങ്ങളും മറുപടികൾക്കും തന്റെ സ്ഥാനത്തെയും സ്വത്വത്തെയും കുറിച്ച് ഉത്തമബോധത്തോടെ മറുപടി പറയുന്ന, വ്യക്തിത്വമുള്ള ഒരു കഥാപാത്രമായി അനുപമയെ കാണാം.

ചില 'ഇടങ്ങൾ' ചർച്ചയാകുന്നതെങ്ങനെ?

'ഇടം' എന്ന സമാഹാരത്തിലെ 'ചരക്ക്' എന്ന കഥ സ്ത്രീമനസ്സിന്റെ മറ്റൊരു തലമാണ് ചർച്ച ചെയ്യുന്നത്. കഥയുടെ പേര് സൂചിപ്പിക്കുന്നതുപോലെ ലൈംഗികത്തൊഴിലാളികളെ പുനരധിവസിപ്പിക്കുന്ന ഒരു സാമൂഹ്യസംഘടനയുടെ ഭാഗമായി പ്രവർത്തിക്കുന്ന സുഹാനയുടെയും, ലൈംഗികത്തൊഴിൽ നിത്യവൃത്തിയായി സ്വീകരിച്ച ലളിത എന്ന കഥാപാത്രത്തിന്റെയും ലോകമാണ് കഥയുടെ പശ്ചാത്തലം. ഈ കഥയിൽ പൊതുസമൂഹത്തിൽ നിന്ന് ഉയരുന്ന അല്ലെങ്കിൽ ഉയരേണ്ട ചില ചോദ്യങ്ങൾ ഉണ്ട്. 'ചരക്ക്', 'വേശ്യ' തുടങ്ങിയ പേരുകളുടെ വിശാലതലങ്ങൾ? സ്ത്രീകൾക്ക് മാത്രമായി കല്പിച്ചുകൊടുത്ത ഈ പേരുകളുടെ പിന്നിലെ കാര്യകാരണങ്ങൾ? മറ്റ് തൊഴിലുകളുടെ മാന്യത അവയ്ക്ക് ലഭിക്കാത്തതെന്തുകൊണ്ട്? ഓരോ വിവാഹിതയുടെ ഉള്ളിലും മരിച്ചുകൊണ്ടിരിക്കുന്ന ഒരു ഫെമിനിസ്റ്റ് ഉണ്ടാവും എന്ന സുഹാനയുടെ ആത്മനിന്ദയുടെ കാരണങ്ങൾ എന്ത്? ഇപ്രകാരമുള്ള ധാരാളം ചോദ്യങ്ങൾ ബാക്കി വച്ചാണ് ചരക്ക് എന്ന് കഥ അവസാനിക്കുന്നത്.

ഇങ്ങനെ വിവിധ മാനസികാവസ്ഥകളിലൂടെ കടന്നുപോകുന്ന സ്ത്രീ കഥാപാത്രങ്ങൾ സിതാരക്കഥകളുടെ പ്രത്യേകതകളാണ്. ചില സന്ദർഭങ്ങളിൽ അവർ കരുത്തുറ്റ പെണ്ണായും മറ്റു ചില സന്ദർഭങ്ങളിൽ ശോകമൂകരായും കാണപ്പെടുന്നു. എങ്കിലും സിതാരക്കഥകളിലെ സ്ത്രീകഥാപാത്രങ്ങൾ പുരുഷകോയ്മയെ സ്വാഗതം ചെയ്ത്, അവയ്ക്ക് വഴങ്ങി ജീവിക്കാൻ ആഗ്രഹിക്കുന്നവർ അല്ല എന്ന് പൊതുവായി പറയാം.

തന്റെ കഴിവിന്റെ പരാമാവധി അതിനെതിരെ പ്രയത്നിച്ച് തങ്ങളുടെ സ്വത്വത്തെ ആവിഷ്ക്കരിക്കാൻ ശ്രമം നടത്തുന്നവർ ആണ്. പഴയകാല ചില കരുത്തുറ്റ കഥാപാത്രങ്ങളെ സിതാരയുടെ സ്ത്രീകൾ ഓർമ്മിപ്പിക്കുന്നുണ്ട്. അത്തരം സ്വാധീനങ്ങൾ അവരുടെ കഥകളിൽ കാണാനും സാധിക്കും.

ആധാരഗ്രന്ഥങ്ങൾ

1. എസ്. സിതാര, അഗ്നിയും കഥകളും,
മാതൃഭൂമി ബുക്സ്, കോട്ടയം, 2008

2. എസ്. സിതാര, വേഷപ്പകർച്ച,
കറൻറ് ബുക്സ്, കോട്ടയം 2007.

3. എസ്. സിതാര, ഇടം,
കറൻറ് ബുക്സ്, കോട്ടയം 2007.
4. ശാരദക്കുട്ടി എസ്. പെൺവിനിമയങ്ങൾ,
കോട്ടയം ഡി.സി. ബുക്സ്, 2007.

5. ശാരദാമണി കെ. ഡോ. സ്ത്രീ, സ്ത്രീവാദം,
സ്ത്രീവിമോചനം, കോട്ടയം,
ഡി.സി. ബുക്സ്, 1999.

6. ബേബി തോമസ് ഡോ. (എഡിറ്റർ),
മലയാള ചെറുകഥയിലെ പുരുഷായിതങ്ങൾ,
ബുക്ക് മീഡിയ, കോട്ടയം, 2011.

○○

5

ലിംഗഭേദവും ജാതിബോധവും

'മനുഷ്യന് ഒരു ആമുഖത്തിൽ'

ഡോ. സിസ്റ്റർ മിനിമോൾ മാത്യു

സാഹിത്യസൃഷ്ടിയെ യാഥാർത്ഥ്യത്തിന്റെ ചിത്രമായോ പ്രസ്താവനയുടെ മാതൃകയായോ വിഭാവനം ചെയ്താലും ഒന്നാമതായി പരിഗണിക്കേണ്ടത് ഉള്ളടക്കമാണെന്ന് സൂസൻ സൊന്റാഗ് എഴുതിയിട്ടുണ്ട്. ഉള്ളടക്കം മാറാം. ചിലപ്പോൾ ആലങ്കാരികത കുറഞ്ഞതോ യാഥാർത്ഥ്യബോധമില്ലാത്തതോ ആയിരിക്കാം. എങ്കിലും ഒരു സാഹിത്യസൃഷ്ടി അതിന്റെ ഉള്ളടക്കമാണെന്ന് എപ്പോഴും അനുമാനിക്കപ്പെടുന്നു. പല കലകളിലും യഥാർത്ഥ സംഭവവികാസങ്ങൾ അവതരിപ്പിക്കാറുണ്ട്. അത് പ്രാഥമികമായി അതിന്റെ ഉള്ളടക്കമാണെന്ന ആശയത്തിന് ഇപ്പോഴും അസാധാരണമായ ആധിപത്യം നൽകാറുമുണ്ട്.

സുഭാഷ് ചന്ദ്രന്റെ 'മനുഷ്യന് ഒരു ആമുഖം' എന്ന നോവലിൽ, ജനനവും മരണവും ഉത്തരം കിട്ടാത്ത സമസ്യയായി മനുഷ്യന്റെ മുമ്പിൽ നിൽക്കുന്നു. ഈ ഭൂമിയിൽ നിലനിർത്താൻ പറ്റുന്ന എന്തെങ്കിലും അവശേഷിപ്പിക്കാൻ മനുഷ്യന് ഈ ലോകത്തിൽ സാധിക്കുന്നുണ്ടോ എന്ന ചോദ്യം നോവൽ മുന്നോട്ടുവയ്ക്കുന്നു. ജനനവും മരണവും തമ്മിൽ എന്തെങ്കിലും അന്തരമുണ്ടോയെന്ന് നോവലിസ്റ്റ് നമ്മോട് ചോദിക്കുന്നതുപോലെ പൂർണ്ണവളർച്ചയെത്തുംമുൻപു മരിച്ചുപോകുന്ന ഒരേയൊരു ജീവിയാണ് മനുഷ്യൻ എന്ന നിർവ്വചനത്തോടെയാണ് നോവൽ ആരംഭിക്കുന്നത്. ജീവിതം പൂർണ്ണമാക്കാനുള്ള അന്വേഷണത്തിന്റെ ബാക്കിപത്രം തുടർജന്മങ്ങളിലൂടെ സഫലമാകുമെന്ന പ്രതീക്ഷ നോവൽ നൽകുന്നു. ചരിത്രത്തിന്റെ ഏടുകളും നോവലിൽ സന്നിവേശിപ്പിക്കുന്നുണ്ട്. മിത്തും ചരിത്രവും

ഇവിടെ കൂടിക്കുഴയുന്നുണ്ട്. ഐതിഹ്യമായ പരശുരാമനെ തച്ചനക്കാരുടെ ദേവനായി പ്രതിഷ്ഠിക്കുന്നു. നായന്മാർക്കുള്ള വൈദ്യുതശ്മശാനത്തിൽ 54 വർഷം പഴക്കമുള്ള ശരീരമായി നോവലിലെ പ്രധാനകഥാപാത്രമായ ജിതേന്ദ്രൻ കത്തിയടങ്ങുമ്പോൾ അതയാളുടെ ജീവിതത്തിന്റെ രണ്ടാംപകുതി മാത്രമാണ്. ആദ്യത്തെ 28 വർഷങ്ങളിൽ തനിക്കു മുമ്പിൽ കടന്നുപോയ അഞ്ചുതലമുറകളുടെഅദൃശ്യവും ഭാരിച്ചതുമായ സാന്നിധ്യം അയാളുടെ ആത്മാവിൽ ചവിട്ടിനിന്നിരുന്നു.

അറിവിനെക്കുറിച്ചുള്ള ഒരു വീണ്ടുവിചാരവും നോവലിലുണ്ട്. കുറ്റിപ്പുഴ കൃഷ്ണപിള്ളയും മേനോൻസാറും തമ്മിലുള്ള സംഭാഷണത്തിൽ ധിഷണാബലം കൊണ്ടുമാത്രം ഒരാൾക്ക് മഹത്വമാർജ്ജിക്കാനാവില്ലെന്നും ഹൃദയശൂന്യനായ ഒരു ബുദ്ധിമാൻ കൃത്യമായി പ്രവർത്തിക്കുന്ന ഒരു യന്ത്രത്തിൽ കവിഞ്ഞൊന്നുമല്ലായെന്നുമൊക്കെയുള്ള പ്രസ്താവനകൾ കടന്നുവരുന്നു. ഈ പ്രസ്താവനയെക്കാൾ ശക്തമാണ് മേനോൻ മാഷിന്റെ വീട്ടുലൈബ്രറിയുടെ മുന്നിൽനിൽക്കുന്ന ഗോവിന്ദൻ കുട്ടിയുടെ ഭാവം. ഞായറാഴ്ചയെ ത്താൻ ഗോവിന്ദൻ കാത്തിരിക്കും. പുസ്തകങ്ങൾ നിറഞ്ഞ അലമാരുടെ മുന്നിൽ നിൽക്കുമ്പോൾ തന്റെ ഹൃദയത്തിൽ വെളിച്ചം നിറയുന്നത് ഗോവിന്ദനറിയും. അപ്പോൾ അവൻ എല്ലാം മറക്കും. സ്വന്തം നിശ്വാസം പോലും കേൾക്കാവുന്ന വിധത്തിൽ ഒരു നിശബ്ദത അവനെ പൊതിയും. മേനോൻ മാഷ് അലമാര തുറക്കുമ്പോൾ ദീപാരാധനയ്ക്ക് തച്ചനക്കരദേവരുടെ നട തുറക്കുമ്പോഴുള്ളതിനേക്കാൾ ശക്തമായ ഒരു ദൈവികത അവനിൽ നിറയും. വിദ്യാദേവിയുടെ ആവാസം ഗോവിന്ദനെ പരാക്രമിയാക്കിയ പല സന്ദർഭങ്ങളുമുണ്ട്. പുഴയിൽ കുളിച്ചതിന് മകനെ പൊതിരെ തല്ലിയ നാറാപിള്ള, ഗോവിന്ദന്റെ കുപ്പായത്തിനനരികത്തു കിടന്ന രണ്ടു പുസ്തകങ്ങളും പുഴയിലേക്ക് വലിച്ചെറിഞ്ഞു. ഏതോ അദൃശ്യശക്തി ആവസിച്ചാലെന്നപോലെ അലറിക്കൊണ്ട് അവൻ അച്ഛനെ തല്ലുന്നു. ജ്ഞാനത്തിന്റെ പിതൃത്വം കൈക്കലാക്കാനുള്ള ഒരു തരം പിതൃഹത്യയാണിതെന്നു തോന്നും. ആ ബലി നവോത്ഥാനനായകരായ ഗുരുക്കന്മാർ സ്വീകരിച്ചതിനു തെളിവായി നോവലിസ്റ്റ് എഴുതിവയ്ക്കുന്നു. ഗോവിന്ദൻ മാഷും സുലോചനടീച്ചറും തങ്ങളുടെ കൊച്ചുവീടിന്റെ പൂമുഖത്ത് നാരായണഗുരുവിനെയും ചട്ടമ്പിസ്വാമികളുടെയും ചില്ലുപടങ്ങൾ തൊട്ടുതൊട്ടുവച്ചു. വീട്ടിൽ രണ്ടു മഹാപുരുഷന്മാരുടെയും നന്മനിറഞ്ഞു. ആ വെളിച്ചത്തിൽ നീ നശിച്ചു

നാറാണക്കല്ല് പറിക്കും, കുത്തുപാളയെടുത്ത് തെണ്ടുമെന്ന(2010:99) മകൻ ഗോവിന്ദന്റെ മേലുള്ള നാറാപിള്ളയുടെ ശാപവാക്കുകൾ നിർവീര്യമാകുന്നു.

ലിംഗഭേദം, നോവലിൽ ശക്തമായി കടന്നുവരുന്നുണ്ട്. നാറാപിള്ളയുടെ പഴയപുരയിൽ വാടകയ്ക്ക് താമസിക്കുന്ന മേനോൻ മാഷിനെ കാണാൻ കുറ്റിപ്പുഴ കൃഷ്ണപിള്ള വന്നപ്പോൾ നാറാപിള്ള മുറ്റത്ത് പൂത്തുനിൽക്കുന്ന നന്ത്യാർവട്ടങ്ങളിലേക്ക് കാറിത്തുപ്പി. അതുകണ്ട് അന്തിച്ചുനിൽക്കുന്ന വാടകക്കാരിയെ കൊള്ളിച്ച് ആണുങ്ങള് സംസാരിക്കുന്നിടത്ത് പെണ്ണുങ്ങൾ നിൽക്കേണ്ട കാര്യമില്ല എന്ന് കുഞ്ഞുഅമ്മയോട് പറയുന്നു. അത്താഴത്തിനുള്ള കാര്യം നോക്കാൻ പറഞ്ഞുവിടുകയും ചെയ്യുന്നു. നാറാപിള്ളയുടെ പാടത്ത് കൊയ്യാനും കളത്തിൽ മെതിക്കാനും വരുന്ന കാളിപ്പെണ്ണ് പെറ്റയുടൻ ഭർത്താവ് മരിച്ച കറുത്ത സുന്ദരിയാണ്. നാറാപിള്ളയുടെ ഭാഷയിൽ പറഞ്ഞാൽ 'പെലേൻ ചത്ത പെണ്ണ്.' (2010:63) നാറാപിള്ളയുടെ അടുക്കളയിൽ അവളെ കയറ്റിയില്ലെങ്കിലും പാത്തും പതുങ്ങിയും തക്കം നോക്കി നാറാപിള്ള കാളിപ്പെണ്ണ് കിടക്കുന്ന ചായ്പ്പിൽ പോകും. കൊയ്ത്തും മെതിയും അറനിറയ്ക്കലും കഴിഞ്ഞിട്ടും വാടകക്കാരുടെ ചായ്പ്പിൽ നിന്ന് കാളിപ്പെണ്ണിനെ പറഞ്ഞുവിട്ടില്ല. ജാതിക്കു മേന്മ ഭാവിക്കുന്ന നാറാപിള്ള കാളിപ്പെണ്ണുമായുള്ള ബന്ധത്തെ മുൻനിർത്തി, ജാതിയും നോക്കിയിരുന്നിട്ട് കാര്യമില്ലായെന്ന് മാഷിനെപ്പറ്റി കുഞ്ഞുഅമ്മയോട് പറയുന്നുമുണ്ട്. കാളിയുമായുള്ള അനുരാഗവായ്പാണ് മനുഷ്യപ്പറ്റുമായി നാറാപിള്ള പ്രത്യക്ഷപ്പെട്ടതിന്റെ കാരണം. ജാതി നോക്കിയുള്ള ഏർപ്പാട് ഇത്തിരി കടന്നകൈയാണെന്ന് മേനോൻമാഷ് പൂശാപ്പിയുടെ പീടികകടയിൽ വച്ച് പറയുന്നു. സംഭാഷണത്തിനിടയിൽ കാഞ്ഞിരപ്പള്ളിക്കാരി അക്കമ്മ ചെറിയാനെപ്പറ്റി പരാമർശിക്കുന്നു. മഹാരാജാവിനെതിരെ ജാഥ നയിച്ച അക്കമ്മ സമാധാനത്തിന്റെ ആളാകുന്നത് എങ്ങനെയാണെന്ന് കുട്ടൻപിള്ള മേനോൻ മാഷിനോട് ചോദിക്കുമ്പോൾ നാറാപിള്ളയുടെ പ്രതികരണം 'കരണക്കുറ്റി നോക്കി നാല് പൊട്ടിച്ചാ ഏത് പെണ്ണും അവിടെ നിക്കും' (2010:67)എന്നാണ്. മകൻ പത്മനാഭന് ചുമ കൂടി മൂത്രം പോകുന്നത് കണ്ടപ്പോൾ കുഞ്ഞുഅമ്മ നാറാപിള്ളയോട് വൈദ്യരുടെ അടുത്ത് പോകാൻ കാശ് ചോദിക്കുന്നു. നാറാപിള്ളയുടെ മറുപടി തന്തയെ തല്ലുന്ന കുരുത്തംകെട്ടവൻമാർക്ക് ഗതി കിട്ടില്ല എന്നാണ്. നീ കൊല്ലുവോ കൊണ്ടുപോവുകയോ എന്തുവേണമെങ്കിലും ചെയ്

തോ. വേണമെങ്കിൽ അപ്പുറത്തെ വരത്തനെയും കൂട്ടിക്കോ. കാല്ക്കാശ് ഞാൻ തരില്ല (2010:78). കുഞ്ഞുങ്ങൾ ചുമച്ച് വീടിനുള്ളിൽ കിടക്കുമ്പോഴും തീണ്ടാപ്പാടുകൾ ലംഘിച്ച് നാറാപിള്ള ചായ്പിൽ കാളിപ്പെണ്ണുമായി ശരീരംപങ്കിടുന്നു. കുഞ്ഞുഅമ്മ കണ്ട സ്വപ്നത്തിൽ പോലും നാറാപിള്ള പേടിസ്വപ്നമായി മാറുന്നു. മലവെള്ളം വന്ന് വീട് നിറഞ്ഞ് കുഞ്ഞുഅമ്മ അദ്ദേഹത്തെ സഹായത്തിന് വിളിച്ചപ്പോൾ മലവെള്ളം വന്ന കൊല്ലമാണ് നീ ചത്തതെന്ന് ഓർത്തിരിക്കാൻ എളുപ്പമുണ്ടെന്നാണ് അയാൾ പറയുന്നത്. ഏതെങ്കിലും സംഭവം പ്രതിപാദിക്കാൻ നമ്മുടെ പപ്പനാവൻ ചത്തകൊല്ലമെന്ന് നാറാപിള്ള ഉപയോഗിക്കുമ്പോൾ മൂത്ത മകൻ ഗോവിന്ദന് അച്ഛനെ കൊന്നിട്ട് സ്വയം കുത്തിമരിക്കാൻ തോന്നുമായിരുന്നു.

മകൻ വിഷുവിന് സമ്മാനിച്ച കോടി വാങ്ങാൻ പോയതിന് കുഞ്ഞുഅമ്മയുടെ മുടിക്ക് കുത്തിപ്പിടിച്ച് മുറ്റത്തുകൂടി വലിച്ചിഴച്ചുകൊണ്ടുവന്ന് പുത്തൻപുരയുടെ നടക്കല്ലിലിട്ട് പറയുന്നത് 'പട്ടിക്കഴുവേർടെ മോളെ, നാറാപിള്ളെ തോപ്പിക്ക്യാൻനോക്ക്യാ എന്റെ ശവം ഞാൻ നിന്നെക്കൊണ്ട് തീറ്റിക്കും' (2010:100101) എന്നാണ്. കാലടിക്കും നടക്കല്ലിനുമിടയിൽ വെച്ച് കുഞ്ഞഅമ്മയുടെ ശിരസ്സിൽ അയാൾ ആഞ്ഞു ചവിട്ടി. 'ചേച്ചീ, അച്ഛൻ അമ്മയെക്കൊന്നു' എന്ന് ചിന്നമ്മ ഉറക്കെക്കരയുന്നു. ഒന്നരമാസത്തെ യാതനകൾക്ക് ശേഷം കുഞ്ഞുഅമ്മ ഈ ലോകത്തോട് വിടപറഞ്ഞു. ഇളയ മകൻ ചിതയ്ക്ക് തീ കൊളുത്തിക്കഴിഞ്ഞപ്പോഴാണ് മൂത്ത മകൻ ഗോവിന്ദൻ എത്തിയത്. കത്തുന്ന അമ്മയെ കാണാനാകാതെ മടങ്ങാൻ ഒരുങ്ങിയപ്പോൾ നാറാപിള്ള അകത്തുനിന്ന് പാഞ്ഞുവന്ന് നാട്ടുകാരുടെ മുമ്പിൽവെച്ച് ഗോവിന്ദനോട് ആ പാവത്തിനെ ദണ്ഡിപ്പിച്ച് കൊന്നപ്പോൾ നിനക്ക് സമാധാനമായില്ലേ എന്ന് ആക്രോശിക്കുന്നു. സാത്വികനായ അധ്യാപകനായതിനുശേഷവും ഗോവിന്ദന്റെ നെഞ്ചിൽ കൊലപാതകത്തിന് പ്രേരിപ്പിക്കുന്ന ഒരാന്തൽ വന്നുനിറയുന്നതുകണ്ട് അതു മനസ്സിലാക്കി ഭാര്യ സുലോചന ഭർത്താവിന്റെ കൈത്തണ്ടയിൽ അമർത്തിപ്പിടിച്ച് ഭർത്താവിനെയും കൂട്ടി അയ്യാട്ടുമ്പിള്ളി വിട്ടിറങ്ങുന്നു.

കുഞ്ഞുഅമ്മയുടെ മരണത്തിനു ശേഷം ചിന്നമ്മ പുന്നേലിക്കടവിൽ മുരിങ്ങാട്ടിലെ ലീലയുമായി ജലകേളികളിലേർപ്പെടുന്നു. മാപ്പിളമാർ ഉളിയന്നൂരിലെ പള്ളങ്ങളിൽ നട്ടുവളർത്തിയിരുന്ന ചെഞ്ചീര ലീലയോടൊപ്പം കട്ടുപറിച്ച് കൊണ്ടുവന്നപ്പോൾ നാറാപിള്ള അത് തന്റെ കാൽക്കീഴിലിട്ട് ചവിട്ടിതേച്ചിട്ട് മകളെ പുളിവാ

റൽ വെട്ടിതല്ലി. തള്ളചത്തെന്നു കരുതി എന്തുംചെയ്യാൻ പറ്റില്ലായെന്ന് മകളോട് ആക്രോശിക്കുന്നു. സ്ത്രീകളോടുള്ള നാറാപിള്ളയുടെ സംഭാഷണങ്ങളിൽ നിന്ന് സ്ത്രീകളെയെന്നല്ല ഭാര്യയെപ്പോലും വിലമതിക്കാനോ അംഗീകരിക്കാനോ അയാൾക്ക് സാധിക്കുന്നില്ല എന്നത് നോവൽ മുന്നോട്ട് വയ്ക്കുന്ന ഒരു ദർശനമാണ്.

നാറാപിള്ളയുടെ കാഴ്ചപ്പാടിനെ ചില സന്ദർഭങ്ങളിലെങ്കിലും എതിർക്കാൻ ഭാര്യ കുഞ്ഞുഅമ്മയും ധൈര്യം കാണിക്കുന്നുണ്ട്. നാറാപിള്ള കുഞ്ഞുഅമ്മയെ കൊണ്ടുവന്ന ദിവസം കുഞ്ഞുഅമ്മയോട് എന്റെ കാശല്ലാതെ കുഞ്ഞൂന് ഇഷ്ടം തോന്നുന്ന എന്തെങ്കിലും എനിക്കുണ്ടോ എന്ന് ചോദിക്കുമ്പോൾ നാരായണൻ എന്ന നിങ്ങളുടെ പേര് എന്ന് കുഞ്ഞു പറഞ്ഞപ്പോൾ നാറാപിള്ള ഞെട്ടുന്നു. തച്ചനക്കരയിൽ ഭർത്താവിന് വായ്നാറ്റം ഉണ്ടെന്ന് വാ തുറന്നുപറയാൻ ധൈര്യം കാണിച്ച സ്ത്രീയാണ് നാറാപിള്ളയുടെ ഭാര്യ കുഞ്ഞുഅമ്മ. മക്കൾക്ക് മരുന്നു വാങ്ങാൻ കാശ് തരാത്തത് കുഞ്ഞുഅമ്മയെ വേദനിപ്പിക്കുന്നുണ്ട്. പത്മനാഭന്റെ ചുമയെക്കാൾ ഭർത്താവിന്റെ ചുമതലയില്ലായ്മ തന്റെ നെഞ്ചിൽ കയറ്റിവെച്ച ഭാരം കുഞ്ഞുഅമ്മയെ തകർത്തുകളയുന്നു.

കോട്ടയത്തുതമ്പുരാൻ ആട്ടക്കഥയാക്കി കെട്ടിയുണ്ടാക്കിയ ഒരു പുസ്തകത്തിന്റെ കയ്യെഴുത്തുപ്രതി മാഷ് അകത്തുപോയി എടുത്തുകൊണ്ടുവന്നപ്പോൾ പത്മിനിയമ്മ ആ കവിത ചൊല്ലുന്നുണ്ട്. നിവാതകവചൻ എന്ന അസുരൻ അയാളെ കൊല്ലാൻ ചെന്ന അർജുനനോട് ചോദിക്കുന്ന ചോദ്യമാണ് കവിതയുടെ ആശയമെന്ന് മാഷ് കുഞ്ഞുഅമ്മയ്ക്ക് വിവരിച്ചു കൊടുക്കുന്നു. ഈയൊരു സംഭാഷണത്തിനിടയിൽ നാറാപിള്ള ഭാര്യയെ വിളിച്ചപ്പോൾ 'വന്നു നിവാതകവചൻ' (2010:92) എന്ന് പറഞ്ഞ് കുഞ്ഞുഅമ്മ എഴുന്നേറ്റപ്പോൾ മേനോൻമാഷിനും കുഞ്ഞുഅമ്മയ്ക്കും ചിരിയടക്കാൻ സാധിക്കുന്നില്ല. പുലരിക്കുളിക്ക് നാറാപിള്ളയുടെ രൂപം നരച്ച ഇരുട്ടിൽ അകന്നുപോകുന്നതു കണ്ടപ്പോൾ ചുമരിൽ ശിരസ്സുകുത്തിക്കൊണ്ട് കുഞ്ഞുഅമ്മ ഉച്ചരിച്ച മരണമൊഴി 'കാലൻ' എന്നായിരുന്നു. ഗോവിന്ദൻ കെട്ടാൻ പോകുന്ന പെണ്ണ് ചോത്തിയാണെന്ന് അപ്പുനായർ പറയുമ്പോൾ ജീവിതത്തിലാദ്യമായി ദൃഢനിശ്ചയം നിറഞ്ഞ ശബ്ദത്തിൽ കുഞ്ഞുഅമ്മ പറയുന്നത് എന്റെ മോന് എല്ലാം തികഞ്ഞ ഒരു പെണ്ണിനെ കിട്ടിയെന്നാണ്. ചോത്തിപ്പെണ്ണിനെ കെട്ടിയാൽ ഇവിടെ കയറ്റില്ല എന്ന് നാറാപിള്ള പറയുമ്പോൾ കുഞ്ഞുഅമ്മ പുച്ഛച്ചിരിയോടെ ചായ്പ്പിലെ കാളിപെണ്ണിന്റെ കാര്യം ഭർ

ത്താവിനോടു ചോദിക്കുന്നത് വായനക്കാരനെ അദ്ഭുതപ്പെടുത്തുന്നു.

മനുഷ്യനെ ആണെന്നും പെണ്ണെന്നും തിരിക്കുന്ന തരംതിരിവ് തരക്കേടില്ലെന്നും എന്നാൽ ജാതി നോക്കിയുള്ള ഏർപ്പാട് കടന്ന കയ്യാണെന്നും മേനോൻമാഷ് കുട്ടൻപിള്ളയോട് പറയുന്നുണ്ട്. പത്തുവർഷം കഴിഞ്ഞ് പ്രസവിച്ചതിനെപ്പറ്റി തന്റെ മൂത്തമകൾ ഗീതയോട് ചിന്നമ്മ പറയുന്നത് 'എല്ലാക്കൊച്ചുങ്ങളും പത്തുമാസം വയറ്റി കെടക്കും. പക്ഷേ, നീ മാത്രം പത്തുകൊല്ലം കെടന്നു. മദാരം!' (2010:123) എന്നാണ്. ഒരു തൊഴിലാളി വംശജനുചേരാത്ത മട്ടിൽ ഭാര്യയുമൊത്ത് നീന്തിത്തുടിക്കുന്ന തന്നെ പുഴയിൽ സ്വയം കണ്ടെത്തിയപ്പോൾ ലജ്ജിതനായി രക്ഷപ്പെടാൻ ശ്രമിച്ച ശങ്കരൻ അതിനുള്ള സൂത്രമെന്നോണം കൂട്ടുകാരിയായ ലീലയെക്കുറിച്ച് സൂചിപ്പിച്ചപ്പോൾ തന്റെ നീന്തൽസഖിയെക്കുറിച്ച് ചിന്നമ്മ പറഞ്ഞത് 'ചത്തോര് ചത്തു' എന്നാണ്. മരിച്ചുപോയ കൂട്ടുകാരി അർഹിക്കുന്നതിനെക്കാൾ വളരെ താഴെയായിരുന്നു ചിന്നമ്മയുടെ മറുപടി.

1950-കൾ വരെ കേരളത്തിൽ സജീവമായി നിലനിന്നിരുന്ന ജാതിതിരിവിന്റെ അവശിഷ്ടങ്ങൾ നോവൽ ശക്തമായി പ്രകടിപ്പിക്കുന്നു. തച്ചനക്കരയും ഒരു സാങ്കല്പികഗ്രാമമാണ്. അയ്യാപിള്ളയുടെ വധശിക്ഷ കാണാനെത്തിയവരിലും ചാതുർവർണ്യം പ്രകടമാണ്. ഉൾവട്ടത്തിൽ അനന്തപുരം കൊട്ടാരത്തിൽ നിന്നെത്തിയ സചിവനും മറ്റു വിചാരിപ്പുകാരും രണ്ടാം നിരയിൽ മാടമ്പികളും കരപ്രമാണിമാരും അവരുടെ ശിങ്കിടികളും. പിന്നെ ക്രമത്തിൽ തീണ്ടാപ്പാടുകൾ സൂക്ഷിച്ച് അകലമിട്ടുനിന്ന ചാതുർവർണ്ണ്യം. അതിനുമപ്പുറം അലമുറയിടുന്ന കുടുംബക്കാർ. നായരായതുകൊണ്ട് ചട്ടമ്പിസ്വാമികൾ അയ്യങ്കാളി, ശ്രീനാരായണഗുരു എന്നിവരെക്കാൾ മുകളിലാണെന്നാണ് നാറാപിള്ളയുടെ വാദം. ചട്ടമ്പിസ്വാമികൾ നാരായണഗുരുവിനെക്കാൾ ശേഷ്ഠനാണെന്ന് പറയുന്നതിന്, ഇന്നത്തെ തലമുറയ്ക്ക് കൂർക്കേം കാട്ടോം തിരിച്ചറിയാൻ കഴിയില്ലെന്ന് നാറാപിള്ള പരിതപിക്കുന്നു. അയൽപക്കത്തെ വാടകവീട്ടിൽ താമസിച്ചിരുന്ന മേനോൻമാഷ് ശർക്കരയ്ക്ക് മധുരമുണ്ടെന്ന് സമർത്ഥിക്കാൻ പഞ്ചസാരയ്ക്ക് മധുരമില്ലെന്ന് പറയേണ്ടതില്ലെന്നും പ്രതികരിക്കുന്നു. നാരായണഗുരു സ്വപ്നം കണ്ടതുപോലെ ഒരു ജാതിയും ഒരു മതവും ഒരു ദൈവവുമായുള്ള മാതൃകാമനുഷ്യരായി മനുഷ്യൻ മാറുമെന്നും മേനോൻമാഷ് പ്രവചിക്കുന്നു

ണ്ട്. ജാത്യഭിമാനത്തിന്റെ ദുരപറയുന്ന നാറാപിള്ളയ്ക്ക് മകൻ ഗോവിന്ദൻ നായർ ഈഴവവിഭാഗത്തിൽപ്പെട്ട സുലോചനയെ വേളി കഴിക്കുന്നത് കാണേണ്ടിവരുന്നു. നാറാപിള്ളയുടെ രണ്ട് പെൺമക്കളായ തങ്കമ്മയും ചിന്നമ്മയും ജാതിയിലും മതത്തിലും വിശ്വാസമില്ലാത്ത കുമാരനെയും ശങ്കരനെയും ജീവിതപങ്കാളിക ളാക്കുന്നതും കാണേണ്ടി വരുന്നു. അങ്ങനെ നോവൽ നാറാപിള്ള യുടെ ജാതിവിചാരത്തെ പ്രതിരോധിക്കുന്നു.

സവർണ്ണരിലെ പുരോഗമനവാദികൾ ആദ്യത്തെ അഞ്ചു വാക്യ ങ്ങൾക്കുള്ളിൽ തന്റെ ജാതി വെളിപ്പെടുത്തിയിരിക്കും. വ്യക്തിപര മായ മേന്മ അവകാശപ്പെടാനില്ലാതെ വരുമ്പോൾ താനൊരു സവർണ്ണനാണെന്ന് കാണിച്ചുകൊടുക്കും. ഗാന്ധിജി ആലുവ അദ്വൈതാശ്രമത്തിൽ വന്നപ്പോൾ ഒരു ഈഴവസന്യാസിയെ കാണാൻ അങ്ങേരെന്തിനാ എഴുന്നെള്ളുന്നതെന്നാണ് ജാത്യാഭി മാനത്തിന്റെ നാറുന്ന ശബ്ദത്തിൽ നാറാപിള്ള ചോദിക്കുന്നത്. പെരിയാറും ഇന്ത്യാചരിത്രവും നാറാപിള്ളയെ തീണ്ടാപ്പാട് അക റ്റിനിർത്തി ഒഴുകിക്കൊണ്ടിരുന്നു. നാറാപിള്ള പെരിയാറ്റിൽ ഒരി ക്കലും മുങ്ങിക്കുളിച്ചിരുന്നില്ല. നാറാപിള്ള പീച്ചംകുറിച്ചിയിൽനി ന്ന് തന്റെ ഭാര്യയെ കണ്ടെത്തുമ്പോൾ അപ്പുനായരിൽ വിവിധ ചിന്തകൾ ജ്വലിക്കുന്നു. അയ്യാട്ടുമ്പിള്ളിക്കാർ ദരിദ്രരായ പീച്ചംകു റിച്ചിക്കാരുടെ കല്യാണത്തിന് ഊണിനുപോലും നിൽക്കാത്തവരാ ണ്. കേരളനാട് സവർണ്ണർക്കു സമ്മാനിച്ച പരശുരാമനെ തച്ചനക്ക രക്കാർ പൂവിട്ട് പൂജിച്ചു. പുഴയ്ക്കപ്പുറം പെരുന്തച്ചന്റെ നാടായ ഉളി യന്നൂരാണ്. ഉളിയന്നൂർതച്ചനെ അക്കരെയാക്കിയ നാടാണ് തച്ചന ക്കര. തച്ചനകരക്കാരെ ചരിത്രവും ധർമ്മവും പഠിപ്പിച്ച തിരുവന ന്തപുരത്തുനിന്നും കല്യാണം കഴിച്ച സ്വദേശാഭിമാനി കുട്ടൻപിള്ള യ്ക്ക് പേരിൽ പിള്ള ഉണ്ടെങ്കിലും അയാൾ ഈഴവനാണെന്ന് നാട്ടുകാർ പറഞ്ഞിരുന്നു. ശ്രീമൂലംതിരുനാൾ നാടുകടത്തിയ രാമ കൃഷ്ണപിള്ള എന്ന പത്രാധിപരോട് തനിക്കുള്ള ബന്ധം കുട്ടൻ പിള്ള വിശദീകരിച്ചു കേട്ടപ്പോൾ അയാൾ നായരാണെന്ന് എല്ലാവ രും വിശ്വസിക്കുന്നു. അന്നത്തെ ദിവാനായിരുന്ന റാവുബഹദൂർ രാജഗോപാലാചാര്യയ്ക്ക് ചോമ്മാർക്കും പെലേമ്മാർക്കും വേണ്ടി വാദിച്ചതിന് സ്വദേശാഭിമാനി രാമകൃഷ്ണപിള്ളയോട് വിരോധം തോന്നുന്നു.

ദാരിദ്ര്യവും വിവരക്കേടും ജാത്യഭിമാനവും ഇല്ലത്തിന്റെ പത്താ യത്തിൽ നിഴലിച്ചിരുന്നു. തിടപ്പള്ളിയിലേയ്ക്ക് വന്ന ബ്രാഹ്മണവ്യ

ദ്ധനോട് നെടുമ്പള്ളിമനയിലെ പരമേശ്വരൻ നമ്പൂതിരി കുശലം ചോദിക്കുകയും തുടർന്നുള്ള സംഭാഷണത്തിനിടയിൽ വി.ടി.ഭട്ടതിരിപ്പാടിനെപ്പറ്റി മേനോൻമാഷ് പറയാൻ തുടങ്ങുമ്പോൾ ഏതു വീട്ടി, ഏതു തേക്ക് എന്നുപറഞ്ഞ് മേൽശാന്തി ശ്രീകോവിലിന്നുള്ളിലേയ്ക്ക് കയറിപ്പോവുകയാണുണ്ടായത്. തച്ചനക്കരത്തേവരുടെയടുത്ത് ഇപ്പോഴും ഒരൊറ്റ പെലേമ്മാരും തൊഴാൻ വരുന്നില്ല. കല്പന വന്നിട്ടും ഭീതി നിമിത്തം ചെയ്യുന്നില്ല. രാവും പകലും ധാരാളം മഹാന്മാർ മനസ്സു നീറ്റിയതുകൊണ്ടാണ് കേരളക്കരയിലെ പാവപ്പെട്ടവർ വലിയൊരു അവകാശം നേടിയെടുത്തത്. ഹരിജനങ്ങൾ അമ്പലത്തിൽ കയറിത്തുടങ്ങിയത് തച്ചനക്കരക്കാർ അറിഞ്ഞിരുന്നില്ല. തിരുമനസ്സുകൊണ്ട് മനസ്സു മാറി വിളംബരം തിരിച്ചെടുക്കുമെന്നാണ് നാറാപിള്ള പറയുന്നത്. കുഞ്ഞുഅമ്മയുടെ മരണവിവരമറിഞ്ഞ് അയ്യാട്ടുമ്പിള്ളിയിലെത്തിയ മകൻ ഗോവിന്ദന്റെ ഭാര്യയായ സുലോചന ജാതിയിൽ താഴ്ന്നതായതുകൊണ്ട് ആളുകളടക്കം പറയുന്നത് ഗോവിന്ദൻ ശ്രദ്ധിക്കുന്നുണ്ട്. അപ്പുനായർ, പെങ്ങൾ കുഞ്ഞുഅമ്മയോട് പുന്നാരപുത്രൻ കെട്ടാൻ കണ്ടുവച്ച ചോത്തിപ്പെണ്ണിനെപ്പറി ആക്ഷേപവാക്കുകൾ ചൊരിയുന്നു.

ജാതിയിലൊഴികെ എല്ലാറ്റിലും അയ്യാട്ടുമ്പിള്ളിയേക്കാൾ മേലേ നിൽക്കുന്ന, അന്നാട്ടുകാർ മാനിക്കുന്ന ആനന്ദൻ മാഷിന്റെ മൂന്നു മക്കളിൽ മൂത്തവളാണ് സുലോചന. ചോമ്മാരായതുകൊണ്ട് എല്ലാം പോയില്ലേ എന്നാണ് അപ്പുനായരുടെ പ്രതികരണം. കല്യാണത്തിനുശേഷം വധുവുമായി അയ്യാട്ടുമ്പിള്ളിയിലേയ്ക്ക് കടന്നുവന്ന ഗോവിന്ദനെ തറവാട്ടിൽ കയറ്റിയില്ലെന്നുമാത്രമല്ല നാറാപിള്ള തല്ലാൻ കൈയ്യോങ്ങുകയും ചെയ്യുന്നുണ്ട്. ഗോവിന്ദൻ വിഷുവിന് ക്ഷേത്രദർശനത്തിന് വന്നപ്പോൾ അമ്മയ്ക്കും സഹോദരിമാർക്കും നൽകിയ കോടിത്തുണികൾ നാറാപിള്ള തൊടിയിലേയ്ക്ക് വലിച്ചെറിഞ്ഞു. ഇളയ മകളുടെ പുറത്തടിച്ചുകൊണ്ട് നാറാപിള്ള 'ഫ! നായിന്റെ മോളേ! നീയും ആ ചോത്തിയുടെ സമ്മാനം മേടിക്കാൻ പോയോ'(2010:100) എന്നു പറഞ്ഞ് ആക്ഷേപിക്കുന്നു. നാറാപിള്ളയുടെ മകൻ പങ്കജാക്ഷൻ കൊച്ചിയിലെ പരിശീലനം കഴിഞ്ഞുവന്നപ്പോൾ കൂടെയുണ്ടായിരുന്ന യുവതിയെപ്പറ്റി നാറാപിള്ള ചോദിക്കുന്നത് അവരുടെ ജാതിയെപ്പറ്റിയാണ്. നായരായതുകൊണ്ട് അയ്യാട്ടുമ്പിള്ളിയിൽ കുടിയേറിയ ഒരേയൊരു മരുമകളാണ് പങ്കജാക്ഷന്റെ ഭാര്യ. നാറാപിള്ളയുടെ മകൾ തങ്കമ്മയുടെ ഭർത്താവിന് ഏലൂരിലെ എഫ്എസിറ്റി-യിൽ ജോലി കിട്ടിയ

പ്പോൾ നാറാപിള്ള പറയുന്നത് വല്ലോന്റയും അടുത്തുപോയി കൂലി പ്പണിയെടുക്കുന്നത് നായന്മാർക്ക് പറഞ്ഞിട്ടില്ലെന്നാണ്. കുമാരന്റെ കൂട്ടുകാരനായ ശങ്കരൻ, ചിന്നമ്മയുടെ ഭർത്താവാകുന്നതിനു മുൻപ് കുമാരൻ ശങ്കരനോട് ചോദിക്കുന്നതും ജാതിയെക്കുറിച്ചു തന്നെ യാണ്. താൻ ഏതു ജാതിയാണെന്നറിയില്ലെന്നും അച്ഛനുമമ്മയും നായരാണെന്ന് ഉറപ്പാണെന്നുമാണ് ശങ്കരൻ പറയുന്നത്.

തീർത്തും സാധാരണമായ ജീവിതത്തെ പുസ്തകത്തിൽ ധർമ്മം, അർത്ഥം, കാമം, മോക്ഷം എന്നീ പുരുഷാർത്ഥദർശനത്തിലൂടെ പുനരാഖ്യാനം ചെയ്യുന്നു. തച്ചനക്കരയിലെ അയ്യാട്ടുമ്പിള്ളിയെന്ന നായർതറവാട്ടിലെ ഇളമുറക്കാരനായ ജിതേന്ദ്രന്റെ സ്വാഗതാഖ്യാ നമായാണ് നോവൽ വികസിക്കുന്നത്. അയാളുടെ അമ്മാവൻ ഗോവി ന്ദനിലൂടെയും ഗോവിന്ദന്റെ അച്ഛൻ നാറാപിള്ളയെന്ന നാരായണ ഗുരുവിലൂടെയും നോവലിലെ ആഖ്യാനം കടന്നുപോകുന്നു. ജിതേ ന്ദ്രനുമുമ്പുള്ള തലമുറയിൽ തുടങ്ങി അയാളുടെ ബാല്യ കൗമാര യൗവനങ്ങളിലൂടെ ചരിക്കുന്ന ഈ ചരിത്രം അതിന്റെ ശില്പചാതു രിയും ഭാഷാമികവും കൊണ്ട് മലയാളത്തിലെ മികച്ച രചനകളി ലൊന്നായി. ഇതിലെ കഥാപാത്രങ്ങളെല്ലാം ശക്തമാണ്. പുരുഷാ ധികാരത്തിന്റെ പ്രതീകമായ നാറാപിള്ളയിലൂടെയും ജിതേന്ദ്രൻ എന്ന ആധുനികമനുഷ്യന്റെ ആകുലതകളിലൂടെയും കേരളത്തിന്റെ നൂറ് വർഷങ്ങളുടെ ജീവിതം നോവലിൽ അനാവൃതമാകുന്നു.

ജാതീയമായ വേർതിരിവിന് നോവലിൽ പ്രാധാന്യം കൊടുക്കു ന്നു. കേന്ദ്രകഥാപാത്രമായ നാറാപിള്ളയുടെ സംഭാഷണത്തിൽ ഇത് തെളിഞ്ഞു നിൽക്കുന്നു. ഇതിനെ മറികടക്കാൻ ചെറുതായി ട്ടെങ്കിലും നാറാപിള്ളയുടെ ഭാര്യ കുഞ്ഞുഅമ്മയ്ക്കു സാധിക്കു ന്നുണ്ട്. ജാതിവിവേചനത്തിനെതിരായിചില കഥാപാത്രങ്ങൾ മുന്നോട്ടു വരുന്നുണ്ട്. നാറാപിള്ളയുടെ മക്കളും മരുമക്കളും തന്നെ യാണിവർ. ഗോവിന്ദൻ, തങ്കമ്മ, ചിന്നമ്മ, തുടങ്ങിയവർ ഉദാഹര ണങ്ങളാണ്. ജാതിയ്ക്കു പ്രാധാന്യം കൊടുക്കുമ്പോഴും നാറാപി ള്ള പെലേത്തിയായ കാളിപെണ്ണുമായി വേഴ്ച നടത്തുന്നത് നോ വലിൽ വിരോധാഭാസമായി നിൽക്കുന്നു. ജാതിയെ അവഗണിക്കു ന്ന അനുരാഗമാണ് നാറാപിള്ളയ്ക്ക് കാളിയുമായുള്ളത്. ജാതിബോ ധം, ലിംഗഭേദം, സ്വത്വപ്രതിസന്ധി തുടങ്ങിയവ നോവൽ ദൃശ്യമാ ക്കുന്നു. കുടുംബജീവിതത്തിൽ സ്ത്രീകൾക്ക് നേരിടേണ്ടിവരുന്ന അവഗണനകൾ, ഒരുകാലത്ത് കേരളത്തിൽ നിലനിന്നിരുന്ന ജാതി വ്യവസ്ഥ ഇവയെല്ലാം ഇതിലെ കഥാപാത്രങ്ങൾ അനുഭവിപ്പിക്കു

ന്നു. നോവലിൽ നാറാപിള്ള എന്ന കഥാപാത്രത്തിന്റെ സവർണ്ണ ബോധവും അധീശത്വമനോഭാവവും സ്പഷ്ടമായി പ്രകടമാണ്. ഇത് അദ്ദേഹത്തിന്റെ സംഭാഷണങ്ങളിലെല്ലാം കടന്നുവരുന്നു. സ്ത്രീകളോടുള്ള പെരുമാറ്റത്തിലും വളരെ താഴ്ന്ന നിലവാരമാണ് അദ്ദേഹം സ്വീകരിക്കുന്നത്. സ്ത്രീൾക്ക് വ്യക്തിസ്വാതന്ത്ര്യമോ അഭിപ്രായസ്വാതന്ത്ര്യമോ നല്കുന്നില്ല. അവർ അരികുവത്ക്കരിക്കപ്പെട്ടവരായി മാറുന്നു. ഭർത്താവിന്റെ അവഗണനയും അടിച്ചമർത്തലും പേറിക്കൊണ്ട് ഭാര്യ കുഞ്ഞുഅമ്മ ജീവിക്കുന്നു. നാറാപിള്ളയുടെ കീഴാളത്തമനഃസ്ഥിതി സംസാരത്തിലും പ്രവൃത്തിയിലുമെല്ലാം വെളിവാകുന്നുണ്ട്.

ചരിത്രത്തെ തുറന്നുവിട്ടുകൊണ്ടുള്ള ഒരു നോവലാണ് സുഭാഷ് ചന്ദ്രന്റെ മനുഷ്യന് ഒരാമുഖം. യാഥാർത്ഥ്യത്തിന്റെ സാരം ആ നോവലിൽ ലയിച്ചുകിടപ്പുണ്ട്. ചരിത്രത്തിനു നേർക്ക് സമചിത്തതയോടെ നോക്കാൻ കഴിയുന്ന ഒരാൾക്ക് രചിക്കുവാൻ കഴിയുന്ന നോവലാണത്. ആത്മനിഷ്ഠതയിൽ നിന്ന് ആർക്കും മുക്തരാവാനാവാത്തതുകൊണ്ട് ചരിത്രത്തെയും ഭാവനയെയും മുദ്രിതമാക്കാൻ സുഭാഷ് ചന്ദ്രനു കഴിയുന്നു. ആത്മനിഷ്ഠതയിൽ നിന്ന് കാല്പനികമായ സ്വരവും വസ്തുനിഷ്ഠതയിൽ നിന്ന് യാഥാർത്ഥ്യത്തിന്റെ സ്വരവും സമന്വയിക്കുന്ന ഒരു നോവലാണ് മനുഷ്യന് ഒരു ആമുഖം.

ഗ്രന്ഥസൂചി

1. സുഭാഷ് ചന്ദ്രൻ, മനുഷ്യന് ഒരു ആമുഖം, ഡി.സി.ബുക്ക്സ് കോട്ടയം, 2010.

2. Susan Sontag, Against Interpretation, Peguin books,1996.

OO

6

ലിംഗപദവിയും മാധവിക്കുട്ടിയുടെ നോവെല്ലകളിലെ വിശ്വസങ്കല്പവും

ഗ്രീഷ്മ വി.

പ്രകൃതി ജീവജാലങ്ങളെ വൈവിധ്യങ്ങളാൽ നിർമ്മിക്കുകയും വ്യത്യസ്തജീവിത സാഹചര്യങ്ങൾ നൽകുകയും ചെയ്തു. എന്നാൽ മനുഷ്യൻ ആ വൈവിധ്യങ്ങളെ വിവേചനങ്ങളായി രൂപപ്പെടുത്തി. ഭാരതീയ സ്ത്രീപുരുഷബന്ധത്തെക്കുറിച്ചും സമൂഹത്തിലും കുടുംബത്തിലും വ്യക്തികൾ ലിംഗവിവേചനമില്ലാതെ നിലകൊള്ളേണ്ടതിന്റെ ആവശ്യകതയെക്കുറിച്ചും ഓരോ ലിംഗവിഭാഗത്തിനും ലഭിക്കേണ്ട ലൈംഗികസ്വാതന്ത്ര്യം ഉൾപ്പെടെയുള്ള വിഷയങ്ങളിൽ അതീവശ്രദ്ധയോടെ കലഹിച്ചിരുന്ന എഴുത്തുകളാണ് മാധവിക്കുട്ടിയുടേത്. വിശ്വമാനവികതലത്തിൽ ലിംഗപദവി എന്ന വിഷയത്തെ മാധവിക്കുട്ടിയുടെ കൃതികളിൽ എങ്ങനെ രേഖപ്പെടുത്തിയിരിക്കുന്നുവെന്ന അന്വേഷണമാണ് ഈ ലേഖനം.

ചരിത്രം

കാലഘട്ടങ്ങളും നിലനിൽക്കുന്ന സാമൂഹ്യവ്യവസ്ഥയും മാറുന്നതിനനുസരിച്ച് സ്ത്രീ-പുരുഷ സമത്വ സങ്കൽപ്പങ്ങൾക്കും വ്യത്യാസം സംഭവിക്കുന്നു. പ്രാചീന കാർഷികസമൂഹത്തിനു മുൻപ് സ്ത്രീകൾക്കായിരുന്നു സമൂഹത്തിൽ പ്രധാനസ്ഥാനം. കാർഷികസമൂഹത്തിൽ കായികക്ഷമതയ്ക്ക് അനുസരിച്ചായിരുന്നു തൊഴിൽ വിഭജനം നിലനിന്നിരുന്നത് പുരുഷന്മാരുടെ കായികക്ഷമത കൂടുതലായതിനാൽ ആഹാരശേഖരണവും വിതരണവും സ്ത്രീകളും കായികക്ഷമത കൂടിയ പ്രവർത്തനങ്ങൾ പുരുഷന്മാരും ചെയ്തു തുടങ്ങി. അതുകൊണ്ടു തന്നെ പ്രാചീനഗോത്രസമൂഹം സ്ത്രീ

കേന്ദ്രീകൃതമായിരുന്നു. സ്ത്രീക്കു മേൽ പുരുഷനു സാമ്പത്തിക നിയന്ത്രണം ഇല്ലാതിരുന്നതിനാൽ സ്ത്രീയും പുരുഷനും സാമൂഹികമായും ലൈംഗികപരമായും സ്വതന്ത്രരായിരുന്നു. എന്നാൽ ഒരുമിച്ചുള്ള താമസവും അതുമായി ബന്ധപ്പെട്ടുതുടങ്ങിയ കൃഷി സമ്പ്രദായവും കുടുംബമെന്ന സങ്കല്പം രൂപംകൊള്ളുന്നതിനു കാരണമായി. പുരുഷാധീനതയിലേക്ക് സമ്പത്തിന്റെയും അധികാരത്തിന്റെയും കൈമാറ്റം സംഭവിക്കുകയും ചെയ്തു. പിൽക്കാലത്ത് ജാതിമതവ്യത്യാസങ്ങൾക്കനുസരിച്ച് കേരളീയ സംസ്കാരത്തിൽ ലിംഗപദവിയുടെ വ്യതിയാനങ്ങൾ കണ്ടുതുടങ്ങി. മരുമക്കത്തായ സമ്പ്രദായം നിലനിന്നിരുന്ന കാലത്ത് സ്ത്രീകളിലായിരുന്നു അധികാരത്തിന്റെ പൂർണ്ണമായ നിയന്ത്രണമുണ്ടായിരുന്നത്. എന്നാൽ നവോത്ഥാനം കൊണ്ടുവന്ന പുത്തനുണർവ് സ്ത്രീക്കും പുരുഷനും ഒരുപോലെ അധികാരാവകാശങ്ങൾ ആവശ്യമാണെന്ന ചിന്തയിലേക്കു സമൂഹത്തെ വളർത്തി. ഇത്തരത്തിലുള്ള സമത്വപൂർണ്ണമായ ആശയം പലപ്പോഴും പ്രവൃത്തിപഥത്തിലേക്ക് എത്തിക്കുന്നതിൽ ഇന്നും പലതരത്തിലുള്ള തടസ്സങ്ങൾ നേരിടുന്നു.

തുടർന്ന് മരുമക്കത്തായം അവസാനിക്കുകയും മക്കത്തായത്തിലൂടെ കൂട്ടുകുടുംബവ്യവസ്ഥ നിലനിൽക്കെ തന്നെ അധികാരം പുരുഷനിലേക്ക് എത്തിച്ചേരുകയും ചെയ്തു. ഗൃഹനാഥയിൽ നിന്നും ഗൃഹനാഥനിലേക്കുള്ള മാറ്റം, സമത്വപൂർണ്ണമായ ആശയത്തിന് വിപരീതമായി നിലകൊണ്ടു. അധികാരം പുരുഷാധിഷ്ഠിതമായപ്പോൾ സ്ത്രീകൾ അടുക്കളയിലെ പാത്രങ്ങളോട് മാത്രം കലഹിക്കുന്നവരായി മാറി. അവരുടെ കഴിവുകളും അഭിപ്രായങ്ങളും അടുക്കളയിലെ ചുമരുകൾ മാത്രം കേട്ടു. സ്ത്രീകളിലെ സർഗാത്മകമായ കഴിവുകളുള്ളവരും ഉന്നതമായ ചിന്താശേഷിയുള്ളവരും അവരുടെ കഴിവുകളെ സമൂഹത്തിന്റെ മുഖ്യധാരയിൽ എത്തിക്കാൻ സാധിക്കാതെ അടുക്കളയിൽ പൊരുതി മൺമറഞ്ഞുപോയി.

എന്നാൽ തന്റേതായ ഇടം താൻ തന്നെ കണ്ടെത്തേണ്ടിയിരിക്കുന്നുവെന്നും കുടുംബത്തിലുള്ളവരുടെ ദൈനംദിനജീവിതം സുഗമമാക്കാനുള്ള ഒരു ഉപകരണം മാത്രമല്ല സ്ത്രീയെന്നുമുള്ള തിരിച്ചറിവ് വലിയ വിപ്ലവങ്ങൾക്ക് തുടക്കംകുറിച്ചു. സ്ത്രീകളുടെ അവകാശസംരക്ഷണത്തിനുവേണ്ടി അവരോട് കൂടെ ഒരുവിഭാഗം പുരുഷസമൂഹവും നിലനിന്നിരുന്നു. അക്കൂട്ടത്തിൽ സാമൂഹികപരിഷ്കർത്താക്കൾ, എഴുത്തുകാർ, വിപ്ലവകാരികൾ, എന്നിവരുമുണ്ടായിരുന്നു. ഋതുമതി, മറക്കുടയിലെ മഹാനരകം, അടുക്കളയിൽ

നിന്ന് അരങ്ങത്തേക്ക് എന്നീ കൃതികൾ നായർ സമുദായത്തിലെ സ്ത്രീകൾ നേരിടുന്ന പ്രശ്നങ്ങളെ അഭിസംബോധന ചെയ്യുകയും അവരെ അടുക്കളയിൽ നിന്ന് പൊതു ഇടങ്ങളിലേക്ക് നയിക്കാനുള്ള പ്രചോദനമായി മാറുകയും ചെയ്തു. മുൻകാല ചരിത്രത്തിൽ അധികാരത്തിനും സ്വത്ത് സമ്പാദിക്കുന്നതിനും സ്ത്രീകൾക്കുള്ള പങ്ക് വളരെവലുതാണെങ്കിൽ സാമ്പത്തികകാര്യങ്ങൾ പുരുഷന്മാർ കൈകാര്യം ചെയ്യുന്നതിലേക്ക് എത്തിയതോടെ അധികാരം പുരുഷകേന്ദ്രീകൃതമാവുകയും സ്ത്രീകൾ പുരുഷൻ നിയന്ത്രിക്കുന്ന ഒരു ഉപകരണം മാത്രമായി പരിണമിക്കുകയും ചെയ്തു. എന്നാൽ പിൽക്കാലത്ത് സ്ത്രീകൾക്ക് അവരുടെ വ്യക്തിത്വത്തെ പ്രകാശിപ്പിക്കണമെന്ന ചിന്ത വലിയ മാറ്റങ്ങൾ സമൂഹത്തിൽ സൃഷ്ടിച്ചു.

അധികാരവും സമ്പത്തും കേന്ദ്രീകരിച്ചു മാത്രമേ സാമൂഹിക വ്യവസ്ഥിതിയിൽ സമത്വം സൃഷ്ടിക്കാൻ കഴിയൂവെന്ന തിരിച്ചറിവ് സ്ത്രീകളെ വിദ്യാസമ്പന്നരാക്കാൻ പ്രേരിപ്പിച്ചു. അടുക്കളയിൽ നിന്നും അരങ്ങത്തേക്ക് എത്തിയാൽ മാത്രമേ അധികാരവും സമ്പത്തും നേടിയെടുക്കാൻ സാധിക്കുകയുള്ളൂവെന്ന തിരിച്ചറിവ് സ്ത്രീകളെ സ്വാതന്ത്ര്യത്തിലേക്ക്കൂടി എത്തിക്കുന്നു. വിദ്യാഭ്യാസത്തിലൂടെ സമൂഹത്തിന്റെ വ്യവസ്ഥാപിതമായ ഇടങ്ങളിലെല്ലാം തന്റേതായ ഒരിടം കണ്ടെത്താൻ സാധിക്കുമെന്ന ചിന്ത, പിൽക്കാലങ്ങളിൽ സ്ത്രീകളുടെ വളർച്ചയ്ക്കു സഹായിച്ചു. ലിംഗസമത്വം എന്ന ആശയം ഇനിയും പ്രാവർത്തികമാക്കേണ്ട ഒരുപാട് ഇടങ്ങൾ ഇന്നും സമൂഹത്തിൽ നിലനിൽക്കുകയാണ്. സ്ത്രീ പുരുഷൻ എന്ന സങ്കൽപ്പങ്ങൾക്കതീതമായി പാർശ്വവൽക്കരണം നേരിടുന്ന ലൈംഗിക ന്യൂനപക്ഷങ്ങളെക്കൂടി ഉൾപ്പെടുത്തിക്കൊണ്ടുള്ളതാകണം ലിംഗസമത്വം എന്ന ആശയം.

പാശ്ചാത്യചിന്തയും വിശ്വസങ്കൽപവും

പാശ്ചാത്യസങ്കല്പങ്ങളിൽ നിന്ന് ഒരുപാടു ചിന്തകൾ പിന്നീട് വിശ്വസങ്കൽപമായി പരിവർത്തിക്കപ്പെട്ടിട്ടുണ്ട്. പത്തൊമ്പതാം നൂറ്റാണ്ടിൽ യൂറോപ്പിലുണ്ടായ പുത്തനുണർവിന്റെ ഭാഗമായാണ് നവോത്ഥാനമെന്ന ആശയം ലോകത്തിന്റെ നാനാഭാഗത്തേക്ക് പടർന്നത്. അത് ഭാരതത്തിലെത്താൻ വീണ്ടും ഒരു നൂറ്റാണ്ട് വേണ്ടിവന്നു. നവോത്ഥാന ആശയങ്ങൾ ഒരു പുതിയ സമൂഹത്തിന്റെ തുടക്കം തന്നെയായിരുന്നു. നിലനിന്നിരുന്ന വ്യവസ്ഥയെയും ചിന്താഗതികളെയും പൊളിച്ചെഴുതാൻ നവോത്ഥാന ചിന്താഗതിക്കു

സാധിച്ചു. അനാചാരങ്ങൾക്കെതിരെയും അന്ധവിശ്വാസങ്ങൾക്കെതിരെയും നവോത്ഥാനാശയം കലഹിച്ചു. സതിപോലുള്ള ദുരാചാരങ്ങളെ നീക്കം ചെയ്യുകയും സ്ത്രീകളെ അടുക്കളയിൽ നിന്നും മുഖ്യധാരയിലേക്ക് എത്തിക്കാനും നവോത്ഥാനത്തിന് സാധിച്ചു. സ്ത്രീജീവിതം നാല് ചുവരുകൾക്കുള്ളിൽ ഒതുങ്ങേണ്ടതല്ലെന്ന തിരിച്ചറിവ് സമത്വത്തിലേക്കുള്ള പ്രയാണത്തിന്റെ തുടക്കത്തിനു കാരണമായി.

ജാതിവ്യവസ്ഥ നിലനിന്നിരുന്ന കേരളീയസമൂഹത്തിൽ മാറ്റങ്ങൾ സംഭവിച്ചത് സാമൂഹിക പരിഷ്കർത്താക്കളിലൂടെ ആയിരുന്നു. ജാതിയിൽ ഉയർന്നവനും താഴ്ന്നവനും വ്യത്യസ്തരീതിയിലാണ് ജീവിതം നേരിട്ടിരുന്നത്. ജാതിയിൽ താഴ്ന്ന വിഭാഗത്തിൽപ്പെട്ട സ്ത്രീകൾക്ക് വസ്ത്രധാരണത്തിനും, ആഭരണം ഉപയോഗിക്കുന്നതിനും, ആരാധനയ്ക്കും, വിദ്യാഭ്യാസം നേടുന്നതിനും വിലക്കുകളുണ്ടായിരുന്നു. ഇവ നിശ്ചയിച്ചിരുന്നത് ഉയർന്നവിഭാഗത്തിലെ പുരുഷന്മാരാണ്. സ്ത്രീ എന്ത് ധരിക്കണമെന്നും അവൾക്കുള്ള സ്വാതന്ത്ര്യം എവിടെ വരെയാണെന്നും തിട്ടപ്പെടുത്തി നിയന്ത്രിച്ചിരുന്നതും പുരുഷന്മാർ തന്നെയായിരുന്നു. എന്നാൽ ജാതിപരമായി താഴ്ന്നഅവസ്ഥയിൽ നിലനിന്ന സ്ത്രീയും പുരുഷനും നവോത്ഥാനകാലത്തിന് മുമ്പ് സമത്വമെന്ന ആശയത്തിൽ നിന്നും വളരെ വിദൂരത്തായിരുന്നു. ഉന്നതജാതിയിലുള്ള സ്ത്രീകൾക്ക് മാറുമറയ്ക്കാനുള്ള അവകാശമുണ്ടായിരുന്നെങ്കിൽ ജാതിയിൽ താഴ്ന്ന സ്ത്രീകൾ മേൽമുണ്ട് ധരിക്കാനുള്ള അവകാശം നിഷേധിക്കപ്പെട്ടവരായിരുന്നു. ജാതിയിൽ താഴ്ന്നവർ സ്വതന്ത്രരായി സഞ്ചരിച്ചിരുന്നുവെങ്കിൽ അകത്തളങ്ങളിൽ ഒതുങ്ങി ജീവിക്കാൻ വിധിക്കപ്പെട്ടവരായിരുന്നു ഉന്നത ജാതിയിലെ സ്ത്രീകൾ. ഇത്തരത്തിൽ ഒരേ വിഭാഗത്തിൽ നിലനിൽക്കെതന്നെ സമത്വമെന്ന ആശയധാര നവോത്ഥാനകാലഘട്ടത്തിന്റെ തുടക്കത്തിൽ വ്യത്യസ്തപ്പെട്ടിരിക്കുന്നു. സ്ത്രീ എന്ന വിഭജനത്തിനപ്പുറം ജാതീയതയും സ്വാതന്ത്ര്യനിഷേധങ്ങൾക്കു കാരണമായി.

നവോത്ഥാനത്തിന്റെ ഫലമായുണ്ടായ പുത്തനുണർവ് കേരളത്തിന്റെ സാമൂഹിക വ്യവസ്ഥിതിയിൽ വലിയമാറ്റങ്ങൾ സൃഷ്ടിച്ചു. സവർണ്ണ ഹിന്ദുസ്ത്രീകളെപ്പോലെ മേൽമുണ്ട് ധരിക്കാനുള്ള അവകാശം ചാന്നാർ സ്ത്രീകൾക്കും ലഭിക്കാൻ വേണ്ടി തെക്കൻ തിരുവിതാംകൂറിലെ ചാന്നാർസമുദായം നടത്തിയ മേൽമുണ്ടു സമരം അയിത്തോച്ചാടന പ്രസ്ഥാനത്തിന്റെ ഭാഗമായി സാമൂഹിക

നീതി ലക്ഷ്യംവെച്ചുകൊണ്ടുള്ളതായിരുന്നു.

അവർണ്ണഹിന്ദുക്കൾക്കും വൈക്കംക്ഷേത്രനിരത്തുകളിൽ സഞ്ചാരസ്വാതന്ത്ര്യം അനുവദിക്കണമെന്ന ആവശ്യവുമായി ടി.കെ. മാധവൻ, കെ.പി.കേശവമേനോൻ, മന്നത്ത് പത്മനാഭൻ, കെ.കേളപ്പൻ തുടങ്ങിയ നേതാക്കളുടെ നേതൃത്വത്തിൽ 1924– 1925 കാലഘട്ടത്തിൽ നടന്ന വൈക്കം സത്യാഗ്രഹവും ഗുരുവായൂർ ക്ഷേത്രം ജാതി വ്യത്യാസമില്ലാതെ എല്ലാ ഹിന്ദുക്കൾക്കും തുറന്നുകൊടുക്കണമെന്ന് ആവശ്യപ്പെട്ട് നടത്തിയ ഗുരുവായൂർ സത്യാഗ്രഹവും ഇതിനെത്തുടർന്ന് തിരുവിതാംകൂർ മഹാരാജാവ് ശ്രീ ചിത്തിരതിരുനാൾ ബാലരാമവർമ്മ 1936 നവംബർ പന്ത്രണ്ടാം തീയതി പുറപ്പെടുവിച്ച ക്ഷേത്രപ്രവേശന വിളംബരവും ലിംഗസമത്വത്തിന്റെയും അവകാശസമത്വത്തിന്റെയും ചുവടുവെപ്പാണ്. ഇത്തരത്തിലുള്ള അയിത്തോച്ചാടനസമരങ്ങൾ ജാതീയതയിലുണ്ടായ അതിർവരമ്പുകളെ നീക്കുന്നതോടൊപ്പം ലിംഗസമത്വത്തിന് ആക്കം കൂട്ടുകയും ചെയ്തു.

കൂടാതെ നിരവധി സാമൂഹിക പരിഷ്കർത്താക്കളുടെ ഇടപെടലുകൾ അവരവരുടെ സമുദായത്തിലെ അവകാശനിഷേധത്തെ എതിർക്കുന്നതിനും, സമത്വമെന്ന ആശയത്തെ ചേർത്തുപിടിക്കുന്നത്തിനും സഹായിച്ചു. സ്ത്രീകളുടെ സ്വാതന്ത്ര്യത്തെ പൂർണ്ണമായും വിലക്കിയിരുന്ന നായർ സമുദായത്തിലെ അയിത്തം, താലിക്കെട്ട് കല്യാണം, തിരണ്ട് കല്യാണം തുടങ്ങിയ അനാചാരങ്ങളെ സമൂഹത്തിൽ നിന്നും നിർദ്ധാരണം ചെയ്യാൻ ശ്രമിച്ചിരുന്ന സാമൂഹികപരിഷ്കർത്താവാണ് ചട്ടമ്പിസ്വാമികൾ. ഈഴവസമൂഹത്തിലെ അന്ധവിശ്വാസങ്ങൾക്കും അനാചാരങ്ങൾക്കും അസമത്വങ്ങൾക്കുമെതിരെ പ്രവർത്തിച്ചിരുന്ന വ്യക്തിയാണ് കേരളീയ നവോത്ഥാനത്തിന്റെ പിതാവായി അറിയപ്പെടുന്ന ശ്രീനാരായണഗുരു. സമൂഹത്തിലെ താഴ്ന്നവിഭാഗം ജനങ്ങൾക്കുവേണ്ടി അവരുടെ സമത്വത്തിനും സ്വാതന്ത്ര്യത്തിനും നിലകൊണ്ട സാമൂഹികപരിഷ്കർത്താവാണ് അയ്യങ്കാളി. പാലിയം സത്യാഗ്രഹം പോലുള്ള അവർണ്ണഅവകാശ സംരക്ഷണസമരങ്ങൾ പുതിയ കാലത്തിലേക്കുള്ള മാറ്റത്തിന്റെ കലഹങ്ങളായിരുന്നു. ഇത്തരം സമരങ്ങളെല്ലാം സ്ത്രീപുരുഷ അവകാശസംരക്ഷണവും സമത്വവും ലക്ഷ്യംവെച്ചുള്ളതുകൂടിയായിരുന്നു. ഇവിടെ ലൈംഗിക ന്യൂനപക്ഷങ്ങളെ പാർശ്വവൽക്കരിച്ചുതന്നെയാണ് നിലനിന്നിരുന്നതെന്ന് കാലം ബോധ്യപ്പെടുത്തുന്നു.

നവോത്ഥാനത്തിനുശേഷം പാശ്ചാത്യമേഖലയിൽ നിന്നുവന്ന

ചിന്താധാരയാണ് ഫെമിനിസം. അവകാശസംരക്ഷണം, ലിംഗസമത്വം എന്നീ ചിന്തകൾ ഉറപ്പാക്കാൻ ഫെമിനിസത്തിന് സാധിക്കുന്നു. മാനസികവുംശാരീരികവുമായി അടയാളപ്പെടുത്തേണ്ട ഒരു ശാക്തീകരണപ്രക്രിയയുടെ സൂചനയാണ് ഫെമിനിസമെന്ന സ്ത്രീപക്ഷചിന്ത.

സ്ത്രീകളനുഭവിക്കുന്ന പ്രശ്നങ്ങളിലേക്ക് കൂടുതൽ പ്രാധാന്യം നൽകുകയെന്ന ലക്ഷ്യത്തോടുകൂടി പശ്ചാത്യമേഖലയിൽ രൂപംകൊണ്ട വിമർശനപദ്ധതിയാണ് ഫെമിനിസം. സ്ത്രീ-പുരുഷസമത്വത്തിലധിഷ്ഠിതമായ സ്വാതന്ത്ര്യം, സംഘർഷരഹിതമായ ഒരു ജനാധിപത്യക്രമം എന്നിവയെ സംബന്ധിച്ച നൂതനമായ ആശയത്തിലേക്ക് സമൂഹത്തെ കൂട്ടിക്കൊണ്ടുപോവുക എന്ന ഉദ്ദേശ്യത്തോടുകൂടി നിർമ്മിക്കപ്പെട്ട ആശയമാണിത്. കേന്ദ്രീകൃതമായ ഒരു വ്യവസ്ഥയിൽ നിന്നും സ്ത്രീക്ക് സഹജമായ ഒരു ഉയർത്തെഴുന്നേൽപ്പ് ഈ ചിന്താഗതി ഉദ്ദേശിക്കുന്നു. വിശ്വസങ്കല്പം എന്ന പോലെ ലോകത്താകെ പുരുഷകേന്ദ്രീകൃതമായ വ്യവസ്ഥയിൽ സ്ത്രീകളിലേക്ക് സാംസ്കാരികമായും സാഹിത്യപരമായും വിപ്ലവകരമായും നവീനമായ ഒരു ആശയത്തെ ഫെമിനിസത്തിലൂടെ കൊണ്ടുവന്നു. പുരുഷകേന്ദ്രീകൃതമായ വീക്ഷണങ്ങളും നിയന്ത്രണങ്ങളും കാഴ്ചപ്പാടുകളും രൂപപ്പെടുത്തലുകളും പൊളിച്ചെഴുത്ത് നടത്തുക എന്നതുകൂടി ഫെമിനിസ്റ്റ് സമീപനത്തിനു പിന്നിലുണ്ട്. വ്യത്യസ്തത അംഗീകരിച്ചുകൊണ്ട് ലിംഗപദവി സംബന്ധിച്ച വിലയിരുത്തലിനും രൂപാന്തരപ്പെടുത്തലിനും ഫെമിനിസം സഹായകമായി മാറുന്നു.

ഫെമിനിസം സാമാന്യമായി രേഖപ്പെടുത്തുന്നത് ഇങ്ങനെയാണ്

"ബൗദ്ധികവും സാമ്പത്തികവും രാഷ്ട്രീയവുമായ ജീവിതത്തിന്റെ എല്ലാവശങ്ങളിലും സ്ത്രീക്കു കൂടി പൂർണ്ണമായ പ്രാധാന്യം ലഭിക്കാനും സാമൂഹ്യബന്ധങ്ങളെ രൂപപ്പെടുത്തുവാനും നടത്തിയ ചരിത്രപരവും ദേശീയവുമായ മുന്നേറ്റമാണ് ഫെമിനിസം."

"സ്വന്തം കുടുംബത്തിലും തൊഴിൽ സ്ഥലത്തും സമൂഹത്തിലും സ്ത്രീകൾ നേരിടുന്ന അടിച്ചമർത്തലിനെയും ചൂഷണത്തിനെയും കുറിച്ചുള്ള അവകാശബോധവും, ഈ വ്യവസ്ഥയിൽ മാറ്റംവരുത്താനുള്ള ബോധപൂർവ്വമായ നടപടികളുമാണ് ഫെമിനിസം."

സ്ത്രീകളുടെ അവകാശങ്ങളെകുറിച്ചുള്ള അവബോധം, ബോധവൽക്കരണം, ആശയവിനിമയം, പോരാട്ടം, ലൈംഗികസ്വാതന്ത്ര്യം,

ശാരീരികവും സാമൂഹികവുമായ ജീവിതത്തിലെ സ്വയം നിർണായകാവകാശം എന്നു തുടങ്ങി സ്വവർഗരതി, പുരുഷനിരാകരണം എന്നിവയിൽ വരെ എത്തിനിൽക്കുന്ന ഫെമിനിസത്തിന്റെ ലക്ഷ്യങ്ങൾ സുപ്രധാനമാണ്. ഒരു വിമോചനപ്രസ്ഥാനം എന്ന രീതിയിൽ ഫെമിനിസം രൂപപ്പെട്ടത് അമേരിക്കയിലാണ്.

ബെറ്റി ഫ്രീഡിന്റെ ദി ഫെമിൻ മിസ്റ്റിക് എന്ന ഗ്രന്ഥം വീട്ടമ്മമാരെ തൊഴിലിടത്തിലേക്ക് ക്ഷണിക്കുമ്പോൾ സിമോൻ ദി ബോവ്വ തന്റെ ദി സെക്കന്റ് സെക്സ് എന്ന ഗ്രന്ഥത്തിലൂടെ സമൂഹത്തിലെ സ്ത്രീപദവിയുടെ പ്രാചീനകാലം മുതൽക്കുള്ള ചരിത്രം പഠനവിധേയമാക്കുന്നു. സ്ത്രീ, സ്ത്രീയായി ജനിക്കുകയല്ല, പരിണമിക്കുകയാണ് എന്ന എഴുത്തുകാരിയുടെ വാദം ശ്രദ്ധേയമാണ്. ഫെമിനിസ്റ്റ് പ്രസ്ഥാനത്തിനു നിരവധി ചിന്താധാരകൾ ഉണ്ട്. ഫെമിനിസത്തെ അതിന്റെ ആവിർഭാവസാഹചര്യത്തെയും സ്വഭാവത്തെയും മുൻനിർത്തി ഏഴു വിഭാഗങ്ങളായി തിരിച്ചിരിക്കുന്നു.

ലിബറൽ ഫെമിനിസം (വിശാലമായ ദർശനം), റാഡിക്കൽ ഫെമിനിസം, സോഷ്യലിസ്റ്റ് ഫെമിനിസം, മാർക്സിസ്റ്റ് ഫെമിനിസം, സാംസ്കാരിക ഫെമിനിസം, ഇക്കോ ഫെമിനിസം, പോസ്റ്റ് ഫെമിനിസം എന്നിവയാണ് ഏഴു വിഭാഗങ്ങൾ.

ലിബറൽ ഫെമിനിസം

സ്വാതന്ത്ര്യചിന്ത, യുക്തിവിചാരം എന്നിവയുടെ അടിസ്ഥാനത്തിൽ രൂപംപ്രാപിച്ച ഫെമിനിസ്റ്റ് ധാരയാണ് ലിബറൽ ഫെമിനിസം. വ്യക്തിസ്വാതന്ത്ര്യം, തുല്യാവകാശം, വിമോചനം, നീതിബോധം തുടങ്ങിയ മൂല്യങ്ങളുടെ സ്ത്രൈണവൽക്കരണമോ സ്ത്രീവാദവൽക്കരണമോ ആണ് ലിബറൽഫെമിനിസം.

സ്ത്രീകളുടെ വിദ്യാഭ്യാസം, വ്യക്തിസ്വാതന്ത്ര്യം, സാമൂഹിക സ്വാതന്ത്ര്യം, തുല്യസ്വത്തവകാശം, തുല്യജോലി, തുല്യമായ അവസരങ്ങൾ എന്നിവയാണ് ലിബറൽ ഫെമിനിസത്തിന്റെ പ്രധാന ലക്ഷ്യങ്ങൾ. ശക്തമായ പുരുഷനിരാകരണമില്ലാത്തതുകൊണ്ടുതന്നെ ലിബറൽ ഫെമിനിസത്തിന്റെ വക്താക്കളായി പുരുഷന്മാരും മാറുന്നു.

റാഡിക്കൽ ഫെമിനിസം

ലിബറൽ ഫെമിനിസത്തേക്കാൾ ശക്തവും വ്യാപ്തിയേറിയതുമാണ് റാഡിക്കൽ ഫെമിനിസം. ലിംഗാധിഷ്ഠിതവിവേചനം അധി

കാരത്തിന്റെ ദുർവിനിയോഗവും അവകാശനിഷേധവുമാണ്. റാഡിക്കൽ ഫെമിനിസത്തിന്റെ വക്താക്കൾ സ്ത്രീകളുടെ മഹത്വം സ്ത്രീകൾ തന്നെയാണ് പ്രചരിപ്പിക്കേണ്ടതെന്ന ചിന്താഗതിക്കാരായിരുന്നു.

ഇത്തരം മാറ്റങ്ങളെ തടസ്സപ്പെടുത്തുന്ന കുടുംബപരവും സാമൂഹികരവുമായ ബന്ധങ്ങൾ അത് ആചാരങ്ങളായാലും വസ്ത്രധാരണയായാലും നിരാകരിക്കണമെന്ന ആഹ്വാനം സ്വീകരിച്ചവരായിരുന്നു ഇവർ. ഒരർത്ഥത്തിൽ ലൈംഗികപരമായ അരാജകത്വത്തിലേക്ക് നയിക്കുംവിധം സങ്കുചിതമായിരുന്നു ഈ ചിന്താഗതികൾ.

സോഷ്യലിസ്റ്റ് ഫെമിനിസം

സ്ത്രീകൾ നേരിടുന്ന ചൂഷണവും അതിന്റെ വ്യാപ്തിയും വൈയക്തികതയും ലിംഗപരതയും അവയുടെ പിന്നിലെ പുരുഷമേൽക്കോയ്മാരാഷ്ട്രീയവും ഉൾകൊണ്ടുള്ള ഒരു വിമോചനസമരത്തിനു മാത്രമേ ഫെമിനിസത്തിന്റെ ലക്ഷ്യങ്ങൾ സഫലീകരിക്കാനാകൂവെന്ന വിശ്വാസമാണ് സോഷ്യലിസ്റ്റ് ഫെമിനിസത്തിന്റെ പ്രധാന ചിന്ത.

സമൂഹത്തിലെ ഉൽപാദനപ്രക്രിയയുടെ പിന്നിലെ പ്രധാനശക്തിയായി കുടുംബജീവിതത്തെയും വീട്ടുവേലയെയും കാണുന്ന സോഷ്യലിസ്റ്റ് ഫെമിനിസ്റ്റുകൾ സ്ത്രീയുടെ ശക്തിയും അധികാരവും കേന്ദ്രീകരിക്കാത്ത ഇടത്തിലേക്ക് എത്തിച്ചേരാൻ ആഹ്വാനം നടത്തുന്നു.

മാർക്സിസ്റ്റ് ഫെമിനിസം

സ്വാതന്ത്ര്യം, സമത്വം എന്നീ ആശയത്തോടെ ചൂഷണത്തെ എതിരിടുക, ചൂഷകർക്കെതിരെയുള്ള ശക്തമായപ്രതിരോധം നിർമ്മിക്കുക എന്നീ അടിസ്ഥാനലക്ഷ്യം ഉൾകൊള്ളുന്ന ഫെമിനിസ്റ്റുകളാണ് ഈ വിഭാഗത്തിൽ ഉൾപ്പെടുന്നത്. ശമ്പളമില്ലാത്ത ജോലികളിൽ നിന്നും സാമൂഹിക ഉത്പാദനപ്രക്രിയയിൽ ചേർന്നു പ്രവർത്തിക്കാൻ ഈ ഫെമിനിസ്റ്റ്ധാര ആഹ്വാനം ചെയ്യുന്നു.

മുതലാളിത്തവ്യവസ്ഥയ്ക്കെതിരെയുള്ള ചെറുത്ത് നിൽക്കലുകളായതിനാൽ തന്നെയും സാമൂഹികമാറ്റത്തിന്റെ പരിണിതഫലമായി മാത്രമേ ഈ മാറ്റം മാർക്സിസ്റ്റ് ഫെമിനിസ്റ്റുകൾ വീക്ഷിക്കുന്നുള്ളൂ.

സാംസ്കാരിക ഫെമിനിസം

റാഡിക്കൽ ഫെമിനിസത്തിൽ നിന്നും വികാസം പ്രാപിച്ച ശാഖയാണ് സാംസ്കാരിക ഫെമിനിസത്തിന്റേത്. സ്ത്രീകളുടെ അവകാശങ്ങൾ, വൈയക്തിക സാമൂഹികപ്പെരുമാറ്റരീതി എന്നിവ അടിസ്ഥാനമാക്കി സ്ത്രീ, സംസ്കാരം എന്ന കേന്ദ്രാശയത്തിന് പ്രാധാന്യം നൽകുന്നു.

ഇക്കോ ഫെമിനിസം

സ്ത്രീയുടെ പ്രശ്നങ്ങൾ പ്രകൃതിയുടെ ദുരവസ്ഥകളുമായി ചേർത്തു പഠിക്കുന്നവരാണ് ഇക്കോ ഫെമിനിസ്റ്റുകൾ. ഒരു പൂ കൊഴിയുമ്പോഴും, ഒരു മിണ്ടാപ്രാണി പിടഞ്ഞു വീഴുമ്പോഴും, ഒരു കുഞ്ഞു കരയുമ്പോഴും ഒരു സ്ത്രീക്ക് നോവുന്നുവെന്ന് ഇവർ വിശ്വസിക്കുന്നു. മദ്യപാനം, ഭ്രൂണഹത്യ, പെൺവാണിഭം, സ്ത്രീധനം എന്നിവയ്ക്കെതിരെ പ്രതികരിക്കുമ്പോൾ ഇവർ സമൂഹ്യപ്രതിബദ്ധതതയുള്ളവരാവുകയും നന്മയെ പുനഃസ്ഥാപിക്കുക എന്ന ഉത്തരവാദിത്വം ഏറ്റെടുക്കുന്നവരായി മാറുകയും ചെയ്യുന്നു.

പോസ്റ്റ് ഫെമിനിസം

1980 കാലഘട്ടത്തിൽ മാധ്യമങ്ങളിലൂടെയാണ് പോസ്റ്റ് ഫെമിനിസം വികാസം പ്രാപിച്ചത്. സ്ത്രീകൾക്കെതിരെയുള്ള ലൈംഗിക ചൂഷണങ്ങൾ, അമിതമായ സംരക്ഷണ മനോഭാവം എന്നിവയെ ഒരേപോലെ എതിർക്കുന്ന ഫെമിനിസധാരയാണ് പോസ്റ്റ്ഫെമിനിസം. സ്ത്രീ അനുഭവിക്കുന്ന പ്രശ്നങ്ങൾ, വൈകാരിക-മാനസിക ശാരീരിക ദുരന്തങ്ങൾ എന്നിവ തിരിച്ചറിയുകയും അതിന് പരിഹാരം കാണുകയുമാണ് ഇത്തരം ഫെമിനിസ്റ്റ് മുന്നേറ്റങ്ങളുടെ ലക്ഷ്യമായി കണക്കാക്കുന്നത്. ഈ രീതിയിൽ ആദ്യകാല ഫെമിനിസ്റ്റുകൾ പുരുഷാധിപത്യം നിലനിർത്തിയ സ്ഥാപനങ്ങൾക്കും നിയമങ്ങൾക്കും എതിരെ പോരാടിയിരുന്നുവെങ്കിൽ പുതിയകാലത്ത് ഫെമിനിസ്റ്റുകൾ സ്ത്രീകളുടെ സൂക്ഷ്മമായ പ്രശ്നങ്ങളിലേക്ക് ഇറങ്ങിച്ചെല്ലുകയാണ് ചെയ്യുന്നത്. പാശ്ചാത്യചിന്തയിൽ നിന്നും സാഹിത്യരചനയിലേക്ക് കടന്നുവന്ന ശക്തമായ ഒരു ആശയധാരയാണ് ഫെമിനിസം.

ലളിതാംബിക അന്തർജ്ജനം, കെ.സരസ്വതി അമ്മ, മാധവിക്കുട്ടി, സുഗതകുമാരി തുടങ്ങി, പുതിയ എഴുത്തുക്കാരായ സാറാ ജോസഫ്, സിതാര, പ്രിയ എ.എസ് എന്നിവരിൽ വരെ ഈ സ്വാ

ധീനം എത്തിനിൽക്കുന്നു. ഇത്തരത്തിൽ സമൂഹവും കുടുംബവും രാഷ്ട്രവും സ്ത്രീക്കു നിഷേധിക്കുന്ന അവകാശങ്ങളെ നിരന്തരം തുറന്നുകാണിക്കാൻ ശ്രമിച്ച എഴുത്തുകാരിയാണ് മാധവിക്കുട്ടി.

നോവെല്ലകൾ

മാധവിക്കുട്ടിയുടെ രുഗ്മിണിക്കൊരു പാവക്കുട്ടി, രോഹിണി, അവസാനത്തെ അതിഥി എന്നീ രചനകൾ നോവെല്ലകൾ എന്ന വിഭാഗത്തിൽപ്പെടുന്നവയാണ്. സമൂഹത്തിൽ ലിംഗസമത്വത്തിന്റെ ആവശ്യകതയെക്കുറിച്ച് സാഹിത്യസൃഷ്ടികളിലൂടെ തുറന്നെഴുത്ത് നടത്തിയ എഴുത്തുകാരിയാണ് മാധവിക്കുട്ടി. എഴുത്തുകാരി മുന്നോട്ടുവയ്ക്കുന്ന സമത്വം എന്ന ആശയത്തിന്റെ വ്യാപ്തി സ്ത്രീപുരുഷസമത്വത്തിൽ മാത്രം ഒതുങ്ങിനിൽക്കുന്നില്ല. ലൈംഗികന്യൂനപക്ഷങ്ങൾക്കും സമൂഹത്തിന്റെ മുഖ്യധാരയിൽ സമത്വത്തോട് കൂടി ജീവിക്കാനുള്ള അവകാശമുണ്ടെന്ന ബോധ്യത്തെ തുറന്നെഴുത്ത് നടത്തിയ ആദ്യകാല എഴുത്തുകളിൽ പ്രാധാന്യമർഹിക്കുന്ന രചനകളാണ് മാധവിക്കുട്ടിയുടേത്.

സമത്വം നിഷേധിക്കപ്പെട്ട സ്ത്രീകളുടെ തന്നെ പ്രതിനിധികളായ ഒരു വിഭാഗത്തെ മുൻനിർത്തി രചന നിർവഹിച്ച നോവെല്ലയാണ് രുഗ്മിണിക്കൊരു പാവക്കുട്ടി. പുരുഷകേന്ദ്രീകൃതമായ ലോകത്ത് അനാഥകളായി മാറിയ ഒരുപറ്റം സ്ത്രീകൾ അവരുടെ ഉപജീവനത്തിനായി വേശ്യാവൃത്തിയിൽ ഏർപ്പെടുന്നു. പുരുഷന്റെ ലൈംഗികചോദനയ്ക്കുള്ള ഒരു ഉപകരണം മാത്രമായി സ്ത്രീശരീരം മാറുന്ന കാഴ്ച നോവെല്ലയിൽ കണ്ടെത്താൻ കഴിയുന്നു. നോവെല്ലയുടെ ഒരു ഭാഗത്ത് കഥാപാത്രമായ മീരയ്ക്കുണ്ടാവുന്ന പ്രണയവും, ആ പ്രണയം അംഗീകരിക്കാൻ തയ്യാറാവാതെ വീണ്ടും അവളെ വേശ്യാലയത്തിലേക്ക് തന്നെ എത്തിക്കുന്ന ഇൻസ്പെക്ടർ സാഹിബിനെ പുരുഷാധിപത്യത്തിന്റെ പ്രതീകമായാണ് മാധവിക്കുട്ടി ഇവിടെ അവതരിപ്പിക്കുന്നത്. സ്വന്തം ജീവിതത്തെയും ഇഷ്ടത്തെയും തിരഞ്ഞെടുക്കാൻ കഴിയാതെ വരുന്ന മീരയ്ക്ക് സംഭവിക്കുന്നത് അവകാശനിഷേധമാണ്. ഈ നോവെല്ലയിലെ മറ്റു കഥാപാത്രങ്ങളായ രുഗ്മിണിയും സീതയും അവരെ നിയന്ത്രിക്കുന്ന അധികാരവ്യവസ്ഥയെ മനസ്സിലാക്കാൻ കഴിയാത്ത പെൺകുട്ടികളായതുകൊണ്ടുതന്നെ അവർക്ക് നിഷേധിക്കപ്പെടുന്ന സ്വാതന്ത്ര്യത്തെയും അവകാശത്തെയും അവർ തിരിച്ചറിയുന്നില്ല. ഇവിടെ സാഹിബിന്റെ ശാരീരികദാഹം തീർക്കാനുള്ള വെറുമൊരു ഉപക

രണം മാത്രമായി സീതയും രുഗ്മിണിയും മാറുന്നു. ഇത് സ്വതന്ത്ര മായി ജീവിക്കാനുള്ള അവരുടെ അവകാശം പോലും നിഷേധിക്കു ന്നു. സാഹിബിൽ നിലനിൽക്കുന്ന ഇൻസ്പെക്ടർ എന്ന അധികാരം നോവലിന്റെ പല ഭാഗങ്ങളിലും സ്ത്രീക്കുമേൽ പ്രയോഗിക്കുന്ന നിയന്ത്രണങ്ങൾക്കുള്ള കടിഞ്ഞാണായി മാറുന്നു. അധികാരവ്യവ സ്ഥയുടെ ദുർവിനിയോഗത്തിലൂടെ സാഹിബ് തന്റെ ആവശ്യങ്ങൾ പൂർത്തീകരിക്കുമ്പോൾ ജീവിക്കാനുള്ള അവകാശംപോലും നിഷേ ധിക്കപ്പെട്ടവരായി വേശ്യാലയത്തിലെ സ്ത്രീകൾ മാറുന്നു. സാഹിബ് തിരിച്ചറിവിന്റെ പാതയിലെത്തി രുഗ്മിണിയെ മകളായി സ്വീകരിക്കുന്നത് അവളെ ഒരു വ്യക്തിയായി കണ്ട് അംഗീകരിച്ചു കൊണ്ടല്ല. മറിച്ച് അവളുടെ വൈകാരികസമീപനങ്ങൾ അയാളിലു ണ്ടാക്കുന്ന അനുകമ്പ കൊണ്ട് മാത്രമാണ്.

രോഹിണിയെന്ന നോവെല്ലയും സ്ത്രീ പ്രശ്നത്തെതന്നെയാണ് പശ്ചാത്തലമാക്കുന്നത്. വിവാഹശേഷം 20 വർഷങ്ങൾ കഴിഞ്ഞിട്ടും സന്താനമില്ലാത്ത രോഹിണിയെന്ന സ്ത്രീയെ കേന്ദ്രീകരിച്ചാണ് നോവെല്ല വികസിക്കുന്നത്. രോഹിണി, വിദ്യാഭ്യാസംനേടിയ യുവ തിയായതു കൊണ്ട് സമ്പന്നനായ ഭർത്താവിന്റെ കമ്പനിയിൽ തുല്യ ജോലി എന്ന അവകാശം നേടിയെടുക്കുന്നുവെങ്കിലും ഭർത്താവിന്റെ ജോലികളെ സുഗമമാക്കാനുള്ള ഒരു ഉപാധി മാത്രമായി അവൾ പലപ്പോഴും മാറുന്നു. ജോലിയും അധികാരവും കൈയ്യാളുമ്പോഴും പുരുഷന്റെ നിയന്ത്രണത്തിൽ തന്നെയാണ് ഇവിടെ സ്ത്രീ. സ്വത്തിന്റെ അവകാശിയായി ഒരു കുഞ്ഞിനെ നൽകാൻ കഴിയാത്ത കാരണത്താൽ രോഹിണി നിരന്തരം മാനസികശാരീരിക പീഡന ങ്ങൾക്ക് വിധേയയാകുന്നു. തുടർന്ന് ഭർത്താവുമായുണ്ടായ മാന സികമായ പൊരുത്തക്കേടുകൾ തുറന്നുപറയുന്ന രോഹിണിയ്ക്ക് വൈകാതെ മരണം വരിക്കേണ്ടി വരുന്നു. പുരുഷനെന്ന അധികാ രവർഗ്ഗത്തെ എതിർക്കാൻ ശ്രമിച്ച രോഹിണിയ്ക്ക് ജീവിക്കാനുള്ള സ്വാതന്ത്ര്യം കൂടി നിഷേധിക്കപ്പെടുന്നു എന്നതാണ് കഥാതന്തു.

എഴുത്തുകാരിയായ അനസൂയാദേവിയെ കേന്ദ്രകഥാപാത്രമാക്കി രചിക്കപ്പെട്ട നോവെല്ലയാണ് അവസാനത്തെ അതിഥി. തന്റെ അവ കാശങ്ങളെ നേടിയെടുത്ത് ജീവിതം മുന്നോട്ടു കൊണ്ടുപോകാൻ ശ്രമിക്കുന്ന കഥാപാത്രമാണ് ഇതിലെ നായിക. അധികാരത്തി ന്റെയും സമ്പത്തിന്റെയും കേന്ദ്രമായി അനസൂയാദേവി നിലകൊ ള്ളുമ്പോൾപ്പോലും നോവെല്ലയിലെ പുരുഷലോകം അവൾ അനു ഭവിക്കുന്ന സ്വാതന്ത്ര്യം തന്നിഷ്ടമായി മാത്രമാണ് പരിഗണിക്കുന്നത്.

മിസ്റ്റർമിത്രയും മകനായ രമേഷും അനസൂയാദേവിയുടെ സമ്പത്തിന്റെ അടിസ്ഥാനത്തിലാണ് ജീവിതം മുന്നോട്ടുകൊണ്ടു പോകുന്നത്. ഈ അവസ്ഥ നിലനിൽക്കുന്നതുകൊണ്ട് മാത്രമാണ് അനസൂയാദേവിയെ ചോദ്യംചെയ്യാൻ ആരും തയ്യാറാവാത്തത്. രമേഷിന്റെ പ്രണയിനിയായ മധ്യവർഗകുടുംബത്തിൽ ജനിച്ച ലീസ, അവളുടെ കുടുംബത്തിലെ ഏകവരുമാനസ്രോതസ്സാണ്. അതുകൊണ്ട് മാത്രമാണ് അവളുടെ പ്രണയത്തെ കുടുംബം എതിർക്കാതിരുന്നത്. അധികാരം പലപ്പോഴും സമ്പത്തിൽ കേന്ദ്രീകൃതമാണെന്ന് എഴുത്തുകാരി ഇതിലൂടെ സൂചിപ്പിക്കുന്നു. ജോലിനേടാനുള്ള അവകാശം അവൾ നേടിയെടുക്കുമ്പോൾ തന്നെയും കുടുംബത്തെ സേവിക്കുക എന്ന ചുമതലകൂടി അവളിൽ വന്നു ചേരുന്നു. അതുകൊണ്ടുതന്നെ അവളുടെ സ്വാതന്ത്ര്യത്തെ കുടുംബാംഗങ്ങൾ ചോദ്യം ചെയ്യുന്നില്ല. കുടുംബത്തിലെ പുരുഷവിഭാഗം അവൾക്കു നൽകുന്ന ഔദാര്യം മാത്രമായി അവളുടെ സ്വാതന്ത്ര്യം മാറുന്നു. ലീസയുടെ പ്രണയത്തെപ്പോലും എതിർക്കാത്തത് രമേശിന്റെ സമ്പന്നമായ ജീവിതത്തെ മുന്നിൽക്കണ്ടാണ്. ഇവിടെ ലിംഗസമത്വമോ സ്ത്രീകൾക്ക് വേണ്ട അവകാശബോധത്തെകുറിച്ചുള്ള ചിന്തയോ അല്ല പുരുഷകഥാപാത്രങ്ങളിൽ പ്രവർത്തിക്കുന്നത്. സമ്പത്തിന്റെ കേന്ദ്രീകരണം സ്ത്രീയിലായതുകൊണ്ട് ചിലയിടങ്ങളിൽ അവളെ സ്വതന്ത്രയാക്കുന്നു. ഫെമിനിസത്തിന്റെ ചില ആശയധാരകൾ ഇവിടെ കടന്നുവരുന്നുണ്ടെങ്കിലും പരോക്ഷമായി മാത്രമേ അവയെ ഈ നോവെല്ലയിൽ കാണാൻ സാധിക്കുന്നുള്ളൂ.

മാധവിക്കുട്ടിയുടെ ഈ മൂന്ന് നോവെല്ലകളെയും പഠനവിധേയമാക്കുമ്പോൾ ലിംഗസമത്വത്തിലേക്ക് വഴിവെക്കുന്ന ചില ആശയങ്ങൾ പങ്കുവയ്ക്കുന്നുണ്ടെങ്കിലും പുരുഷകേന്ദ്രീകൃതമായ ഒരു വ്യവസ്ഥയും കൃത്യമായി എഴുത്തുകാരി അടയാളപ്പെടുത്തുന്നു. ഒരർത്ഥത്തിൽ മാധവിക്കുട്ടിയുടെ രചനകൾ ലിംഗസമത്വമെന്ന ആശയത്തിന്റെ പ്രായോഗികത ഉൾക്കൊള്ളുന്ന തുടക്കഘട്ടങ്ങളിലെ കൃതികളായി കണക്കാക്കാം. ഇതൊരു പരിവർത്തനഘട്ടമാണെന്ന് പറയാം. ഇവകൂടാതെ മാധവിക്കുട്ടിയുടെ ചന്ദനമരങ്ങൾ, കടൽമയൂരം തുടങ്ങിയ പല കൃതികളിലും ലൈംഗികന്യൂനപക്ഷങ്ങളെയും അവരുടെ പ്രശ്നങ്ങളെയും പങ്കുവയ്ക്കുന്നുണ്ട്.

ഉപസംഹാരം

ലിംഗപദവിയും മാധവിക്കുട്ടിയുടെ നോവെല്ലയിലെ വിശ്വസങ്കൽ

പ്പവുമെന്ന ഈ പ്രബന്ധത്തിൽ ലിംഗസമത്വമെന്ന ആശയത്തെ പ്രതിനിധാനം ചെയ്യുന്നു. ലിംഗസമത്വം പുരുഷനും സ്ത്രീക്കും മാത്രമല്ല ലൈംഗിക ന്യൂനപക്ഷങ്ങളായ വിഭാഗങ്ങൾക്ക് കൂടി അവകാശപ്പെട്ടതാണെന്ന് മാധവിക്കുട്ടി ഓർമ്മപ്പെടുത്തുന്നു. മാധവിക്കുട്ടിയുടെ നോവെല്ല വിശ്വസങ്കൽപ്പങ്ങളെ ചേർത്തുവയ്ക്കുന്നതാണ്. നവോത്ഥാനാശയങ്ങളും ഫെമിനിസവും ഉൾക്കൊള്ളുന്ന വിശ്വസ്ത്രീചിന്തയെയും മാധവിക്കുട്ടിയുടെ രചനകൾ പിൻതുടരുന്നുണ്ട്. ഇവിടെ പഠനവിധേയമാക്കിയ നോവെല്ലകൾ മാറ്റങ്ങളുടെ തുടക്കമായി കണക്കാക്കാവുന്നതാണ്. പുരുഷാധിപത്യവ്യവസ്ഥയിൽ നിലനിൽക്കുമ്പോൾ തന്നെയും സ്ത്രീക്കും അവകാശങ്ങളും അധികാരവും സ്വാതന്ത്ര്യവുമുണ്ടെന്ന ചിന്ത സമൂഹത്തിലേക്ക് എത്തിക്കാൻ വേണ്ടി ശ്രമിച്ച എഴുത്തുകാരി ലിംഗസമത്വം എന്ന ആശയം തന്നെയാണ് സമൂഹത്തിന്റെ മുഖ്യധാരയിലേക്ക് കൊണ്ടുവരാൻ ശ്രമിച്ചത്. ലിംഗസമത്വത്തിലേക്കുള്ള വലിയൊരു മാറ്റത്തിന്റെ തുടക്കമായി മാത്രമേ മാധവിക്കുട്ടിയുടെ രചനകളെ കണക്കാക്കാൻ സാധിക്കുകയുള്ളൂ.

സഹായക ഗ്രന്ഥങ്ങൾ

1. ജയ്സിമോൾ അഗസ്റ്റിൻ, തുറന്നെഴുത്തിന്റെ പെൺമുഖം മാധവിക്കുട്ടി, ഐ ബുക്സ്, കോഴിക്കോട്, 2020.

2. മാധവിക്കുട്ടി, മാധവിക്കുട്ടിയുടെ നോവെല്ലകൾ, ഡി.സി. ബുക്സ്, കോട്ടയം, 1997.

3. രാമകൃഷ്ണൻ, ഇ.വി., (എഡി.), മാധവിക്കുട്ടി പഠനങ്ങളും രചനകളും, ഡി.സി ബുക്സ്, കോട്ടയം, 2011.

4. രശ്മി, ജി. ,അനിൽകുമാർ, കെ. എസ്., വിമതലൈംഗികത ചരിത്രം സിദ്ധാന്തം രാഷ്ട്രീയം, ചിന്ത പബ്ലിക്കേഷൻസ്, തിരുവനന്തപുരം, 2016.

5. ശാരദാമണി, കെ., സ്ത്രീ, സ്ത്രീവാദം, സ്ത്രീ വിമോചനം, ഡി.സി. ബുക്സ്, കോട്ടയം, 1999.

ഠഠ

7

ലിംഗപദവിയുടെ പരിപ്രേക്ഷ്യം: രാജലക്ഷ്മിയുടെ രചനകളിൽ

ഡോ. വന്ദന ബി.

'കഥയെഴുതാതെ ഞാൻ രണ്ടുകൊല്ലം ഇരുന്നുനോക്കി. അതെന്നെക്കൊണ്ടാവില്ല. ഞാൻ ഇരുന്നാൽ ഇനിയും കഥയെഴുതും. അതുകൊണ്ടിനി ആർക്കൊക്കെ ഉപദ്രവമാകുമോ, ഞാൻ പോട്ടെ.'

രാജലക്ഷ്മി

കേരളത്തിന്റെ സാമൂഹികജീവിതവും കുടുംബവ്യവസ്ഥയും തീർത്തും വ്യത്യസ്തമായിരുന്ന കാലത്താണ് മകൾ എന്ന കഥയുമായി രാജലക്ഷ്മി സാഹിത്യലോകത്തേയ്ക്ക് കടന്നുവരുന്നത്. കുടുംബത്തിനുവേണ്ടി സ്വയം എരിഞ്ഞടങ്ങുന്ന കഥാനായികമാർ അന്നത്തെ ഇടത്തരം വീടുകളിലെ സുപരിചിതമായ കാഴ്ചയായിരുന്നു. അതുകൊണ്ടുതന്നെ രാജലക്ഷ്മിയുടെ കഥകൾ സ്വന്തം കഥകളായാണ് അനുവാചകർ ഉൾക്കൊണ്ടിരുന്നത്. എഴുതിയിരുന്നതിലെല്ലാം ജീവിതത്തിന്റെ ഇഴയടുപ്പമുണ്ടായിരുന്നു. 1940 കാലഘട്ടത്തിൽ ഒരു സ്ത്രീ, സ്ത്രീകളുടെ അന്തഃസത്തയ്ക്കുവേണ്ടി എഴുത്തിലൂടെ തനിയേ സഞ്ചരിച്ച് പൊരുതുകയായിരുന്നു. സ്ത്രീകളുടെ ജീവിതവും അഭിലാഷങ്ങളും ആനന്ദങ്ങളും തീരുമാനിക്കേണ്ടത് മറ്റാരുമല്ലെന്നും സ്വത്വം തിരിച്ചറിയപ്പെടുകയും സമൂഹത്തിൽ സ്വതന്ത്രമായി ഇടപെടുന്നവരായി, ആരോഗ്യമുള്ള വ്യക്തിത്വത്തിനുടമകളായി ജീവിക്കേണ്ടവരാണ് സ്ത്രീകളെന്നും അവർ എഴുതുകയും അഭിപ്രായപ്പെടുകയും തന്റെ കഥാപാത്രങ്ങളിലൂടെ പറയിക്കുകയും ചെയ്തു. രാജലക്ഷ്മിയുടെ രചനകളെ ലിംഗപദവി പഠനങ്ങളുടെ പരിപ്രേക്ഷ്യത്തിൽ വായിച്ചെടുക്കാൻ ശ്രമിക്കുകയാണ് ഇവിടെ.

രാജലക്ഷ്മിയുടെ മിക്ക കഥാപാത്രങ്ങളും സ്ത്രീകൾ ആയിരുന്നതിനാലും സ്ത്രീമനസ്സിന്റെ വിഭിന്നഭാവങ്ങൾ ഏറെ ഉൾക്കാഴ്ചയോടെ ആവിഷ്കരിക്കപ്പെട്ടതിനാലും എഴുത്തുകാരിയെന്ന നിലയിൽ പെട്ടെന്നുതന്നെ അവർ വായനക്കാരെ കീഴടക്കുകയായിരുന്നു. അവരുടെ ആഖ്യാനശൈലിയിലെ സവിശേഷത, പുതിയ തലമുറയ്ക്ക് സ്വീകാര്യവുമായിരുന്നു. അവരുടെ രചനകളിലൂടെ കടന്നുപോകുമ്പോൾ ഭാഷയുടെ ചാരുത നമ്മെ വല്ലാതെ ആകർഷിക്കും. ലളിതമായ ഭാഷയിൽ ജീവിതത്തിന്റെ ഭാവതലങ്ങൾ കോറിയിട്ടു. രണ്ടാം തരംഗഫെമിനിസത്തിന്റെ പ്രധാനപ്പെട്ട സവിശേഷതയായി എടുത്തുകാണിക്കാവുന്നത് ശരീരം, ഭാഷ എന്നിവയുടെ സങ്കൽപ്പനത്തിൽ ലിംഗപദവി വഹിക്കുന്ന പങ്കിനെക്കുറിച്ച് അത് ഉദ്ഘോഷിക്കുന്ന പുതിയ തിരിച്ചറിവുകളാണ്. പുരുഷന്മാരേക്കാൾ കൂടുതൽ പ്രകൃതിയോടും ശരീരത്തോടും ജീവശാസ്ത്രത്തോടും അടുത്തുനിൽക്കുന്നവർ സ്ത്രീകളാണെന്ന് എലിസബത്ത് ഗ്രോസ് പറയുന്നുണ്ട്. (1994:14)1 ലിംഗപദവിയുടെ അടയാളം പേറുന്ന ലിംഗവത്കൃതശരീരം (gendered body) ലിംഗ വത്കൃത ഭാഷ (gendered Language) എന്നീ കൽപ്പനകൾ തന്നെ അറുപതുകൾക്കുമുൻപ് ഏറെക്കുറെ അസാധ്യമായിരുന്നിരിക്കാനാണ് ഇട. താനുൾപ്പെടുന്ന മധ്യവർഗ്ഗസമൂഹത്തോടും അതിന്റെ നീതിശാസ്ത്രത്തോടും രാജലക്ഷ്മി നിരന്തരം കലഹിച്ചു അകാരണമായ ഒരു വിഷാദഭാവം ഈ എഴുത്തുകാരിയെ ആവേശിച്ചിരുന്നു. മലയാള സാഹിത്യത്തിലെ ഒരു പരിവർത്തനഘട്ടത്തെ പ്രതിനിധാനം ചെയ്തുകൊണ്ട് അതിന്റെ രൂപവും ഘടനയും ശൈലിയും അവർ പരീക്ഷണവിധേയമാക്കി.

ജീവിതത്തെ സ്നേഹിക്കുന്നവരാണ് രാജലക്ഷ്മിയുടെ കഥാപാത്രങ്ങളെല്ലാം. ഏകാന്തതയിൽ നിന്നും ശരണം തേടി അവർ ജീവിതത്തിന്റെ കയ്പ്പിലേക്കു യാത്ര ചെയ്യുന്നു. മാപ്പ് എന്ന കഥയിലെ കുടകൊണ്ട് മുഖം മറച്ചു നടക്കുന്ന രമ എന്ന അധ്യാപിക, ഏറ്റവും മനം മടുപ്പിക്കുന്ന സർവ്വനാമം ഞാൻ എന്നതാണെന്ന് വിശ്വസിക്കുന്നു. സാന്ത്വനം കൊതിക്കുമ്പോൾ പൊള്ളിക്കുന്ന അനുഭവങ്ങളിലൂടെ കടന്നുപോകേണ്ടിവന്ന ഏതൊരാൾക്കും രമയെ മനസ്സിലാക്കുവാൻ സാധിക്കും. ഭയത്തിന്റെ നിഴൽ മാത്രമല്ല, ത്യാഗത്തിന്റെ നിശ്ചലതയും രാജലക്ഷ്മിയിൽ കാണാം. മൂന്നുമാസത്തെ പണിക്കൂലിയായി കിട്ടിയ നോട്ടുകളുമായി ചെറിയ ബാഗും ഇറുക്കിപ്പിടിച്ചുകൊണ്ട് റീഡേഴ്സ് ബുക്ക് സ്റ്റാളിൽ കയറി

യ ശാരദ, പച്ചയും വെളുപ്പും ചുവപ്പും നിറഞ്ഞ വിവിധ പുസ്തകങ്ങൾ ചുറ്റും കണ്ടിട്ടും നിസ്സഹായയയാണ് പന്ത്രണ്ടു രൂപവിലവരുന്ന പുസ്തകം എടുക്കാൻ സാധിക്കാതെ, ഒടുവിൽ ബ്രദേഴ്സ് കാരമസോവ് ഉണ്ടോ എന്ന് ചോദിച്ച് രക്ഷപ്പെടാൻ ശ്രമിക്കുമ്പോൾ, ആ പുസ്തകം അവിടെ കാണരുതേ എന്ന് പ്രാർത്ഥിക്കേണ്ടി വരുന്നത് വീട്ടിലെ പട്ടിണികാരണമാണ്. ചാരുവെന്ന് വിളിപ്പേരുള്ള അവൾക്ക് തന്റെ പ്രിയപ്പെട്ടവന്റെ, 'നീ എന്നെ സ്നേഹിക്കുന്നില്ലേ' എന്ന ചോദ്യത്തെ നിശ്ശബ്ദതകൊണ്ട് നേരിടേണ്ടിവരുന്നതും ഒടുവിൽ തകർന്നുപോകുന്നതും അലിവില്ലാത്ത ഈ ലോകം കാരണമാണ്.

വിഭ്രമാത്മകതയും വിരഹവും രാജലക്ഷ്മിയെപ്പോലെ തന്നെ പ്രകടമായ കഥാപാത്രമാണ് ആത്മഹത്യ എന്ന കഥയിലെ നീരജ ചക്രവർത്തി. തൂവെള്ള നിറവും ചെമ്പിച്ച മുടിയും പൂച്ചക്കണ്ണുമുള്ള നീരജ, ഇരുപ്പിലും നടപ്പിലും വിഷാദത്തിന്റെ കഥ പറയുന്നവൾ ഭർത്താവിനാൽ തിരസ്ക്കരിക്കപ്പെട്ട്, സ്വയം ശരീരത്തെ പീഡിപ്പിച്ച് മരണത്തെ വരിക്കുന്ന നീരജ, ഉള്ളിന്റെ വിങ്ങലാകുമ്പോൾ പരാജിത എന്ന കഥയിലെ നിർമ്മല ഒറ്റയാക്കപ്പെട്ട അമ്മയാണ്. പെൺകുട്ടിയായി ജനിച്ചിരുന്നുവെങ്കിൽ ചിത്ര എന്ന് പേരിടാൻ വച്ചിരുന്നു, ഏഴു വയസ്സുള്ള രാജീവിന്റെ അമ്മ വിവാഹത്തിന് എട്ടു വർഷത്തിനുശേഷം മറൈൻ ബയോളജിയിൽ ഗവേഷണം നടത്താൻ വന്നവൾ. ഹോസ്റ്റലിൽ നിന്ന് മുടങ്ങാതെ കത്തുകൾ ഇടുന്ന മകന് താൻ ആരുമല്ല എന്ന തിരിച്ചറിവിൽ അവർ തകർന്നു പോകുന്നു മനുഷ്യരുടെ ഇടയിൽ വളരെ അകലെയാണ് താനെന്ന തോന്നൽ രാജലക്ഷ്മിയുടെ കഥാപാത്രങ്ങൾക്കെല്ലാമുണ്ട്.

ഇരുപതാം നൂറ്റാണ്ടിന്റെ ആദ്യപകുതിയിൽ ഒരാൾ ഇത്രയും വ്യത്യസ്തമായി ചിന്തിച്ചു എന്നതിനാലാവാം, ചുരുങ്ങിയ കാലം കൊണ്ട് സാഹിത്യബോധമുള്ള മലയാളികളുടെ മനസ്സിൽ ഇടം നേടാൻ അവർക്ക് സാധിച്ചത്. സ്വന്തം ജീവിതവും അറിയാവുന്നവരുടെ ജീവിതവും രാജലക്ഷ്മിക്ക് കഥാപാത്രങ്ങളായി സമൂഹത്തിന്റെ ചട്ടക്കൂടിനുള്ളിൽ തളയ്ക്കപ്പെട്ട സ്ത്രീകളും കുടുംബമെന്ന വ്യവസ്ഥിതി അവർക്കുമേൽ അടിച്ചേൽപ്പിക്കുന്ന മാനസിക സംഘർഷങ്ങളും രാജലക്ഷ്മിയുടെ കഥകളിലുണ്ടായിരുന്നു. വിദ്യാഭ്യാസം, തൊഴിൽ തുടങ്ങിയ മണ്ഡലങ്ങളിൽ പ്രതിനിധാനത്തിന്റെ പുതുതലങ്ങൾ രൂപപ്പെടുത്തി അവർ സ്ത്രീകളുടെ ലോകം നിർമ്മിക്കാൻ

ശ്രമിക്കുന്നത് കാണാം. കുടുംബഘടനയ്ക്കുള്ളിൽ വിശേഷിച്ച് സ്ത്രീകൾ അനുഭവിച്ചു വന്നിരുന്ന അവകാശങ്ങളും സ്വാതന്ത്ര്യവും മലയാളത്തിലെ ഒട്ടേറെ എഴുത്തുകാരികളെ സമൂഹികോന്മുഖരും സ്വതന്ത്രചിന്താഗതിക്കാരുമായി രൂപപ്പെടുത്തിയിട്ടുണ്ടെന്ന കാര്യം ശ്രദ്ധേയമാണ്. വ്യക്തി, സമൂഹം ഇവയ്ക്കിടയിലെ മധ്യവത്തിയാണ് കുടുംബം. രാഷ്ട്രീയാധിപത്യത്തിന് നിയന്ത്രണമില്ലാത്തിടത്ത് നിയന്ത്രണം ഉറപ്പാക്കുന്നത് കുടുംബത്തിലൂടെയാണ് എന്നാണ് ഇതിനെക്കുറിച്ച് മില്ലറ്റ് പറയുന്നത്. (1970: 55)2

കേരളീയ സമൂഹവും അതിന്റെ ഭൗതികാവസ്ഥയുമെല്ലാം രാജലക്ഷ്മിയെ രൂപപ്പെടുത്തിയെടുക്കുന്നതിൽ നിർണ്ണായക പങ്കുവഹിച്ചിട്ടുണ്ട്. സ്ത്രീയേയും എഴുത്ത് എന്ന സർഗ്ഗപ്രക്രിയയേയും തന്റെ ആഖ്യാനങ്ങളിൽ സംയോജിപ്പിച്ചുകൊണ്ടു പോകാൻ അവർ കഴിയുന്നത്രശ്രമിച്ചു നോക്കുന്നു. കാലത്തിനുമുമ്പേ നടന്നുകൊണ്ട് തൻറേതായ ഒരു വിനിമയശൈലി അതിവിദഗ്ധമായി അവർ ഉപയോഗിച്ചു. ലിംഗസംവാദത്തെ ഭാഷാസംവാദമായി കോർത്ത് കെട്ടാൻ വർഷങ്ങൾക്കുമുമ്പ് അവർക്ക് സാധിച്ചു.

സാമൂഹിക വിഷയങ്ങളിൽ മാത്രം ഒതുങ്ങിനിന്നിരുന്ന മലയാളനോവൽ സാഹിത്യത്തെ വ്യക്തിയുടെ ആത്മനൊമ്പരങ്ങളുടേയും പ്രത്യാശകളുടേയും ലോകത്തേക്ക് കൊണ്ടുപോകാൻ രാജലക്ഷ്മിക്ക് കഴിഞ്ഞു. സ്ത്രീമനസ്സിന്റെ ഒറ്റപ്പെടലും തീക്ഷ്ണവേദനകളും ആവാഹിച്ചെഴുതിയ സൃഷ്ടികൾ വായനക്കാരുടെ മനസ്സിൽ ഏറെ ചലനങ്ങൾ സൃഷ്ടിക്കുവാൻ തക്കശക്തിയുള്ളവയായിരുന്നു. ഏകാന്തതയും വേദനയും അനുഭവിക്കുന്ന കഥാപാത്രങ്ങളാണ് നോവലുകളിലും ചെറുകഥകളിലും ഏറെയുള്ളത്. ഒരു വഴിയും കുറേ നിഴലുകളും എന്ന നോവലിലെ മണി, ഹാൻഡ്കർച്ചീഫിലെ പെൺകുട്ടി, തെറ്റുകളിലെ ലേഡീഡോക്ടറും ഓപ്പോളും കൃഷ്ണൻകുട്ടിയും ഉച്ചവെയിലും ഇളം നിലാവും എന്ന നോവലിലെ ഡോക്ടർ വിമലയും മിനിയും ദേവുവും രതിയും എല്ലാവരും എഴുത്തുകാരിയെ നോക്കിക്കാണാനുള്ള ഉപകരണങ്ങളാണ്.

രമണി എന്ന പെൺകുട്ടിയുടെ മനസ്സിൽ വന്നു വീഴുന്ന നിഴലുകളുടേയും അതിനുള്ളിൽ തെളിയുന്ന വഴിയുടേയും ചിത്രീകരണമാണ് ഒരു വഴിയും കുറേ നിഴലുകളും. കോളേജ് പഠനകാലത്ത് അടുക്കാൻ ശ്രമിച്ച പുരുഷൻമാർക്കായി അവൾ പ്രണയം കരുതിവച്ചു. അന്തർമുഖിയും കവിതയെഴുതുന്നവളുമായ രമണി, മാധവമേനോന്റെ ഭാര്യാപദവി കൊതിച്ചുകൊണ്ട് തേടിവന്ന ആലോചന

കളൊക്കെയും തിരസ്കരിച്ചു. എന്നാൽ ആ മോഹവും അസ്തമിക്കുന്നു. ക്ഷയരോഗിയായിത്തീർന്ന അപ്പു എന്ന മുറച്ചെറുക്കന്റെ ഭാര്യയാകാൻ വിധിക്കപ്പെടുകയാണ് രമണി. ആഗ്രഹിച്ചതൊന്നും സ്വന്തമാക്കാനാകാതെ എല്ലാം ഉള്ളിലൊതുക്കി കഴിയാൻ വിധിക്കപ്പെടുന്ന സ്ത്രീ ജീവിതം ഈ നോവലിൽ രാജലക്ഷ്മി ആവിഷ്ക്കരിക്കുന്നു. തീവ്രമായ ആത്മപരതയുടെ സംഘർഷങ്ങളും സ്നേഹത്തിനായുള്ള രക്തസാക്ഷിത്വവും ഇവിടെയുണ്ട്. ഒരു സമൂഹത്തിന്റെ സാംസ്കാരിക നിയമാവലിക്കുള്ളിൽ സ്ത്രീകൾക്കും പുരുഷന്മാർക്കും എന്തുതരം സാമൂഹിക ധർമ്മങ്ങളാണ് നല്കപ്പെടുന്നത് എന്ന് പരിശോധിക്കുകയാണ് പ്രധാനമായും ലിംഗപദവി പഠനങ്ങൾ ചെയ്യുന്നത്. കേരളത്തിലെ ലിംഗപദവി പരിണാമത്തിന്റെ സവിശേഷ ഘട്ടത്തേയും അതിനു പിന്നിലുള്ള പ്രേരണകളേയും ജെ. ദേവിക അടയാളപ്പെടുത്തുന്നുണ്ട്. (2007:2728). 19-ാം നൂറ്റാണ്ടിന്റെ അവസാനത്തോടുകൂടി കൂടുതൽ ക്രിയാത്മകവും ചലനാത്മകവുമാകുന്ന ലിംഗപദവി മാറ്റങ്ങളുടെ ചരിത്രസന്ധിയാണിവിടെ സൂചിപ്പിക്കപ്പെടുന്നത്.

ലിംഗപദവി ശാക്തീകരണത്തിന്റെ പ്രഥമഘട്ടത്തിൽനിന്ന് സാമൂഹിക ഇടങ്ങളിലെ പ്രതിനിധാനത്തിന്റെ തലങ്ങളിലേക്കാണ് രാജലക്ഷ്മിയടക്കമുള്ള തലമുറ എത്തിച്ചേരുന്നത്. സ്ത്രീയെ വേറിട്ടു കാണാനും അവരുടെ സ്വത്വം വേർതിരിച്ചറിക്കാനുമാണ് അവർ ശ്രമിച്ചത്. സ്വാതന്ത്ര്യം കാംക്ഷിക്കുന്നവരാണ് രാജലക്ഷ്മിയുടെ നായികമാരെല്ലാം. അമർഷവും ആത്മപീഡനരതിയും വാശിയും സാഹസികതയും ഈഗോയും എല്ലാം കൂടിച്ചേർന്ന വ്യക്തിത്വം. എഴുത്ത് രാജലക്ഷ്മിയുടെ ഏറ്റവും ഗാഢമായ സ്വാതന്ത്ര്യപ്രഖ്യാപനമായിരുന്നു. എഴുത്തിന്റെ തലത്തിൽ ആധികാരികം എന്നു വിളിക്കാവുന്ന ഒരു പാരമ്പര്യം ഇല്ലാത്തതാണ് സ്ത്രീ സാഹിത്യത്തിന്റെ ഏറ്റവും വലിയ പരിമിതി എന്നാണ് വൂൾഫ് പറയുക. (2009:76)3

സ്ത്രീകൾതന്നെ രചയിതാക്കളായി വരുന്ന സവിശേഷപാരമ്പര്യങ്ങളെക്കുറിച്ച് (gynotext) പിന്നീട് പഠനങ്ങൾ സംസാരിക്കാൻ തുടങ്ങി. രാജലക്ഷ്മിയുടെ കൃതികളിലെ ആന്തരകലോക വർണ്ണന അക്കാലത്ത് ഒരു പുതുമയായിരുന്നു. ജീവിതം ബാഹ്യമായ ഒന്നുമാത്രമല്ല, ആന്തരികമായ ഒരു വശംകൂടി അതിനുണ്ട് എന്നു തെളിയിക്കാൻ അവർക്ക് കഴിഞ്ഞു. സ്ത്രീയുടെ മനസ്സ് അതിന്റെ എല്ലാഭാഗങ്ങളോടും തുറന്നു കാട്ടുന്ന കഥകൾ സ്ത്രീകളുടെ

വീക്ഷണത്തിലൂടെ അവതരിപ്പിക്കുകയായിരുന്നു എഴുത്തുകാരിയുടെ ലക്ഷ്യം. ശാരദയും രമണിയും അമ്മിണിയും വിമലയും നീരജയും നിർമ്മലാപണിക്കരുമെല്ലാം തന്നെ സ്വയം പൊരുതുന്നവരാണ്. അങ്ങനെയാണ് രാജലക്ഷ്മിപുതുമയുള്ള ഒരാവിഷ്കരണ സമ്പ്രദായത്തിന്റെ ഉടമയായി മാറിയത്.

രാജലക്ഷ്മിയുടെ നായികമാർ അഭ്യസ്തവിദ്യരും ഉദ്യോഗസ്ഥകളുമാണ്. വായിച്ചും പഠിച്ചും അറിവുനേടിയ ഇവർ ഉയർന്നചിന്താഗതികളും വീക്ഷണങ്ങളും സാംസ്കാരികമായ ഔന്നത്യവും പുലർത്തുന്നു. അവർക്ക് എന്തിനെക്കുറിച്ചും സ്വന്തമായ കാഴ്ചപ്പാടുകളുണ്ട്. നായികമാരുടെ വ്യക്തിത്വത്തിനനുസരണമായി കുടുംബത്തിലെ മറ്റംഗങ്ങൾക്ക് ഉയരാൻ സാധിച്ചില്ല എന്നുള്ളതും അവരുടെ ദുരന്തമാണ്. മകളിലെ ശാരദ, അഭിഭാഷകയാണ്. എന്നാൽ അത്രയും വിദ്യാഭ്യാസമുള്ള ആരും തന്നെ അവളുടെ വീട്ടിൽ ഉണ്ടായിരുന്നില്ല. അതുകൊണ്ടുതന്നെ ശാരദയെ മനസ്സിലാക്കാനും ഉൾക്കൊള്ളാനും മറ്റംഗങ്ങൾക്ക് കഴിഞ്ഞില്ല. മാപ്പിലെ രമ, കോളേജ് അധ്യാപികയാണ്. മാലതിയും വിമലയും ഡോക്ടർമാരാണ്. ഇവരുടെയെല്ലാം അനുഭവം ശാരദയുടേതിനു തുല്യമാണ്. കുടുംബാംഗങ്ങൾക്ക് പരസ്പരം സ്നേഹിക്കാനാകാതെ, മനസ്സിലാക്കാനാകാതെ, വീട്ടിൽ ശ്വാസംമുട്ടി കഴിയേണ്ടിവരുന്നു. തെറ്റുചെയ്യാതെ ശിക്ഷ അനുഭവിക്കേണ്ടിവരുമ്പോഴുള്ള കടുത്ത പ്രതിഷേധം, ഉള്ളിലെ ശക്തമായ വികാരവിക്ഷോഭങ്ങൾ പ്രകടമാക്കാൻ കഴിയാതെ വരുമ്പോഴുള്ള വീർപ്പുമുടൽ എന്നിവ നായികമാരിലെല്ലാം കാണാം.

സമാനമായ രീതിയിലാണ് പരാജിത, ഒരധ്യാപിക ജനിക്കുന്നു തുടങ്ങിയ കഥകളും കടന്നു പോകുന്നത്. നഷ്ടമാകുന്ന ജീവിതത്തെക്കുറിച്ചുള്ള വ്യാധിയും അവരുടെ നെഞ്ചിലുണ്ടായിരുന്നു. വിധിയുടെ തീരുമാനംകൊണ്ട് ദുരന്തകഥാപാത്രങ്ങളായി മാറുകയാണ് ഇവരോരുത്തരും. ഞാനെന്ന ഭാവത്തിലെ തങ്കത്തേപ്പോലെയുള്ളവർ കൈക്കൊള്ളുന്ന നടപടി ശ്രദ്ധേയമാണ്. സ്വയം ജീവിക്കാൻ മറന്നുപോകുന്നവരും മറ്റുള്ളവർക്കായി ജീവിക്കുന്നവരും; രാജലക്ഷ്മിയുടെ കഥാപ്രപഞ്ചത്തിന്റെ പൊതുസ്വഭാവം അതാണ്. വളരെ തീക്ഷ്ണമായ അനുഭവങ്ങളിലൂടെ കടന്നുപോകുമ്പോഴാണ് കവിതകളും അവർ എഴുതിയത്. 'മൃത്യോ, അങ്ങയിൽ ഞാൻ ജീവിക്കാൻ തുടങ്ങിയിരിക്കുന്നുവെങ്കിൽ' എന്ന കുമിളയിലെ വരികൾ മരണത്തോടുള്ള ആഭിമുഖ്യമായിക്കാണാം.

⏩ സാംസ്കാരിക സ്ത്രീവാദം ••••••••••••••

സ്ത്രീകളുടെ മാത്രമായ അനുഭവചിത്രീകരണത്തിലൂടെയാണ് രാജലക്ഷ്മിയുടെ കഥാലോകം ആവിഷ്കൃതമാകുന്നത്. മാത്രമല്ല സവിശേഷമായ നിലപാടുകൾ കഥകളിൽ സാന്ദർഭികമായി കടുത്ത യാഥാർത്ഥ്യത്തിന്റെ കാഴ്ചകളെ മൂർത്തവൽക്കരിക്കുകയും ചെയ്യുന്നു. സ്ത്രീപക്ഷ വിഷയത്തിന്റെ അതിരുകൾ കൂടുതൽ വികസിതമായി ലിംഗപദവിയുടെ പ്രതിരോധ വിചിന്തനത്തിന് ആക്കം കൂട്ടുന്ന വിധത്തിൽ പ്രമേയങ്ങൾ ഘടനാപരമായി വിസ്തൃതമാക്കുന്നു. ആത്മഹത്യ എന്ന ചെറുകഥ ഇത്തരത്തിൽ അടയാളപ്പെടുത്താവുന്നതാണ്. സഹപ്രവർത്തകരായ പുരുഷന്മാർ ആത്മഹത്യ എന്ന വിഷയത്തെക്കുറിച്ച് നടത്തുന്ന സംവാദത്തിനിടയിൽ അതിൽ നിന്ന് മൗനം ദീക്ഷിച്ച് അനിവാര്യമായ മറ്റൊരാത്മഹത്യയെക്കുറിച്ചുള്ള ആശങ്കയിലേക്കും അത് ഉണർത്തിയ ചില ഓർമ്മകളിലേക്കും കഥ സഞ്ചരിക്കുന്നു. എഴുത്തുകാരി സ്വയമേവ ഒരു കഥാപാത്രമായി നിന്നുകൊണ്ട് കഥ പറയുന്നരീതിയിലാണ് ആഖ്യാനം. ഉദ്യോഗസ്ഥയായ എഴുത്തുകാരിയുടെ അയൽക്കാരായി എത്തുന്ന ഉയർന്ന നേവി ഉദ്യോഗസ്ഥന്റെ ഭാര്യ നീരജാചക്രവർത്തിയുമായി അവർക്കുണ്ടാകുന്ന ആത്മബന്ധത്തിലാണ് കഥയുടെ പുരോഗതി. വ്യത്യസ്തമായ ഒരു ദാമ്പത്യബദൽ രൂപപ്പെടുത്തുന്ന അധികാരരാഷ്ട്രീയത്തെയാണ് കഥയിൽ ചർച്ച ചെയ്യുന്നത്.

സ്ത്രീ സമൂഹത്തിനു നേർക്ക് ദാമ്പത്യം ചില നിയമങ്ങളെ പരുവപ്പെടുത്തുന്നു. ഇവയെല്ലാം സാമ്പ്രദായിക സമൂഹത്തിലാണ് നിലനിൽക്കുന്നത്. ഈ ഒരു നിലയിൽനിന്ന് വഴുതിമാറുന്ന നീരജ ആശ്വാസം കണ്ടെത്തുന്നത് സമാന്തരമായ ഒരു പെൺസൗഹൃദത്തിലൂടെയാണ് ദാമ്പത്യത്തിനു സമാന്തരമായി രണ്ട് സ്ത്രീകൾ തമ്മിലുള്ള വൈകാരിക സ്നേഹബന്ധത്തെയാണ് കഥ കാണിച്ചുതരുന്നത്. കഥയുടെ ഘടനയിൽ കുടുംബത്തെയും ദാമ്പത്യത്തെയും അപനിർമ്മിക്കുന്നുണ്ട്. സ്നേഹത്തിന്റെ ജനാധിപത്യവും ഇവിടെ വെളിവാക്കുന്നു. ദാമ്പത്യഘടനയുടെ കെട്ടുപാടുകളിൽനിന്ന് രക്ഷപ്പെടുവാൻ വെമ്പുന്ന നീരജയെ കഥ പല വിധത്തിൽ അടയാളപ്പെടുത്തുന്നു. ലിംഗപദവിയും ശരീരവും ഒരു പെർഫോർമൻസാണ് എന്ന ജൂഡിത്ത് ബർട്ടലറുടെ നിരീക്ഷണം സമകാലിക കേരളീയ സമൂഹത്തെ വേറിട്ട രീതിയിൽ കാണുന്നതിന് പ്രേരിപ്പിക്കുന്നുണ്ട് (2007:144).4

വീട്ടിലെ സ്വതന്ത്രമായ അന്തരീക്ഷവും ഉയർന്ന വിദ്യാഭ്യാസ

വും സമൂഹത്തിലെ ഔദ്യോഗികപദവിയും സ്ത്രീയെന്ന നിലയിൽ അവരാർജ്ജിച്ചവ്യക്തിത്വവും എന്തിനെക്കുറിച്ചും സ്വതന്ത്രമായ കാഴ്ചപ്പാടുണ്ടാകുവാൻ കാരണമായി. അഭിപ്രായങ്ങൾ വ്യക്തമായി തുറന്നു പറയാനും തുറന്ന മനസ്സോടെ സർഗ്ഗാത്മക രചനകൾ നിർവ്വഹിക്കാനും അവർക്കു കഴിഞ്ഞത് അതുകൊണ്ടുതന്നെയാണ്. സഹജമായ വികാരങ്ങളെ ഉദാത്തവത്കരിച്ചു കാട്ടാൻ അവർ ഒരിക്കലും തയ്യാറായില്ല. പച്ചയായ സ്ത്രീയുടെ ആത്മഭാവങ്ങളാണ് അവർ ആവിഷ്കരിച്ചത്. ഏകാന്തതയും അന്തർമുഖത്വവും വിഷാദാത്മകതയും പലായനപ്രവണതയും മൃത്യുബോധവും ആത്മരതിയും എല്ലാംകൂടിച്ചേർന്നവരായിരുന്നു അവരുടെ നായികമാർ. രമണി, സ്വയം സൃഷ്ടിച്ചെടുക്കുന്ന ഒരു ഏകാന്തതയുണ്ട്. അവിടേയ്ക്കാണ് മാധവമേനോൻ എന്ന അധ്യാപകനോടുള്ള പ്രണയം കടന്നുവരുന്നത്. ജീവിതത്തോടുള്ള അടങ്ങാത്തപ്രണയം അപ്പോൾ രമണിയെ ഉന്മാദിയാക്കുന്നുണ്ട്. പക്ഷേ, അയാൾ മാറ്റക്കല്യാണമേ കഴിക്കൂ എന്നറിയുന്ന നിമിഷം അവളിലെ ജീവിതമോഹം നിരാശയിലേക്ക് കൂടുമാറുകയാണ്. മരണത്തിന് അവിടെ ഭൗതികാവസ്ഥയിൽ നിന്ന് ആത്മീയാവസ്ഥയിലേക്ക് പരിണാമം സംഭവിക്കുന്നു. ആ ആത്മീയാവസ്ഥയെ അംഗീകരിച്ചുകൊണ്ടാണ് രമണി ആശയ്ക്ക് വകയില്ലാത്ത അപ്പേട്ടന്റെ ജീവിതത്തിലേക്ക് ഇറങ്ങിപ്പോകുന്നത്. തനിക്ക് ഒരു ഉപകാരവുമില്ലാത്ത ഈ ജീവിതം ആർക്കെങ്കിലും ഉപകരിക്കുന്നെങ്കിൽ ആവട്ടെ എന്നാണ് അവളുടെ ഭാഷ്യം.

പ്രണയവും മോഹങ്ങളും നിഷേധിക്കപ്പെട്ട സാമൂഹികമായ വിലക്കുകൾക്കടിപ്പെട്ട് ശ്വാസം മുട്ടിക്കഴിയുന്ന സ്ത്രീ മനസ്സിന്റെ വിങ്ങലുകൾ ഹൃദയസംവേദന ക്ഷമമായ ഭാഷയിൽ രാജലക്ഷ്മി സമൂഹമനസ്സാക്ഷിക്ക് മുന്നിൽ പകർത്തിവെച്ചു. ഇളവെയിലും പൂക്കളും മഞ്ഞും മഴയും ഇഷ്ടപ്പെട്ടിരുന്ന ലീലയും സ്വപ്നങ്ങളുടെ ഇടവഴിയിലൂടെ സഞ്ചരിച്ച ഇന്ദിരയും ഓരോ സ്ത്രീയിലും ഉണ്ട്. ആത്മഹത്യ എന്ന കഥയിലെ നീരജ എന്ന കഥാപാത്രം സ്നേഹരഹിതമായ ദാമ്പത്യജീവിതത്തിൽ നിന്ന് മരണത്തിലൂടെ രക്ഷപ്പെടാൻ ആഗ്രഹിക്കുന്നവളാണ്. ഓരോ കഥയിലൂടെയും കടന്നുപോകുമ്പോൾ വ്യവസ്ഥിതിയോടു കലഹിക്കുന്ന എഴുത്തുകാരിയുടെ മനസ്സ് നമുക്ക് അറിയാനാകും. ഒരേസമയം അദമ്യമായ ജീവിതതൃഷ്ണയും മൃത്യുബോധവും പുലർത്തുന്നവരായി കഥാപാത്രങ്ങൾ മാറുന്നു.

▶▶ സാംസ്കാരിക സ്ത്രീവാദം ••••••••••••••

ലിംഗം, ലിംഗപദവി എന്നിവയെ സംബന്ധിച്ചുള്ള പുതുകാഴ്ചകളാണ് ലിംഗപദവി (Gender Studies) പഠനങ്ങൾ കൊണ്ടുവരുന്നത്. സ്ത്രീയുടെ സാഹിത്യവും മറ്റ് ആവിഷ്കാരങ്ങളുമെല്ലാം പുരുഷൻറേതിൽ നിന്നു വ്യത്യസ്തമാണെന്ന് ഇന്നെല്ലാവരും തിരിച്ചറിഞ്ഞുകഴിഞ്ഞിരിക്കുന്നു. സാഹിത്യത്തെ സംബന്ധിച്ചുള്ള കാഴ്ചപ്പാടുകൾ സ്ത്രീ കാഴ്ചപ്പാടിൽ വ്യത്യസ്തപ്പെട്ടിരിക്കുന്നുവെന്നും ഇന്നു തിരിച്ചറിയുന്നുണ്ട്.

കുടുംബത്തിലെയും സമൂഹത്തിലെയും തന്റെ കർത്തൃത്വങ്ങളുമായി ഏറ്റുമുട്ടിക്കൊണ്ട് മാത്രമേ ഒരു സ്ത്രീയ്ക്ക് സാഹിത്യസാംസ്കാരികമണ്ഡലങ്ങളിൽ വ്യാപരിക്കാൻ കഴിയുകയുള്ളൂവെന്ന് മനസ്സിലാക്കേണ്ടതുണ്ട്. ഒരു പ്രബലസങ്കൽപ്പനമായി ലിംഗപദവി മാറിക്കഴിഞ്ഞിരിക്കുന്നു എന്നുമാത്രമല്ല സ്ത്രീവാദപഠനങ്ങളിലെ ഒരു അനുബന്ധവിഷയമായി മാത്രം ഏറെക്കാലം നിലനിന്ന ആ സങ്കൽപ്പനം പുതിയ നൂറ്റാണ്ടിൽ സ്ത്രീവാദചിന്തയേയും ഫെമിനിസത്തേയും എല്ലാം ഉൾക്കൊള്ളുന്ന വിപുലമായ ഒരു വിഷയാന്തര വിജ്ഞാനമേഖലയിലേക്കുള്ള വാതായനമായി വർത്തിക്കാനും ആരംഭിച്ചിരിക്കുന്നു. ലിംഗപദവി പഠനം എന്ന വിഷയം അത്തരമൊരു വിഷയാന്തര പഠനമേഖലയുടെ പിറവിയേയാണ് വിളംബരം ചെയ്യുന്നത്.

കുറിപ്പുകൾ

1. To those facets of patriarchalthought that have in the past served to oppress women, most not tably the patriarchal rationelisation of male domination in terms of the, fragility, unrelability, or biological closeness to nature attributed to the female body and the subordinate character attributed to womenon account of the close connections between female Psychology and biology CGrosz, Elizebeth 1994:14)

2. Patriarchal marriage and the family with its ranks and division of labour playa large part in neforginy them(Kate Millett,1970: 55)

3. In light of this background, she considers the achievements of the major women novelists of the 19th century and reflects on the importance of tradition to an aspiringwriter.(woolf, Virginia, 2009:76)

4. We, women must become subjects and not objects is ahegemonic and artificial division. The notion of a subject is for them formed through repetition, through a practice of signification. (Butler, Judith, 2007:144)

ഗ്രന്ഥസൂചി

1. ഗ്രാമപ്രകാശ്, എൻ.ആർ. ഡോ. 2012 ഏകാന്തപഥിക രാജലക്ഷ്മി ജീവിതവും കൃതികളും എസ്പിസി.എസ് കോട്ടയം.

2. മ്യൂസ്മേരി ജോർജ്ജ്. ഡോ. 2021. ലിംഗപദവി വിശകലനങ്ങൾ വിചാരങ്ങൾ, ഭൂമിമലയാളം, ആലുവ.

3. രാജേഷ് എം. ആർ, ഡോ (എഡി) 2018 ലിംഗപദവി പഠനങ്ങൾ, ആത്മബുക്സ്, കോഴിക്കോട്.

4. ലീല.സി.പി ഡോ, 20017 രാജലക്ഷ്മി കഥയിലെ അവർദ്ധവിരാമം, ഗ്രീൻ ബുക്സ്, തൃശ്ശൂർ.

5. Butler, Judith 2007 Gender Trouble, Routledge.

6. Devika. J 2007Engendering individuals, Orient longmen, New.Delhi.

7. Gros Elizabeth, 1994 Volatile bodies, Routlesge, London.

8. Kate Millett, 1970 The sexual Politics, Columbia University Press, New york.

9. Woolf, Virginia 2009, A Room of one's own, ItogarthPress.

OO

8

സ്ത്രീസ്വത്വം ടി.ഡി.രാമകൃഷ്ണന്റെ കൃതികളിൽ

(ഫ്രാൻസിസ് ഇട്ടിക്കോര, സുഗന്ധി എന്ന ആണ്ടാൾ ദേവനായകി എന്നീ കൃതികളെ ആസ്പദമാക്കിയുള്ള പഠനം)

ഐശ്വര്യ ചന്ദ്രൻ

ടി.ഡി. രാമകൃഷ്ണന്റെ നോവലുകളിൽ സ്ത്രീയുടെ ലിംഗപദവി എങ്ങനെയാണ് നിർണ്ണയിക്കപ്പെടുന്നത് എന്ന അന്വേഷണമാണ് ഈ ലേഖനം. സുഗന്ധി എന്ന ആണ്ടാൾ ദേവനായകി, ഫ്രാൻസിസ് ഇട്ടിക്കോര എന്നീ രണ്ട് നോവലുകളെ താരതമ്യം ചെയ്താണ് ലേഖനം മുൻപോട്ട് പോകുന്നത്. ഫ്രാൻസിസ് ഇട്ടിക്കോരയിൽ ഉപഭോഗവസ്തു എന്ന നിലയിലാണ് സ്ത്രീയുടെ ലിംഗത്തെ നിർണ്ണയിച്ചിട്ടുള്ളത്. എന്നാൽ സുഗന്ധിയിൽ കുറച്ചുകൂടി സ്വത്വപ്രകാശനം സ്ത്രീക്ക് സാധ്യമാകുന്നുണ്ട്. എങ്കിലും ലൈംഗിക ഉപഭോഗവസ്തു എന്ന നിലയിലുള്ള സ്ത്രീയുടെ അസ്തിത്വത്തെ അത് റദ്ദാക്കുന്നില്ല. എഴുത്തും കാലവും എത്രയെല്ലാം മുൻപോട്ട് പോയാലും സ്ത്രീയുടെ സ്വത്വപ്രകാശനം അതിന്റെ പുതിയ സാധ്യതകൾ തേടിയാലും ലിംഗപദവി നിർമ്മിതിയിൽ ഇപ്പോഴും സ്ത്രീയുടെ ലൈംഗികത വിഷയമായി കടന്നുവരുന്നു. ഇതിനെ പ്രശ്നവത്ക്കരിക്കുകയാണ് ഈ പ്രബന്ധം. പുതിയ കാലത്ത് കൂടുതൽ വായിക്കപ്പെടുന്ന നോവലുകളും നോവലിസ്റ്റുകളും എങ്ങനെയാണ് ലിംഗപദവി നിർണയത്തിൽ പങ്കാളികളാകുന്നതെന്ന് ഈ ലേഖനം അടയാളപ്പെടുത്തുന്നു.

സമൂഹം നിർമ്മിച്ചെടുത്ത ശരീരസങ്കൽപ്പത്തിൽ നിന്നാണ് ലിംഗപദവി എന്ന ആശയം ഉണ്ടാകുന്നത്. ജൈവികമായ ചോദനകളുടെയും മാനസികാവസ്ഥകളുടെയും പ്രതിഫലനമാണ് ശരീരം. ജൈവികമായതോ പ്രകൃതി സൃഷ്ടിച്ചതോ ആണ് ലിംഗം എന്ന

ബോധമാണ് സമൂഹത്തിൽ ശക്തമായി നിലകൊള്ളുന്നത്. എന്നാൽ ഉത്തരാധുനിക ലിംഗപദവി പഠനങ്ങൾ ഇതിനെ പ്രശ്നവത്കരിക്കുന്നു. സ്ത്രീവാദലിംഗപദവി പഠനങ്ങൾ സമൂഹത്തിലെ അധികാരപ്രത്യയശാസ്ത്രങ്ങൾ നിർമ്മിച്ചെടുത്ത ഒന്നാണ് ശരീരവും ലിംഗവും എന്ന് വ്യക്തമാക്കുന്നു. ആൺ-പെൺ എന്ന ലിംഗവ്യവസ്ഥയിൽനിന്നും ആണത്തം പെണ്ണത്തം എന്ന സാമൂഹികപദവിയിലേക്കുള്ള പരിവർത്തനമാണ് ലിംഗപദവി. ലിംഗപദവി എന്നൊരു ജ്ഞാനമണ്ഡലം രൂപപ്പെടുന്നതിന് എത്രയോ മുൻപു തന്നെ സ്ത്രീകൾക്കു നേരെയുള്ള ആക്രമണത്തിന് എതിരെയുള്ള പ്രതിഷേധവും പോരാട്ടവുമായി സ്ത്രീവാദപദ്ധതികൾ വിലയിരുത്തപ്പെട്ടു. സമൂഹത്തിന്റെ അതിരുകളിലേക്ക് അരികുവത്കരിക്കപ്പെടുന്ന ഒരു വിഭാഗം രാഷ്ട്രീയമായി പ്രബുദ്ധരായതോടെ രാഷ്ട്രസംബന്ധിയായ സ്ത്രീവാദപാഠങ്ങളെ സ്ത്രീകൾ പ്രയോഗികമാക്കാൻ ശ്രമിച്ചു. ഉത്തരാധുനികതയുടെ പരിസരത്തിൽ പുരുഷപ്രത്യയശാസ്ത്രത്തിന് ഒരു ബദൽ എന്ന രീതിയിൽ സ്ത്രീവാദം രാഷ്ട്രീയമായി പ്രശ്നവത്കരിക്കുന്നു.

ഏകലിംഗസിദ്ധാന്തത്തിൽനിന്ന് ഇതര ഭാഷസാഹിത്യങ്ങൾ ബഹുദൂരം സഞ്ചരിച്ചെങ്കിലും മലയാളസാഹിത്യം ഇന്നും സ്ത്രീക്ക് കൃത്യമായ ഒരു സ്വത്വം നൽകിയിട്ടുണ്ടോ എന്ന കാര്യം സംശയമാണ്. സ്ത്രീ പ്രാതിനിധ്യങ്ങൾ നോവലിൽ ഉണ്ടായിട്ടുണ്ടെങ്കിലും മധ്യവർഗ്ഗ സവർണ്ണബോധത്തിലുള്ള സ്ത്രീസങ്കൽപങ്ങളാണ് നോവലുകളിൽ പ്രത്യക്ഷപ്പെട്ടത്. ചന്തുമേനോന്റെ ഇന്ദുലേഖ മുതൽ ഉത്തരാധുനിക നോവലുകൾവരെ പരിശോധിച്ചാൽ കാലകാലങ്ങളായി മലയാളനോവലിൽ ആവിഷ്ക്കരിച്ച സ്ത്രീയുടെ മാനസികവളർച്ചയും ശാരീരിക പ്രതിനിധാനവും എത്രത്തോളമാണെന്ന് മനസ്സിലാക്കാം. ആധുനികതയുടെ പുരോഗമനമൂല്യങ്ങളോട് ആഭിമുഖ്യം പുലർത്തുമ്പോഴും പുരുഷയുക്തി രൂപപ്പെടുത്തിയ ഭാവകത്വത്തിനനുസരിച്ചാണ് മലയാളനോവലുകൾ രചിക്കപ്പെട്ടത്. ലൈംഗികതയുടെ അതിപ്രസരവും ശരീരവർണ്ണനകളും രതിയുടെ ഫാൻറസികളുമൊക്കെ ഉത്തരാധുനിക നോവലുകളിൽ ധാരാളമായി കടന്നുവരുന്നുണ്ട്. സ്ത്രീലൈംഗികതയെക്കുറിച്ചുള്ള പുരുഷബോധ്യങ്ങൾ തന്നെയാണ് ഈ നോവലുകളിലെല്ലാം തന്നെ കടന്നുവരുന്നത്.

ഉത്തരാധുനിക നോവലിസ്റ്റായ ടി.ഡി. രാമകൃഷ്ണന്റെ കൃതികൾ പ്രമേയം കൊണ്ടും ആഖ്യാനരീതികൊണ്ടും ഏറെ പുതുമയു

ള്ളവയാണ്. ആഗോളവത്ക്കരണത്തിന്റെയും ഇന്റർനെറ്റിന്റെയും സാധ്യതകൾ പല രീതിയിൽ അദ്ദേഹം തന്റെ നോവലുകളിൽ ഉപയോഗിച്ചിട്ടുണ്ട്. ഈ കാലഘട്ടത്തിൽ ഏറെ വായിക്കപ്പെട്ട എഴുത്തുകാരിൽ ഒരാളാണ് ടി.ഡി. രാമകൃഷ്ണൻ. അദ്ദേഹത്തിന്റെ കൃതികളിൽ ഏറിയ പങ്കും ശക്തമായ സ്ത്രീ പ്രാതിനിധ്യം ഉള്ളവയാണ്. കഥാഗതിയെ മുൻപോട്ടു കൊണ്ടുപോകുന്നതും നിയന്ത്രിക്കുന്നതും പലപ്പോഴും സ്ത്രീകൾ തന്നെയാണ്. പ്രത്യക്ഷത്തിൽ സ്ത്രീകളുടെ കഥയാണ് എന്ന് തോന്നുമെങ്കിലും അവ ഒന്നുംതന്നെ ലൈംഗിക ഉപഭോഗവസ്തു എന്ന രീതിയിലുള്ള സ്വത്വപ്രകാശനത്തെ റദ്ദ് ചെയ്യാത്തതായി കാണാം.

കൊച്ചിനഗരത്തിലെ വളരെ ആധുനികമായ രീതിയിൽ പ്രവർത്തിക്കുന്ന 'ദി സ്ക്കൂൾ' എന്ന സ്ഥാപനനടത്തിപ്പുകാരായ മൂന്ന് യുവതികളിലൂടെയാണ് ഫ്രാൻസിസ് ഇട്ടിക്കോര എന്ന നോവൽ മുൻപോട്ട് പോകുന്നത്. കുന്നംകുളത്തെ പതിനെട്ടാം കൂറ്റുകാരുടെ കുലദൈവമായിരുന്ന ഫ്രാൻസിസ് ഇട്ടിക്കോരയുടെ പിന്മുറക്കാരൻ സേവ്യർ ഫെർണാണ്ടോ ഇട്ടിക്കോര സൽവാദോർ ഓപ്ഷൻ എന്ന അതിക്രൂരമായ യുദ്ധനീതിയുടെ കാലത്ത് അമേരിക്കൻ പട്ടാളത്തിൽ അംഗമായിരുന്നു. അയാൾ ഇറാക്കിലെ ഫലൂജയിൽ വച്ച് ഒരു സാധു ഇറാക്കിയുവതിയെ അതിക്രൂരമായി ബലാൽസംഗം ചെയ്ത് കൊലപ്പെടുത്തുന്നു. ആ സംഭവത്തോടെ കോരയുടെ ലൈംഗികാസക്തി മരവിക്കുകയാണ്. നഷ്ടപ്പെട്ട ലൈംഗികത നേടിയെടുക്കാനുള്ള അന്വേഷണത്തോടൊപ്പം സ്വന്തം സുഖത്തിന് എന്തും ചെയ്യാം എന്ന ചിന്ത അയാളെ നരമാംസഭോജനത്തിൽവരെ എത്തിക്കുന്നു. നരമാംസഭോജനമുൾപ്പെടെ ശരീരത്തിന്റെ ആഘോഷങ്ങളെല്ലാം നോവലിൽ ഏറെ ഹിംസാത്മകവും അരാജകവുമായി ആവിഷ്ക്കരിക്കുന്നു.

ഇട്ടിക്കോരയിൽ കടന്നുവരുന്ന സ്ത്രീ കഥാപാത്രങ്ങൾ എല്ലാ സവർണ്ണ സൗന്ദര്യ സങ്കല്പത്തിൽ നിർമ്മിക്കപ്പെട്ടവരാണ്. ക്ഷണനേരം കൊണ്ട് ലൈംഗികതയ്ക്ക് തയ്യാറാക്കുന്ന സ്ത്രീകൾ സ്വതന്ത്ര ലൈംഗികതയുടെ വക്താക്കളായി തോന്നാമെങ്കിലും സ്വതന്ത്രലൈംഗികതയുടെ മാനസിക ഉല്ലാസമോ സംതൃപ്തിയോ അവർ ആഗ്രഹിക്കുന്നില്ല. മറിച്ച് പെൺശരീരം ഒരു കമ്പോളചരക്കായി വസ്തുവത്ക്കരിക്കയാണിവിടെ. സ്ത്രീ എന്നാൽ ശരീരമാണ് എന്ന സമവാക്യമാണ് സ്ത്രീയുടെ വസ്തുവത്ക്കരണത്തിനു പിന്നിൽ പ്രവർത്തിക്കുന്നത്. പുരുഷ സംതൃപ്തിക്കുതകുന്ന

സൗന്ദര്യസങ്കൽപ്പമാണ് നോവലിസ്റ്റ് സ്ത്രീ കഥാപാത്രങ്ങൾക്ക് നൽകിയിരിക്കുന്നത് എന്നത് ശ്രദ്ധേയമാണ്. 'മുളകും പൊന്നും പെണ്ണും എല്ലാം വാങ്ങാനും വിൽക്കാനുമുള്ള ചരക്കുകൾ തന്നെയാണ്, കള്ളും പെണ്ണും ഒറ്റയ്ക്ക് മോന്തരുത്.' തുടങ്ങിയ സ്ത്രീ വിരുദ്ധമായ ഇട്ടിക്കോരയുടെ സുവിശേഷങ്ങൾ നോവലിൽ നിറഞ്ഞുനിൽക്കുന്നുണ്ട്. ഇതെല്ലാം അനുസരിക്കുകയും ലൈംഗിക സുഖത്തിൽ ഇതിനെയെല്ലാം അംഗീകരിക്കുകയും ചെയ്യുന്ന സ്ത്രീകളാണ് ഫ്രാൻസിസ് ഇട്ടിക്കോരയിലെ കഥാപാത്രങ്ങൾ എന്നത് ഖേദകരമാണ്.

ചരിത്രകഥാപാത്രമായ ഹൈപേഷ്യയുടെ അവതരണം പോലും ഇതിൽനിന്ന് വ്യത്യസ്തമല്ല. ഈജിപ്തിന്റെ തലസ്ഥാനമായിരുന്ന അലക്സാൻട്രിയ നഗരത്തിൽ ജീവിച്ചിരുന്ന ഹൈപ്പേഷ്യയുടെ ശരീരവർണ്ണനയും കാമാസക്തിയും നോവലിൽ ആഘോഷിക്കപ്പെടുന്നുണ്ട്. അവളുടെ, ആരെയും മുട്ടുകുത്തിക്കുന്ന ലൈംഗികതയും ശരീരത്തിന്റെ ദിവ്യാനുപാതവുമെല്ലാം നോവലിൽ ആവിഷ്ക്കരിക്കുന്നു. നോവലിൽ 'കോരക്ക് കൊടുക്കുക' എന്നൊരു ചടങ്ങിനെ കുറിച്ച് പറയുന്നുണ്ട്. പതിനെട്ടാം കൂറ്റുകാർക്കിടയിൽ വയസ്സറിയുന്ന പെൺകുട്ടികളെ ഒരു നിലവറയിൽ നഗ്നയായി അടച്ചിടുന്നു. അവളെ കോരപാപ്പൻ ലൈംഗികമായി ഭോഗിക്കുന്നു എന്ന് വിശ്വസിക്കുന്നു. അതിനുശേഷമാണ് അവർ പതിനെട്ടാം കൂറ്റുകാരിയായി മാറുന്നു.

നിലവറയിൽ അകപ്പെട്ട പെൺകുട്ടി ഏറെ ഭയത്തോടെ ഇരിക്കുകയും പിന്നീട് കോരപാപ്പൻ നൽകുന്ന ലൈംഗികസുഖത്തിൽ അവൾ അഭിരമിക്കുകയും ചെയ്യുന്നതായി നോവലിൽ പറയുന്നുണ്ട്. സ്ത്രീയെ ലൈംഗികാടിമകളായി കാണുന്ന പുരുഷയുക്തിയാണ് ഇവിടെയും കാണുന്നത്. ലൈംഗികത ആഘോഷിക്കുന്ന പുരുഷന്മാരെയും അതോടൊപ്പം പോൾ എൽദോഷിനെ പോലെ ലൈംഗികതയിൽ അഭിരമിക്കാത്ത പുരുഷകഥാപാത്രങ്ങളെയും ടി.ഡി, ഫ്രാൻസിസ് ഇട്ടിക്കോരയിൽ അവതരിപ്പിക്കുന്നുണ്ട്. എന്നാൽ സ്ത്രീകഥാപാത്രങ്ങൾ എല്ലാം ലൈംഗികതയിൽ അഭിരമിക്കുന്ന സ്ഥിരം വാർപ്പുമാതൃകകളിലേക്ക് ഒതുങ്ങിപ്പോയി.

ഫ്രാൻസിസ് ഇട്ടിക്കോരയിൽനിന്ന് വ്യത്യസ്തമായി സ്ത്രീസ്വത്വ പ്രകാശനം പ്രത്യക്ഷമാകുന്ന ടി.ഡി. രാമകൃഷ്ണന്റെ നോവലാണ് സുഗന്ധി എന്ന ആണ്ടാൾ ദേവനായകി മിത്തും ചരിത്രവും ഭാവനയും ഇഴചേർത്ത് ഉണ്ടാക്കിയ നോവലാണ് സുഗന്ധി എന്ന

ആണ്ടാൾ ദേവനായകി. എഡി ഒന്നാം നൂറ്റാണ്ടിൽ ജീവിച്ചിരുന്ന ദേവനായകി മുതൽ ശ്രീലങ്കൻ വിമോചന പോരാട്ടത്തിൽ പ്രതിരോധം തീർക്കുന്ന പെൺപോരാളികൾ വരെയുള്ള സ്ത്രീ ജീവിതത്തിന്റെ സാക്ഷ്യമാണ് ഈ നോവൽ.

ഒരു രാജ്യത്തിന്റെ ആഭ്യന്തരസംഘർഷങ്ങളുടെ ചരിത്രം ഈ സ്ത്രീകളുടെ ജീവിതത്തിലൂടെ അവതരിപ്പിക്കുകയാണ് ടി.ഡി രാമകൃഷ്ണൻ. 2001-ൽ ശ്രീലങ്കയിലെ സിഗിരിയിൽനിന്ന് കണ്ടെടുത്ത തൊള്ളായിരത്തിലേറെ വർഷം പഴക്കമുള്ള പാലി ഭാഷയിൽ എഴുതിയ സുസാന സുപിന എന്ന കൃതിയിൽ പരാമർശിക്കുന്ന കഥയായിട്ടാണ് ദേവനായകി എന്ന മിത്തിനെ ടി.ഡി. രാമകൃഷ്ണൻ അവതരിപ്പിക്കുന്നത്. സംഗീതവും നൃത്തവുമെന്നപോലെ ആയോധനമുറകളും അഭ്യസിച്ച ദേവനായകി തന്റെ ബുദ്ധിയിലൂടെ കാന്തളൂർ രാജ്യത്തിന്റെ മഹാറാണി വരെയായി മാറുന്നു. ബുദ്ധസന്യാസിയിൽനിന്ന് ജ്ഞാനമാർഗ്ഗം സ്വീകരിച്ച് ജ്ഞാനസരസ്വതിയായി മാറിയ ദേവനായകിയുടെ പ്രതിരൂപങ്ങളായാണ് സുഗന്ധിയെയും രജനി തിരിണഗാമയെയും നോവലിസ്റ്റ് അവതരിപ്പിക്കുന്നത്. സ്ത്രീയുടെ കാമാസക്തിയെ ഭയപ്പെടുന്ന കാന്തളൂർ മന്നൻ ഭാര്യമാരുടെ ലൈംഗികാവയവം താഴിട്ട് പൂട്ടുന്നതായി പറയുന്നുണ്ട്. ഇതിനെ ചോദ്യം ചെയ്യാൻ പ്രാപ്തയായ ദേവനായകിയെ ഈ നോവലിൽ കാണാം. സ്ത്രീയെ ഉപഭോഗത്തിനുള്ള ലൈംഗികവസ്തുവായി അവരോധിക്കുന്ന പുരുഷാധിപത്യമൂല്യങ്ങളെ ചോദ്യം ചെയ്യാൻ കഴിവുള്ള സ്ത്രീകഥാപാത്രങ്ങൾ ഈ നോവലിൽ കടന്നുവരുന്നു എന്നത് ശ്രദ്ധേയമാണ്. സ്ത്രീസുരക്ഷ എന്ന രീതിയിൽ സ്ത്രീയെ അസ്വതന്ത്രയാക്കുന്ന കാമത്തെ ആയുധമാക്കുന്ന സ്ത്രീകളാണ് ഈ നോവലിൽ ഉള്ളത്. 'എല്ലാ യുദ്ധങ്ങളും സ്ത്രീകൾക്കെതിരെയാണ്' എന്ന ആശയത്തെ മുന്നോട്ടുവെച്ചുകൊണ്ട് സ്ത്രീവിരുദ്ധ രാഷ്ട്രീയതയെ സമകാലികതയുമായി സംയോജിപ്പിക്കുന്ന നോവലാണ് സുഗന്ധി എന്ന ആണ്ടാൾ ദേവനായകി.

'സുഗന്ധി' അനുഭവിച്ച ക്രൂരതകളും പീഡനകളും നോവലിൽ അവതരിപ്പിക്കപ്പെടുന്നു. അത് സ്ത്രീവീക്ഷണത്തിൽനിന്ന് കൊണ്ടുള്ള ഒരു ബദൽ കാഴ്ചപ്പാട് നൽകുന്നു. എൽ.ടി.ടി.യിലെ പുരുഷാധിപത്യത്തെയും ഫാസിസത്തെയും വിമർശിച്ചതിന്റെ പേരിൽ കൊല ചെയ്യപ്പെട്ട സുഗന്ധി, ശ്രീലങ്കൻ വിമോചനപ്രവർത്തക രജനി തിരണഗാമ, ഈഴ പോരാളി തമിഴി, അങ്ങനെ ശക്തമായ ധാരാളം സ്ത്രീകഥാപാത്രങ്ങൾ ഈ നോവലിൽ ഉണ്ട്. ധൈര്യവും അവരു

ടെ തരത്തിലുള്ള മാതൃകകളും ടി.ഡി.രാമകൃഷ്ണൻ ഈ നോവലിലൂടെ ആവിഷ്ക്കരിക്കുന്നുണ്ട്.

ശക്തമായ സ്ത്രീകഥാപാത്രങ്ങളെ നോവലിൽ ആവിഷ്ക്കരിക്കുമ്പോഴും പുരുഷയുക്തിക്കനുഗുണമായ ചില ആഖ്യാനമാതൃകകൾ ടി.ഡി. പിൻതുടരുന്നതായി കാണാം. 'പുലയാടി മോൾ ഞെളിഞ്ഞിരിക്കുന്നത് കണ്ടില്ലെ' എന്ന് രാജസേവകൾ ദേവനായകിയെ അപമാനിക്കുമ്പോൾ തനിക്ക് ഉണ്ടായ അപമാനത്തേക്കാൾ താൻ കാരണം രാജാവിനുണ്ടായ അപമാനഭാരത്തെയോർത്ത് ദേവനായകി ഒരുപാട് കരഞ്ഞു എന്ന് പറയുമ്പോൾ പരമ്പരാഗതമായ സ്ത്രീസങ്കല്പത്തെ ഉദാത്തമാക്കുകയാണ് നോവലിസ്റ്റ്. രാജരാജന്റെ സ്ത്രീതല്പരതയോടുള്ള വിദ്വേഷത്തിൽ തുടങ്ങുന്ന രാജേന്ദ്രനോടുള്ള അടുപ്പം ഗുരു-ശിഷ്യൻ എന്ന നിലയിൽനിന്ന് വെറും സ്ത്രീയും പുരുഷനും എന്ന നിലയിലേക്ക് മാറി എന്ന് നോവലിൽ പരാമർശിക്കുന്നുണ്ട്. സ്വാഭാവികമായി സ്ത്രീ പുരുഷന് വിധേയയാണ് എന്ന പരമ്പരാഗത സങ്കൽപ്പമാണ് നോവലിസ്റ്റ് ഇവിടെ പിൻതുടരുന്നത്. ചരിത്രസംബന്ധിയായ കഥ രചിക്കുമ്പോഴും സ്ത്രീയെ ലൈംഗിക ഉപഭോഗവസ്തു എന്ന അസ്ഥിത്വത്തിലേക്ക് ഒതുക്കാനുള്ള ശ്രമം നോവലിന്റെ പലയിടത്തും ഉണ്ടായതായി കാണാം 'സുഗന്ധി എന്ന ആണ്ടാൾ ദേവനായകി' പെണ്ണിന്റെ കഥയാണ്. ഒരു രാജ്യത്തിന്റെ ആഭ്യന്തരം യുദ്ധങ്ങളുടെ നീറുന്ന ചരിത്രം പെൺജീവിതത്തിലൂടെ ആവിഷ്ക്കരിക്കുമ്പോഴും സ്ത്രീശരീരത്തെ വസ്തുവത്കരിക്കുന്ന തരത്തിലുള്ള ലൈംഗികതയുടെ അതിപ്രസരവും രതിയുടെ ഫാന്റസികളും ഈ നോവലിൽ ധാരാളമായി കാണാം.

അന്തർവൈജ്ഞാനികതയുടെയും സാങ്കേതികവിദ്യയുടെയും സാധ്യതകൾ തന്റെ നോവലിൽ ഉപയോഗിച്ച എഴുത്തുകാരനാണ് ടി.ഡി രാമകൃഷ്ണൻ. അദ്ദേഹത്തിന്റെ നോവലുകളിൽ ധാരാളം സ്ത്രീകഥാപാത്രങ്ങൾ കടന്നുവരുന്നുണ്ട്. എന്നാൽ പാരമ്പര്യമായി സമൂഹത്തിൽ അടിയുറച്ച പെൺസങ്കല്പ്പങ്ങളിൽ നിന്നു മാറി ചിന്തിക്കാൻ ഈ കഥാപാത്രങ്ങൾക്ക് സാധിക്കുന്നില്ല. സ്ത്രീ ലൈംഗികതയെക്കുറിച്ചുള്ള ഫാൻറസി സങ്കല്പ്പങ്ങളിലൂടെയാണ് ഈ നോവലുകൾ മുൻപോട്ടുപോകുന്നത്. ഉപരിവിപ്ലവമായി സ്ത്രീകഥാപാത്രങ്ങൾ പുരോഗമനവാദികൾ ആയി അവതരിപ്പിക്കുമ്പോഴും സ്ത്രീകഥാപാത്രങ്ങളെ പുരുഷകാമനയുടെ ശരീരങ്ങളായി നിർണ്ണയിക്കുന്നു. ഫ്രാൻസിസ് ഇട്ടിക്കോര അതിലൈംഗികതയുടെയും

രതിഫാന്റസികളുടെയും വക്താക്കളായ സ്ത്രീകഥാപാത്രങ്ങളെ അവതരിപ്പിക്കുമ്പോൾ സുഗന്ധി ശക്തരായ പോരാളികളായ സ്ത്രീകളെ അവതരിപ്പിക്കുന്നു. എന്നാൽ കാലാകാലങ്ങളായി മലയാളസാഹിത്യം നിർമ്മിച്ചുകൊണ്ടിരിക്കുന്ന വാർപ്പുമാതൃകകളിൽ നിന്ന് ഈ കഥാപാത്രങ്ങൾക്കും മുഴുവനായി മാറാൻ സാധിക്കുന്നില്ല എന്ന യഥാർത്ഥ്യം നിലനിൽക്കുന്നു.

ഗ്രന്ഥസൂചി

1. ആദില കബീർ, 2020, ലിംഗപദവിയും പ്രതിനിധാനങ്ങളും ടി.ഡി.രാമകൃഷ്ണന്റെ നോവലുകളെ മുൻനിർത്തിയുള്ള പഠനം. ഇറയം മലയാള റിസർച്ച് ജേണൽ, ശ്രീനീലകണ്ഠ സംസ്കൃത കോളേജ് പട്ടാമ്പി.

2. ജയകൃഷ്ണൻ, എൻ. 2011, പെണ്ണെഴുത്ത്, കേരള ഭാഷ ഇൻസ്റ്റിറ്റ്യൂട്ട്.

3. ജയകൃഷ്ണൻ, എൻ. 2011, ഫെമിനിസം, കേരള ഭാഷാ ഇൻസ്റ്റിറ്റ്യൂട്ട്.

4. ഹരികുട്ടൻനായർ, 2017, ആൽഫ മുതൽ ആണ്ടാൾ വരെ, ലെൻസ് ബുക്ക്.

5. ജി. ഉഷാകുമാരി, 2013, ഉടൽ ഒരു നെയ്ത്ത്.

OO

9

ദളിത് ഫെമിനിസവും കൊളോണിയൽ ആധുനികതയും 'കുഞ്ഞുലച്ചുമി'യിൽ

ഡോ. ബ്രിൻസി മാത്യു

സാഹിത്യത്തിന്റെയും ചരിത്രത്തിന്റെയും വഴികളിൽ ദലിത് സ്വത്വാവിഷ്കാരങ്ങൾക്ക് ശക്തമായ ഇടം കണ്ടെത്താൻ പലപ്പോഴും കഴിയാതെ പോയിട്ടുണ്ട്. പാർശ്വവത്കരിക്കപ്പെട്ടവരുടെ തനതുജീവിതം ആവിഷ്കരിക്കാൻ വരേണ്യർ വിമുഖതകാട്ടുകയും പരാജയപ്പെടുകയും ചെയ്തതാണ് പലപ്പോഴുമിതിനുകാരണം. കേരളീയ ദളിത് സ്ത്രീകളുടെ അതിജീവനവും മുന്നേറ്റവും അടയാളപ്പെടുത്തിയ നോവലാണ് കുഞ്ഞുലച്ചുമി. 2018-ൽ പ്രസിദ്ധീകരിച്ച ഈ നോവൽ രചിച്ചത് രാജു കെ. വാസുവാണ്. പുലയവികാരത്തിന്റെ നാടൻ വാമൊഴിഭാഷ കലർത്തിയാണ് രചന. കൊളോണിയൽ കാലത്തെ ഹൈറേഞ്ച് മേഖലയിലെ ദളിത്ജീവിതത്തെ ആവിഷ്കരിക്കുന്നതിനോടൊപ്പം സവിശേഷമായി ദളിത് സ്ത്രീജീവിതവും അവരുടെ ജീവിതസംഘർഷവും മുന്നേറ്റവും ഈ നോവൽ അവതരിപ്പിക്കുന്നു. കൊളോണിയൽ വിദ്യാഭ്യാസത്തെ ജന്മിത്വത്തിനും സവർണ്ണ മേധാവിത്വത്തിനും ബദലായി പ്രതിഷ്ഠിക്കാൻ ഈ നോവലിൽ പരിശ്രമിച്ചിരിക്കുന്നു. അധികാരത്തിന്റെ ജീർണ്ണിച്ച ആധിപത്യങ്ങളെ ചോദ്യംചെയ്യാനും നേരിടാനും അറിവിനെ ആയുധമാക്കിരിക്കുകയാണ് ഈ നോവലിൽ. അധികാരത്തിനും അസ്വാതന്ത്ര്യത്തിനുമെതിരെയുള്ള ഒരു ജനതയുടെ ചെറുത്തുനില്പും പ്രതിഷേധവും ഒത്തുചേരലും ഈ നോവലിന്റെ അടിയടരായി വർത്തിക്കുന്നു.

ലോകചരിത്രത്തിൽ പുരുഷമേധാവിത്വത്തെ ചോദ്യംചെയ്തുകൊണ്ട് കടന്നുവന്ന സ്ത്രീവാദപ്രസ്ഥാനം വിവിധഘട്ടങ്ങളിലൂടെ

ശ്രദ്ധേയമായ ഭാഗധേയത്വം വഹിച്ചു. സ്ത്രീവാദത്തിലെ ഒന്നാംതരംഗം ലിംഗപരമായ അസമത്വത്തിനെതിരെയും വോട്ടവകാശത്തിനുവേണ്ടിയും ഊന്നൽ കൊടുത്തപ്പോൾ ലിംഗപദവിയാണ് രണ്ടാം തരംഗം ചർച്ചചെയ്തത്. മൂന്നാംസ്ത്രീവാദതരംഗത്തിലാണ് ദലിത് ഫെമിനിസ്റ്റ് ചിന്താധാരകൾ കടന്നുവന്നത്. സ്ത്രീകൾ ഏകരൂപഗണമല്ലെന്നും സ്ത്രീകളുടെ പ്രശ്നങ്ങൾക്ക് വ്യത്യസ്ത മാനങ്ങൾ ഉണ്ടെന്നുമുള്ള യാഥാർത്ഥ്യം ഉൾക്കൊണ്ടുകൊണ്ടാണ് ദളിത് ഫെമിനിസം സജീവമാകുന്നത്. വർഗം, ജാതി, ലിംഗം എന്നിവയുടെ അടിസ്ഥാനത്തിൽ സ്ത്രീപ്രശ്നങ്ങളെ പരിശോധിക്കേണ്ടതിന്റെ ആവശ്യകത തിരിച്ചറിഞ്ഞുകൊണ്ടാണ് ദേശീയാടിസ്ഥാനത്തിൽ ദളിത് സ്ത്രീസംഘടന സ്ഥാപിക്കപ്പെടുന്നത്. ദളിത് ഭൂസമരങ്ങളും ദളിത് സാഹിത്യങ്ങളുമെല്ലാം ദളിത് ഫെമിനിസ്റ്റ് ചിന്തകളുടെ കടന്നുവരവിന് പ്രേരകമായിട്ടുണ്ട്. ജെൻഡർ എന്ന സാമൂഹിക സങ്കല്പത്തിന് ഉൾക്കൊള്ളാനാവാത്തവിധം ജാതി, സ്ത്രീ, തൊഴിലാളി എന്നിങ്ങനെ വ്യത്യസ്തമാനങ്ങളിൽ അടിച്ചമർത്തലിന്റെ ഭിന്നതലങ്ങൾ ദളിത് സ്ത്രീ ഇന്നും അനുഭവിക്കേണ്ടിവരുന്നുണ്ട്. മൂന്നാം ലോകരാജ്യങ്ങളിലെ സ്ത്രീകളുടെ പ്രശ്നങ്ങളെ ഒന്നാം ലോകസ്ത്രീപ്രശ്നങ്ങളുടെ മാതൃക ഉപയോഗിച്ച് മനസ്സിലാക്കാനാവില്ല. കറുത്ത സ്ത്രീവർഗ്ഗപ്രസ്ഥാനം (Black Feminism) ഇന്ത്യൻ ദളിത് സ്ത്രീവാദവുമായി കണ്ണിചേർത്തുകൊണ്ട് രൂപപ്പെട്ടതാണ് അധിനിവേശാനന്തരസ്ത്രീവാദം (Post colonial feminism). കൊളോണിയലനന്തരകാലത്തെ കറുത്തവർഗ്ഗക്കാരായ സ്ത്രീകളുടെയും പടിഞ്ഞാറൻ ഇതരനാടുകളിലെ സ്ത്രീകളുടെയും അവസ്ഥയാണ് ഇവിടെ ചർച്ചചെയ്യപ്പെടുന്നത്. ഒരു ദളിത് സ്ത്രീക്ക് ജാതിവ്യവസ്ഥയോടും ലിംഗാധിപത്യത്തോടും ഒരുപോലെ പോരാടേണ്ടതുണ്ട്. അതിനാൽ ദളിത് സ്ത്രീയുടെ വിമോചനപോരാട്ടം ഏറെ ദുഷ്കരമാണ്.

ലിംഗഅസമത്വത്തെയും ജാതിവ്യവസ്ഥയെയും സാമൂഹികജനാധിപത്യത്തിൽ അധിഷ്ഠിതമായി അഭിസംബോധനചെയ്തുകൊണ്ട് തനിക്ക് പിന്നിൽ ഒരു സ്ത്രീ സമൂഹത്തെ സുശക്തമായ രീതിയിൽ അണിനിരത്താൻ കഴിഞ്ഞ സാമൂഹികപരിഷ്കർത്താവായ മഹാരാഷ്ട്രയിലെ സാവിത്രി ബായി ഫൂലേ ആണ് ഇന്ത്യയിലെ സ്ത്രീവാദത്തിന്റെ മാതാവായി പരിഗണിക്കുന്നത്. ഗെയിൽ ഓംവേദ്, ശർമ്മിള രഗെ, കല്പന കണ്ണബീരാൻ, വസന്ത് കണ്ണബീരാൻ, അനുപമ റാവു, സിന്തിയ സ്റ്റീഫൻ, സ്വാതി മാർഗ്ഗരറ്റ് തുടങ്ങിയവർ ഇന്ത്യ

യിൽ ദളിത് സ്ത്രീവാദത്തിന് നൂതനചിന്താധാരകൾ നല്കിയവരാണ്. മറ്റ് ഇടങ്ങളിലെന്നപോലെ കേരളത്തിലെ ദലിത് സ്ത്രീകൾക്കും സമ്പത്ത്, വിഭവങ്ങൾ, വിദ്യാഭ്യാസം, തൊഴിൽ എന്നിവ നിഷേധിക്കപ്പെട്ടിരുന്നു. സി.എസ്. ചന്ദ്രിക 'കേരളത്തിലെ നവസാമൂഹികപ്രസ്ഥാനങ്ങൾ' എന്ന ലേഖനത്തിലും ജെ. ദേവിക 'കുലസ്ത്രീയും ചന്തപ്പെണ്ണും ഉണ്ടായതെങ്ങനെ' എന്ന ലേഖനത്തിലും കേരളത്തിലെ ജാതിവ്യവസ്ഥയെയും ദലിത് സ്ത്രീ അവസ്ഥകളെയും സുവ്യക്തമായി അവതരിപ്പിക്കുന്നുണ്ട്.

ദലിത്പ്രശ്നങ്ങളുടെ നിവാരണത്തിനൊപ്പം സ്ത്രീകൾക്ക് പൊതുസമൂഹത്തിനകത്ത് ലഭിക്കുന്ന അംഗീകാരവും കർതൃത്വപരമായ സ്ഥാനവും നേടിയെടുക്കാനാണ് ദലിത് ഫെമിനിസ്റ്റ് ചിന്താധാരകൾ പരിശ്രമിക്കുന്നത്. ഫെമിനിസം പൊതുവിൽ ലിംഗവിവേചനത്തെപ്പറ്റി സംസാരിക്കുമ്പോൾ ദലിത് ഫെമിനിസം വിവേചനങ്ങൾക്ക് അകത്തെ വ്യത്യസ്തതകളെപ്പറ്റി സംസാരിക്കുന്നു. ജാതി, വംശീയത, ലൈംഗികത ഇവയെല്ലാം വ്യത്യസ്ത അടരുകളാണ്.

സാഹിത്യത്തിന്റെയും ചരിത്രത്തിന്റെയും വഴികളിൽ ദലിത് സ്വത്വാവിഷ്കാരങ്ങൾക്ക് ശക്തമായ ഇടം കണ്ടെത്താൻ പലപ്പോഴും കഴിയാതെ പോയിട്ടുണ്ട്. പാർശ്വവത്കരിക്കപ്പെട്ടവരുടെ തനതുജീവിതം ആവിഷ്കരിക്കാൻ വരേണ്യർ വിമുഖതകാട്ടുകയും പരാജയപ്പെടുകയും ചെയ്തതാണ് പലപ്പോഴുമിതിനുകാരണം. ജീവിതാനുഭവങ്ങളുടെ ചൂടും കയ്പും ഏറ്റവർക്കുമാത്രമേ സത്യസന്ധമായ ആവിഷ്കാരം സാധ്യമാകൂ. 1960-കളിൽ മാത്രമാണ് പ്രത്യയശാസ്ത്രപരമായി ദലിതെഴുത്ത് എന്ന രീതിയിലുള്ള സാഹിത്യം കടന്നുവരുന്നത്. ദലിത് ചിന്തകൾ കൊളോണയലിസത്തെയും കൊളോണിയൽ ആധുനികതയെയും സ്വാംശീകരിക്കുകയും ചെയ്തിട്ടുണ്ട്. പുരുഷമേൽക്കോയ്മാ വ്യവസ്ഥിതിയിൽ സ്ത്രീകളെ അധികാരത്തിന് വിധേയമാക്കുന്നതിനാൽ ദളിത് സ്ത്രീയുടെ അവസ്ഥ കൂടുതൽ ദയനീയമാകുന്നു. സാമൂഹികമായും സാമ്പത്തികമായും വിദ്യാഭ്യാസപരമായും അടിച്ചമർത്തപ്പെട്ടവരാണ് കീഴാള ദളിത് ജനവിഭാഗങ്ങളിലെ സ്ത്രീകൾ. ദളിത് അരികുജീവിതം അടയാളപ്പെടുത്തിയ ദളിത് സാഹിത്യനോവലുകൾ നിരവധിയുണ്ടായിട്ടുണ്ട്. ഘാതകവധം, പുല്ലേലിക്കുഞ്ചു, സരസ്വതീവിജയം എന്നീ ആദ്യകാലനോവലുകൾ കൊളോണിയൽ ആധുനികത സൃഷ്ടിച്ച ദളിത് സാംസ്കാരിക മുന്നേറ്റങ്ങളെ അടയാളപ്പെടുത്തിയിട്ടുണ്ട്. രാഘവൻ അത്തോളിജിയുടെ ചോരപ്പരിശം, പ്രദീപൻ പാമ്പിരിക്കുന്നിന്റെ എരി,

വിനോയ് തോമസിന്റെ കരിക്കോട്ടക്കരി, എ.കെ. മോഹനന്റെ ഇന്റെ കണ്ണിന്റെ നേരെ നേരെ തുടങ്ങിയ നോവലുകൾ ദളിത് ജീവിതപരിസരങ്ങളെ ആഖ്യാനം ചെയ്യുന്നവയാണ്.

കേരളീയ ദളിത് സ്ത്രീകളുടെ അതിജീവനവും മുന്നേറ്റവും അടയാളപ്പെടുത്തിയ നോവലാണ് കുഞ്ഞുലച്ചുമി. 2018-ൽ പ്രസിദ്ധീകരിച്ച ഈ നോവൽ രചിച്ചത് രാജു കെ. വാസുവാണ്. പുലയവികാരത്തിന്റെ നാടൻ വാമൊഴിഭാഷ കലർത്തിയാണ് രചന. കൊളോണിയൽ കാലത്തെ ഹൈറേഞ്ച് മേഖലയിലെ ദളിത് ജീവിതത്തെ ആവിഷ്കരിക്കുന്നതിനോടൊപ്പം സവിശേഷമായി ദളിത് സ്ത്രീ ജീവിതവും അവരുടെ ജീവിതസംഘർഷവും മുന്നേറ്റവും ഈ നോവൽ അവതരിപ്പിക്കുന്നു. അവയ്ക്ക് പശ്ചാത്തലമായി ചരിത്ര സംഭവങ്ങളെ ഒന്നിനുമേൽ ഒന്നായി കോർത്തിണക്കിയിരിക്കുന്നു.

കൊളോണിയൽ ആധുനികതയുടെ സ്വാധീനം ഈ നോവലിലെ സ്ത്രീകഥാപാത്രങ്ങളുടെ ജീവിതത്തിൽ സവിശേഷമായി പ്രതിഫലിച്ചിരിക്കുന്നു. പേരുസൂചിപ്പിച്ചിരിക്കുന്നതുപോലെ നോവലിലെ മുഖ്യകഥാപാത്രം കുഞ്ഞുലച്ചുമിയാണ്. ഈ നോവൽ പങ്കുവയ്ക്കുന്ന ലിംഗസമത്വം, സ്ത്രീശരീരം, വസ്ത്രധാരണം, കുടുംബവ്യവസ്ഥ, വിദ്യാഭ്യാസമേഖല എന്നിവയിലെല്ലാം കൊളോണിയൽ ആധുനികതയുടെ സ്വാധീനം കാണാം.

കേരളത്തിലെ സ്ത്രീകൾക്ക് സ്വന്തം ഇഷ്ടപ്രകാരം വസ്ത്രം ധരിക്കാൻപോലും കഴിയാതിരുന്ന ഒരു പൂർവ്വചരിത്രമുണ്ട്. സമത്വത്തിനുള്ള അവകാശം തുല്യഅവസരത്തിനുള്ള അവകാശം, സ്വാതന്ത്ര്യം എന്നീ ആശയങ്ങൾ കൊളോണിയൽ സ്വാധീനഫലമായി കടന്നുവരുന്നു. 'അപരിഷ്കൃതരും അന്ധവിശ്വാസികളുമായ ഇന്ത്യാക്കാർക്ക് ശരിയായ അറിവുപകർന്നുകൊടുക്കുകയായിരുന്നു കൊളോണിയൽ അജണ്ട' (2019:151).

കൊളോണിയൽ ആധുനികതയുടെ സാംസ്കാരിക യുക്തിബോധം ഉൾക്കൊണ്ട കുഞ്ഞുലച്ചുമി ചരിത്രത്തിൽ കീഴൊതുക്കപ്പെട്ട പെണ്ണല്ല; ഉയിർത്തെഴുന്നേല്ക്കപ്പെട്ടവളാണ്. വിദ്യാഭ്യാസത്തിലൂടെ വിമോചനത്തിലേക്ക് നടന്നടുത്ത കഥാപാത്രമാണ് കുഞ്ഞുലച്ചുമി. ഭൂതകാലചരിത്രത്തിന്റെ കഥകൂടി ചുരുൾനിവരുന്ന ആഖ്യാനശൈലിയാണ് രാജു കെ. വാസു സ്വീകരിച്ചിരിക്കുന്നത്. മേലാളവർഗ്ഗത്തിന്റെ സാമൂഹ്യവ്യവഹാരങ്ങൾക്ക് എതിരെ നടന്ന പോരാട്ടങ്ങൾ നോവലിലെ കഥാപാത്രങ്ങളുടെകൂടി അനുഭവങ്ങളായി മാറുന്നു. നിരവധി ചരിത്രനേതാക്കന്മാരും സാമൂഹിക നവോത്ഥാന സംഭവ

ങ്ങളും നോവലിന് പരഭാഗശോഭ പകരുന്നു. അംബേദ്കർ, അയ്യങ്കാളി, പൊയ്കയിൽ അപ്പച്ചൻ, അക്കാമ്മ ചെറിയാൻ, ടി.എം. വർഗ്ഗീസ്, സി. കേശവൻ, സർ സി.പി., സുഭാഷ് ചന്ദ്രബോസ്, മഹാത്മജി, സുഭാഷ് ത്രിപുരി, അബ്ദുസാഹിബ്, മൺറോസായ്പ്, മാർത്താണ്ഡവർമ്മ തുടങ്ങി നിരവധി നേതാക്കളും ദാക്ഷായണിപോലുള്ള ചരിത്രതാരങ്ങളും നോവലിൽ കഥാപാത്രങ്ങളായി വരുകയോ സൂചിപ്പിക്കപ്പെടുകയോ ചെയ്തിട്ടുണ്ട്. നിവർത്തനപ്രക്ഷോഭം, ഒന്നാംലോകമഹായുദ്ധം, ഇന്ത്യൻ സ്വാതന്ത്ര്യസമരം, ഹിന്ദു-മുസ്ലീം ലഹള, ഇന്ത്യൻ നാഷണൽ കോൺഗ്രസ് മീറ്റിങ്ങുകൾ തുടങ്ങി നിരവധി ചരിത്രസംഭവങ്ങളും നോവലിൽ പരാമർശിച്ചിട്ടുണ്ട്.

നിവർത്തനപ്രക്ഷോഭക്കാരുടെ ആവശ്യങ്ങൾ രാജാവ് സമ്മതിച്ചറിഞ്ഞ് പഴയ പടക്കുറുപ്പന്മാരുടെ പാരമ്പര്യപ്പെരുമയുള്ള കാരിക്കൽ വീട്ടിൽ ശങ്കരപ്പിള്ള, പെലേനും പറയനുമെതിരെ നടത്തുന്ന പ്രക്ഷോഭം തിരുവല്ലാ പട്ടണത്തെ ഇളക്കിമറിക്കുന്നത് ചിത്രീകരിച്ചുകൊണ്ടാണ് നോവൽ ആരംഭിക്കുന്നത്. അപരിചിതനായ ഒരു ഡ്രൈവറുടെ കുത്തേറ്റ് ശങ്കരപ്പിള്ള കൊല്ലപ്പെട്ടതിനെത്തുടർന്ന് അവിടെയുള്ള പെലേരും പറയരും നാടുവിടുന്നു. അങ്ങനെയാണ് കുഞ്ഞാച്ചിയും ചോതനും കുഞ്ഞുലക്ഷ്മിയടക്കമുള്ളവരും അവരുടെ മക്കളും ഹൈറേഞ്ചിൽ എത്തപ്പെടുന്നത്. മച്ചുനന്റെ പെങ്ങളുടെ വീട്ടിൽ എത്തപ്പെട്ട ആ കുടുംബം അവിടെ പുതിയ ജീവിതം കരുപ്പിടിപ്പിക്കുന്നു. മൺറോ സായ്പിന്റെ മകൾ ഏതൽ ദി ലെതൽ മദാമ്മ ധൈര്യപൂർവ്വം തനിക്ക് ഗുഡ്മോർണിംഗ് പറഞ്ഞ കുഞ്ഞുലക്ഷ്മിയിൽ ആകൃഷ്ടയാവുകയും തന്റെ ഇഷ്ടസുഹൃത്തായിരുന്ന ഏയ്ഞ്ചലിന്റെ രൂപം അവളിൽ ദർശിക്കുകയും ചെയ്തു. 'ഇംഗ്ലണ്ടിലെ ക്ലാസ്മുറികളിൽ എവിടെയോ കേട്ട കരുത്തുറ്റ ശബ്ദം! അതാണ് ഏതലിനെ പിടിച്ചുനിർത്തിയത്. ഇന്ത്യൻ കാടുകളിൽ നിന്ന് ചെല്ലുന്നവർ കുറച്ചുനാൾ വരെയെങ്കിലും അനുഭവിക്കേണ്ടുന്ന വിവേചനത്തിൽനിന്ന് കൈപിടിച്ച് മുമ്പിലേക്ക് നടത്തിച്ച ശബ്ദം. അതായിട്ടാണ് ഏതൽ കുഞ്ഞുലക്ഷ്മിയെ മനസ്സിലാക്കിയത്' (2018:22).

തുടർന്ന് കുഞ്ഞുലച്ചുമിയെ ദത്തുപുത്രിയായി ഏതൽ സ്വീകരിക്കുകയും അവൾക്ക് ഇംഗ്ലീഷ് വിദ്യാഭ്യാസത്തിനുള്ള സൗകര്യം ഒരുക്കിക്കൊടുക്കുകയും ചെയ്തു. മദാമ്മയുടെ ഡ്രൈവർ മുനിയാണ്ടി പറഞ്ഞ കഥ കുഞ്ഞുലക്ഷ്മിയെ നൊമ്പരപ്പെടുത്തി. തിരുവന

ന്തപുരത്തുനടന്ന ഷൂട്ടിംഗിൽ നായരുകുട്ടിയായി വേഷം കെട്ടിയത് ഒരു പെലപ്പെണ്ണാണ്. എന്നാൽ അയിത്തം പറഞ്ഞ് പിന്നീട് കൊട്ടക തല്ലിപ്പൊളിച്ചതാണ് കുഞ്ഞുലച്ചുമിയെ വേദനിപ്പിച്ചത്. ദലിതർക്കുവേണ്ടി അനുകൂലനിലപാട് സ്വീകരിക്കുകയും പിന്നീട് അവഗണിക്കുകയും ചെയ്യുന്ന രീതി ഇന്നും തുടരുന്നു. കുഞ്ഞുലച്ചുമിയെ സ്വന്തം സഹോദരിയായി കാണാൻ ഏതൽ മദാമ്മയുടെ ഏകമകൾ കാത്തിക്കും കഴിഞ്ഞു. കുഞ്ഞുലച്ചുമിയുടെ തുടർപഠനം കോട്ടയത്തെ ബേക്കർ മെമ്മോറിയൽ സ്കൂളിലായിരുന്നു. ഹെഡ്മിസ്ട്രസ് മിസ് ഈസ്റ്റിനെ വിളിച്ച് സെക്കൻഡ് ഫോമിൽ അഡ്മിഷൻ ശരിയാക്കി. ഇംഗ്ലീഷ് പഠനം പൂർത്തിയാക്കി കോട്ടയത്ത് പഠനം തുടർന്നുകൊണ്ടിരിക്കുന്ന കുഞ്ഞുലച്ചുമിയോട് ബഹുമാനമാണ് പിതാവായ ചോതനുപോലും. 'എടീ' എന്ന് അവരിപ്പോൾ വിളിക്കാറില്ല. മോളേ എന്നുവിളിക്കാൻപോലും പേടി. പൊയ്കയിൽ അപ്പച്ചന്റെ പ്രത്യക്ഷ രക്ഷാസഭയിലെ അംഗമായ ദേവേന്ദ്രൻ കൊച്ചുതമ്പുരാനുമായുള്ള വിവാഹ ആലോചന വന്നെങ്കിലും ചക്കി അവളുടെ പഠനം മുന്നിൽകണ്ട് തടസം പറയുകയാണ്. 'ഇതു എന്നുടെ കുട്ടി. അവളെ നാനേ പഠിക്കവെച്ചിറുക്കേ അപ്പോ നാൻ ശൊന്ന മാതിരിയെ നടക്കണം' (2018:81) എന്നായിരുന്നു ഏതലിന്റെയും തീരുമാനം.

കോട്ടയത്തെ പഠനകാലം കുഞ്ഞുലച്ചുമിക്ക് മുറിവുകൾ സമ്മാനിച്ചു. സഹപാഠികൾ ജാതിഭേദത്തോടെ പെരുമാറിയത് അവളെ ദു:ഖിപ്പിച്ചു. 'ഏകദൈവമായിരുന്നാലും കോടി ദൈവങ്ങളായിരുന്നാലും സമൂഹത്തിന്റെ പര്യമ്പറത്തുതന്നെയാണ് കുഞ്ഞുലക്ഷ്മിക്ക് സ്ഥാനം ലഭിച്ചത്' (2018:93). ഈ ദുരനുഭവം മനസ്സിലാക്കിയ ഏതൽ മദിരാശിയിൽ വിമൺസ് ക്രിസ്ത്യൻ കോളേജിലേക്ക് അവളെ പഠനത്തിനയയ്ക്കുകയും കോളജ് പ്രിൻസിപ്പാൾ മിസ് എലിനോർ റിവെറ്റിന്റെ പക്കൽ അവളെ പരിചയപ്പെടുത്തുകയും ചെയ്യുന്നു. പിന്നീട് കുഞ്ഞുലച്ചുമി സ്ക്രിപ്ചർ ക്ലാസ്സുകളിലും മറ്റും പങ്കെടുത്ത് വ്യക്തമായ സമൂഹ്യരാഷ്ട്രീയ അവബോധം നേടി. വിദ്യാഭ്യാസപദ്ധതികളും സമകാലിക രാഷ്ട്രീയവികാസങ്ങളും ആഗോള രാഷ്ട്രീയ വ്യവസ്ഥയും എല്ലാം കുഞ്ഞുലച്ചുമി എന്ന അതിബുദ്ധിമതിയായ പെൺകുട്ടിക്ക് നിഷ്പ്രയാസം വഴങ്ങി. കുഞ്ഞുലച്ചുമിയുടെ പ്രാഭവം മനസ്സിലാക്കിയ അംബേദ്കർ തന്റെ സംവാദത്തിനുശേഷം പറഞ്ഞത് 'I wish if she had reincarnated as my daughter' (2018:101) എന്നാണ്. തുടർന്ന് ഇന്ത്യൻ സ്വാതന്ത്ര്യ

സമരത്തിൽ പങ്കുചേരുകയും ഹിന്ദുമുസ്ലീം ലഹളയുടെ മുറിവുകളേറ്റവരെ ഗുജറാത്ത്, ഡൽഹി തുടങ്ങി വിവിധയിടങ്ങളിൽ പോയി സാന്ത്വനിപ്പിക്കുകയും വിദ്യാർത്ഥിസംവാദങ്ങളിൽ ചുറുചുറുക്കോടെ പങ്കുചേരുകയും ചെയ്യുന്ന ധീരവനിതയായി അവൾ മാറി. സ്വതന്ത്ര ഇന്ത്യയുടെ ഭരണഘടന നിലവിൽ വന്ന ദിവസം കൂടിയ മീറ്റിങ്ങിൽ ഭരണഘടനയിൽ സമത്വത്തിന്റെയും സാഹോദര്യത്തിന്റെയും സ്വാതന്ത്ര്യത്തിന്റെയും മാറ്റ് തെളിയിക്കുന്ന പ്രസംഗമാണ് കുഞ്ഞുലച്ചുമി അവതരിപ്പിച്ചത്. ബോംബെയിലെ Tata Institute of Social Science ൽ പ്രവേശനം ലഭിച്ച കുഞ്ഞുലച്ചുമിയുടെ ജീവിതം വർണ്ണാഭമായിരുന്നു. റ്റിസ്സിൽ ഫാക്കൽറ്റിയായി അവൾക്ക് ജോലി ലഭിച്ചു. എങ്കിലും പിന്നീട് ഫാക്കൽറ്റിയിലെ ചേരിതിരിവ് തിരിച്ചറിഞ്ഞ അവൾ ആ ജോലിയും ഏതലിന്റെ ഇംഗ്ലണ്ടിലേക്കുള്ള ക്ഷണവും നിരസിച്ച്; തന്നെ ആവശ്യമുള്ള, തന്നെ കാത്തിരിക്കുന്ന ജനതയുടെ ഇടയിലേക്ക് മടങ്ങി.

വിദ്യാഭ്യാസത്തിലൂടെ കരുത്താർജ്ജിച്ച് ധൈര്യവും ബുദ്ധിയും കാര്യക്ഷമതയും തെളിയിച്ച് സ്വന്തം നാടിന്റെ അഭ്യുന്നതിക്കായി തിരിച്ചുവരുന്ന ധീരയായ പെൺകുട്ടിയാണ് കുഞ്ഞുലച്ചുമി. ഇത് ദളിത് യുവതിയുടെ മുന്നേറ്റത്തിന്റെ കഥയാണ്. ഇംഗ്ലീഷ് വിദ്യാഭ്യാസം അവളുടെ ഭാഷയിലും പെരുമാറ്റങ്ങളിലും കൂടുതൽ പരിവർത്തനമുണ്ടാക്കി. കുഞ്ഞുലക്ഷ്മിയുടെ ഭാഷാരീതിയിലും പെരുമാറ്റത്തിലും ആഢ്യത്വം കൈവരുന്നു. ഏതൽ മദാമ്മയെപ്പോലുള്ള നടത്തം, കൂസലില്ലാത്ത ഭാവം. എല്ലാവരെയും പരിഹാസരൂപേണ നോക്കിക്കാണുന്ന ആറുമുഖം കങ്കാണിക്കുപോലും കുഞ്ഞുലച്ചുമിയെക്കുറിച്ച് അഭിപ്രായം പറയാൻ പേടി. നോവലിന്റെ അവസാനം കാണുന്നത് സമൂഹം അസ്പർശ്യ ആയികണ്ടിരുന്ന ദളിത്പെൺകുട്ടി കുഞ്ഞുലക്ഷ്മിയുടെ കാൽതൊട്ടുവന്ദിക്കുന്ന ബംഗാൾക്കാരി അപർണ സഹയെയാണ്. 'You are God's grace, Never touch any bodies feet.' എന്ന് തന്റെ വളർത്തമ്മയായ ഏതൽ മദാമ്മയെപ്പോലെ പറയാൻ പറ്റിയ ബൗദ്ധികവും മാനസികവുമായ ഉയർച്ച അവൾ നേടിയിരുന്നു.

നോവലിന്റെ വിവിധ ഭാഗങ്ങളിൽ അക്കാലത്ത് നിലവിലിരുന്ന ജാതീയവും ലിംഗപരവുമായ അസമത്വങ്ങളെക്കുറിച്ചുള്ള സൂചനകളുണ്ട്. അതിൽ പ്രധാനപ്പെട്ടതാണ് ദാക്ഷായണിയുടെ കോളേജ് ജീവിതം. എറണാകുളം മഹാരാജാസ് കോളേജിൽ പഠിച്ച ആദ്യദളിത് പെൺകുട്ടിയായ ദാക്ഷായണിക്കും അനുഭവിക്കേണ്ടിവന്നത്

ജാതീയമായ വേർതിരിവുകളാണ്. കെമിസ്ട്രി ലാബിലെ അനുഭവം വിവരിക്കുന്നതിപ്രകാരമാണ്. എല്ലാ കുട്ടികളെയും പോലെ ദാക്ഷായണിയുടെ പേര് വിളിച്ചപ്പോൾ 'നീ അയിത്തക്കാരിയല്ലേ അങ്ങോട്ടു മാറിനിൽക്ക്' എന്നായിരുന്നു അവൾ കേട്ട മറുപടി. തൊട്ടും തൊടാതെയുമുള്ള മൂന്നുവർഷം. കെമിസ്ട്രി ലാബിൽ കേട്ടും കണ്ടും നിന്ന് പഠിച്ചു. ഒറ്റയ്ക്ക് ചെയ്തുറപ്പിച്ചു. ആൺകുട്ടികളും പെൺകുട്ടികളും ദാക്ഷായണിയോട് മത്സരിച്ചു (2018:53). വേർതിരിവുകളോട് മത്സരിച്ച് ജയിച്ച ദാക്ഷായണിയെപ്പോലെ തന്റെ മകളും പഠിക്കണമെന്നായിരുന്നു ചോതന്റെ ആഗ്രഹം. മഹാരാജാസ് കോളേജിലെ മറ്റൊരനുഭവം പറയുന്നിടത്ത് 'പന്തിഭോജനത്തിൽ പങ്കെടുത്താൽ കറുപ്പ് പകരുമോ എന്ന് പേടി' എന്നു പറയുന്നതിൽ നിന്ന് ജാതി വർണ്ണവ്യവസ്ഥ ശക്തമായിരുന്ന കാലസൂചനയാണ് ലഭിക്കുക.

പെലേത്തികളും പറയത്തികളും സമൂഹത്തിന്റെ മുമ്പിൽ സ്വാതന്ത്ര്യമോ ആദരവോ ലഭിക്കാതെ പേടിച്ചരണ്ട കള്ളിമാരെപ്പോലെ പ്രത്യക്ഷപ്പെട്ടിരുന്നതിനാലാണ് പെലക്കള്ളി, പറക്കള്ളി എന്നൊക്കെ പറഞ്ഞുവന്നിരുന്ന് എന്ന സൂചനയും നോവൽ നൽകുന്നു. അയിത്തജാതിയായാൽ പുരുഷന്റെയും പ്രത്യേകിച്ച് സ്ത്രീയുടെയും പേരിന് പ്രാധാന്യമുണ്ടായിരുന്നില്ല.

കുഞ്ഞാച്ചി ഒരിക്കൽ വറ്റൽമുളക് എടുത്ത് കുഞ്ഞുലക്ഷ്മിയെ ഉഴിയുന്ന ഭാഗം നോവലിലുണ്ട്. 'തന്റെ ചെറുപ്പത്തിൽത്തന്നെ എത്രപേരാ കൈവച്ചത്. അമ്മേടാൾക്കാരെന്നും മറ്റേടത്തെ ആൾക്കാരെന്നും പറഞ്ഞോരത്തമ്മാരുവരും'(2018:53) എന്ന വാക്കുകളിൽ ദളിത് സ്ത്രീകൾ നേരിട്ടിരുന്ന ലൈംഗികചൂഷണത്തെക്കുറിച്ചുള്ള സൂചന വ്യക്തമായി ലഭിക്കും.

പട്ടാളത്തിൽ ചേരാൻ കോരൻ തീരുമാനിക്കുന്നതിന്റെ ഒരു കാരണം മേലാളന്മാരെ കൂസാതെ കഴിയാമെന്നുള്ളതാണ്. 'ഇവിടാണേ ഓരോ തമ്പ്രാനേം ഓരോ തവണ കാണുമ്പോഴും മരണമാണ്. നിരന്തരമായ മരണം. മരണത്തിന്റെ നൈരന്തര്യം. അതാണ് തീണ്ടൽ ജാതിക്കാരുടെ ജീവിതം'(2018:65) എന്ന് നോവലിസ്റ്റ് പറഞ്ഞുവയ്ക്കുന്നു. ദളിതരുടെ ഉന്നമനത്തിനായി യത്നിച്ച പൊയ്കയിൽ അപ്പച്ചൻ കാളയുടെയും പോത്തിന്റെയും മാംസം കഴിക്കുന്നത് അടിമജാതികൾ നിർത്തണം എന്ന് ഉപദേശിക്കുന്നു. 'നുകത്തിന്റെ ഒരു വശത്തു വിത്തുകാളയോ പോത്തോ മറുവശത്ത് അടിമജാതിക്കാരനെയും കെട്ടി നിലമുഴുതിരുന്ന കാലമുണ്ടായിരുന്നു'.

ഇപ്രകാരം അടിമത്തത്തിന്റെ ഭീകരനരകയാതനകൾ അനുഭവിച്ച വരായിരുന്നു ദളിത് ജനവിഭാഗങ്ങൾ. നാളിതുവരെ നിലനിന്ന ഉച്ച നീചത്വങ്ങൾക്കെതിരെ ഒരായുധമായാണ് 'ദേവേന്ദ്രൻ കൊച്ചുത മ്പുരാൻ' എന്ന പേര് സ്വീകരിച്ചതെന്ന് പൊയ്കയിൽ അപ്പച്ചന്റെ സഭയിലെ ഒരുവൻ പറയുന്നു.

ബോംബെ ടിസ്സിൽ തനിക്ക് പ്രവേശനം ലഭിച്ചതിനെത്തുടർന്ന് അംബേദ്കറും മാഡം റിബറ്റും തന്നോട് കാണിച്ച സ്നേഹത്തെ ഓർമ്മിച്ചുകൊണ്ട് കുഞ്ഞുലച്ചുമി പറയുന്നു. 'വർണ്ണാശ്രമവും ജാതിവ്യവസ്ഥയും ദൈവത്തിന്റെ മരണക്കുറിപ്പാണ്'(2018:106). ദളിത് സ്ത്രീകൾ കാലാകാലങ്ങളായി അനുഭവിക്കുന്ന ചൂഷണവും അടിമത്തവും വിദ്യാഭ്യാസരാഹിത്യവുമെല്ലാം ഉപസ്ത്രീകഥാപാത്ര ങ്ങളിലൂടെ വ്യക്തമാകുന്നുണ്ട്. ഭർത്താവിന്റെ പേരുപറയാൻപോലും ഭാര്യമാർക്ക് അനുവാദമുണ്ടായിരുന്നില്ല. നോവലിൽ കുഞ്ഞിക്കോത എന്ന കഥാപാത്രം കോരൻ എന്ന തന്റെ ഭർത്താവനെ മറന്ന് താൻ മറ്റൊരാളോടൊപ്പം കണ്ടതിനെപ്പറ്റി പരാമർശിക്കുന്നുണ്ട്. അതിന വൾ കാരണമായി പറയുന്നത് 'സ്ത്രീക്ക് വേണ്ടതെന്തെന്ന് തിരിച്ച റിയാത്ത ഭർത്താവ്' എന്നാണ്. ദളിത് സ്ത്രീകൾക്ക് അവർ ആഗ്ര ഹിക്കുന്ന ദാമ്പത്യജീവിതവും അക്കാലത്ത് ലഭിച്ചിരുന്നില്ല. കുഞ്ഞു ലച്ചുമിക്ക് അല്ലാതെ അവളുടെ സഹോദരിക്കോ മറ്റ് ബന്ധുക്കളിലെ ദളിത് പെൺകുട്ടികൾക്കോ ഉപരിവിദ്യാഭ്യാസം ചെയ്യുവാനുള്ള അവ സരം നിഷേധിക്കപ്പെട്ടിരുന്നതായി നോവൽവായനയിൽ മനസ്സി ലാക്കാനാവും. വാസ്തവത്തിൽ കൊളോണിയൽ ആധുനികതയുടെ സ്വാധീനമാണ് വിദ്യാഭ്യാസപരമായ മുന്നേറ്റത്തിലേക്കും അതുവഴി സ്വത്വബോധത്തിലേക്കും കുഞ്ഞുലച്ചുമിയെ നയിക്കുന്നത്. കീഴ്ജാ തിക്കാരിയെ മകളായും സഹോദരിയായും കാണുന്ന ഏതലിന്റെയും കാത്തിയുടെയും മനുഷ്യത്വപരമായ ഇടപെടലാണ് ഇവിടെ മാറ്റ ത്തിന് തുടക്കമിടുന്നത്.

ഉപസംഹാരം

പാർശ്വവത്കൃതവിഭാഗത്തിലെ സ്ത്രീജീവിതാനുഭവങ്ങൾ കുഞ്ഞുലച്ചുമി എന്ന നോവലിലൂടെ ആവിഷ്കരിച്ചിരിക്കുന്നു. കൊ ളോണിയൽ വിദ്യാഭ്യാസത്തെ ജന്മിത്വത്തിനും സവർണ്ണ മേധാവി ത്വത്തിനും ബദലായി പ്രതിഷ്ഠിക്കാൻ ഈ നോവലിൽ പരിശ്രമി ച്ചിരിക്കുന്നു. എന്നാൽ ഈ വിദ്യാഭ്യാസസാധ്യതകൾ കുഞ്ഞുല ച്ചുമി എന്ന ഏകവ്യക്തിക്കുമാത്രം ഉയരാനുള്ള വഴിതെളിച്ചുവെന്ന

ല്ലാതെ ജാതിവ്യവസ്ഥയെയോ, ദളിത് സ്ത്രീകൾ നേരിടുന്ന ചൂഷണങ്ങളെയോ അടിമത്തത്തെയോ പൊതുവായി നേരിടാൻ പര്യാപ്തമായിരുന്നില്ല. അധികാരത്തിന്റെ ജീർണ്ണിച്ച ആധിപത്യങ്ങളെ ചോദ്യംചെയ്യാനും നേരിടാനും അറിവിനെ ആയുധമാക്കിരിക്കുകയാണ് ഈ നോവലിൽ. അധികാരത്തിനും അസ്വാതന്ത്ര്യത്തിനുമെതിരെയുള്ള ഒരു ജനതയുടെ ചെറുത്തുനില്പും പ്രതിഷേധവും ഒത്തുചേരലും ഈ നോവലിന്റെ അടിയടരായി വർത്തിക്കുന്നു. 'സ്വതന്ത്ര ഇന്ത്യയിൽ നിനക്ക് ദു:ഖിക്കേണ്ടി വരില്ല' എന്ന ഏതൽ മദാമ്മയുടെ വാക്കാലുള്ള ഉറപ്പ് ഇന്നും 75 വർഷങ്ങൾക്കുശേഷം പാലിക്കാൻ ഇന്ത്യാമഹാരാജ്യത്തിനു കഴിഞ്ഞിട്ടില്ലായെന്നത് യാഥാർത്ഥ്യത്തിന്റെ മുഖം.

സഹായകഗ്രന്ഥങ്ങൾ

1. കുമാർ ജെ, ഷിജു കെ. (എഡിറ്റേഴ്സ്), ആധുനികാനന്തര മലയാളനോവൽ, മാളുബൻ പബ്ലിക്കേഷൻസ്, തിരുവനന്തപുരം, 2018.

2. മനോജ് എം.ബി. (എഡി.), സമ്യക് ദളിത് സാഹിത്യം, സംസ്കാരം, സമീപനം, വിദ്യാർത്ഥി പബ്ലിക്കേഷൻസ്, കോഴിക്കോട്, 2015.

3. മിനി ആലീസ്, ഷിമി പോൾ ബേബി, ഉത്തരസത്രീവാദസിദ്ധാന്തങ്ങൾ, ഡി.സി. ബുക്സ്, കോട്ടയം, 2022.

4. രാജു കെ. വാസു, കുഞ്ഞുലച്ചുമി, ചിന്താപബ്ലിക്കേഷൻസ്, തിരുവനന്തപുരം, 2018.

5. ശശി, കെ.ബി., കീഴാളവിമർശനം, ഭാഷ, ഭാവന, ദേശരാഷ്ട്രം, തുഞ്ചത്തെഴുത്തച്ഛൻ മലയാളസർവ്വകലാശാല, നാഷണൽ ബുക്സ്, കോട്ടയം, 2019.

○○

10

ലിംഗപദവിയുടെ പ്രകടനപരത പ്രമോദ് രാമന്റെ കഥകളിൽ

അനു ജെയിംസ്

ലിംഗപദവിയുടെ പേരിൽ സമൂഹത്തിൽ അപരവത്കരിക്കപ്പെട്ട സ്വത്വങ്ങളെയും സാമൂഹ്യനിയമങ്ങളുടെ കൂച്ചുവിലങ്ങിൽ മനുഷ്യന്റെയുള്ളിൽ അടിച്ചമർത്തപ്പെട്ട ജൈവികഭാവങ്ങളെയും കഥകളിൽ ആവിഷ്കരിച്ച കഥാകൃത്താണ് പ്രമോദ് രാമൻ. വിഭക്തലൈംഗികവ്യക്തിത്വങ്ങൾക്ക് ഭാഷയിലും സംസ്കാരത്തിലും അദ്ദേഹം നാവുനല്കി. സ്വവർഗാനുരാഗവും ട്രാൻസ്ജെൻഡർ സ്വത്വവും ഉഭയലൈംഗികസ്വത്വവുമെല്ലാം അദ്ദേഹത്തിന്റെ കഥകളിൽ ആവിഷ്കാരം കണ്ടെത്തുന്നു. ഛേദാംശ ജീവിതം, ഒരു ബ്രാക്കറ്റിൽ എത്ര പേർക്ക് ജീവിക്കാം, സപുംസകരുടെ പത്തു പടവുകൾ തുടങ്ങിയ കഥാശീർഷകങ്ങളിൽത്തന്നെ അദ്ദേഹത്തിന്റെ എഴുത്തുവിപ്ലവം ദൃശ്യമാണ്. മതവും സമൂഹവും സദാചാരത്തിന്റെ മാനദണ്ഡങ്ങൾ കല്പിച്ചുനല്കി നിർവചിച്ച ലിംഗപദവിയെയും ലൈംഗികതയെയും അദ്ദേഹം പുനർനിർവചിക്കുന്നു.

ലിംഗഭേദവും ലിംഗപദവിയും പ്രകൃതിദത്തമാണെന്നാണ് സമൂഹം പഠിപ്പിക്കുന്നത്. എല്ലാ വൈകാരികബന്ധങ്ങളും പുരുഷൻ, സ്ത്രീ എന്നീ ലിംഗഭേദങ്ങൾക്കിടയിൽ മാത്രം നിലനില്ക്കുന്നു എന്ന് സാമൂഹ്യസ്ഥാപനങ്ങൾ വ്യക്തിയെ അഭ്യസിപ്പിക്കുന്നു. ഇത്തരത്തിൽ മറ്റ് ലൈംഗികാഭിമുഖ്യങ്ങളെ അടിച്ചമർത്തി ഭിന്നവർഗലൈംഗികത മാത്രം 'സ്വാഭാവികം' എന്ന നില കൈവരിച്ചപ്പോൾ മറ്റുള്ള ലൈംഗികബന്ധങ്ങളെല്ലാം 'പ്രകൃതിവിരുദ്ധ'മായി അധഃപതിക്കുകയാണുണ്ടായത്. സ്വാഭാവികതയുടെയും അസ്വാഭാവികതയുടെയും ദ്വന്ദ്വങ്ങളെ പുനർനിർമ്മിക്കുകയാണ് ക്വിയർ സിദ്ധാന്തം. ചൂഷണം ചെയ്യപ്പെടുന്ന എല്ലാ വിഭാഗങ്ങളോടും ഐക്യപ്പെടുന്ന പെണ്ണെഴുത്തിനെ പിന്തുടർന്ന്, ഭ്രഷ്ട് കല്പിക്കപ്പെട്ട എല്ലാ സ്വത്വങ്ങൾക്കും പെരുമാറ്റരീതികൾക്കും ഇടം നല്കിക്കൊണ്ടാണ് ക്വിയർ പരികല്

പനയുടെ ഉദയം. സ്വവർഗപ്രണയികൾ, ഉഭയലൈംഗികർ, ട്രാൻസ്ജെൻഡറുകൾ തുടങ്ങിയ ലിംഗലൈംഗികവൈവിധ്യങ്ങളെ ക്വിയർ ഉൾക്കൊള്ളുന്നു.

ലിംഗപദവിയുടെ പ്രകടനപരതയെക്കുറിച്ചുള്ള ജൂഡിത്ത് ബട്ലറുടെ സിദ്ധാന്തം ക്വിയർ സിദ്ധാന്തങ്ങളിൽ പ്രധാനമാണ്. *Gender Trouble Feminism and the Subversion of Identity(1990)* എന്ന കൃതിയിൽ ജൂഡിത്ത് ബട്ലർ ലിംഗപദവിയുടെ പ്രകടനപരതയെക്കുറിച്ച് വാദിച്ചു. ലിംഗപദവിയെക്കുറിച്ചുള്ള തെറ്റായ ധാരണകളെ പ്രശ്നവത്കരിക്കുന്നതാണ് ഈ കൃതി. പ്രമോദ് രാമന്റെ സപുംസകരുടെ പത്തു പടവുകൾ, ഛേദാംശ ജീവിതം എന്നീ കഥകളെ ജൂഡിത്ത് ബട്ലറിന്റെ 'Gender Performativity' എന്ന സിദ്ധാന്തത്തിന്റെ വെളിച്ചത്തിൽ വ്യാഖ്യാനിക്കുകയാണ് ഈ ലേഖനത്തിൽ.

വ്യക്തിസ്വത്വത്തിന്റെ ഒരു പ്രധാനതലമാണ് ലിംഗപദവി. ലിംഗപദവി ലിംഗഭേദത്തിനനുസരിച്ച് രൂപപ്പെടുന്നതല്ല. ഏത് ലിംഗഭേദത്തിൽ ഉൾപ്പെടുന്നു എന്നതിനെക്കാൾ വ്യക്തിപരമായ വികാരവിചാരങ്ങളാണ് ലിംഗപദവിയെ നിർണയിക്കുന്നത്. ലിംഗഭേദം ജൈവികവും ലിംഗപദവി സാമൂഹ്യനിർമ്മിതിയുമാണ് എന്ന ബോധ്യം ഉറപ്പിച്ചുകൊണ്ടാണ് ബട്ലർ തന്റെ സിദ്ധാന്തത്തിലേക്ക് കടക്കുന്നത്. ലിംഗപദവി പ്രകടനപരമാണ് എന്ന ബട്ലറുടെ സിദ്ധാന്തം ലിംഗസ്വത്വത്തെക്കുറിച്ചുള്ള ചിന്തയിൽ വിപ്ലവകരമായ മാറ്റം വരുത്തി. ലിംഗപദവിയുടെ ഭാവങ്ങൾക്ക് പിന്നിൽ ലിംഗസ്വത്വമില്ലെന്നും അതിന്റെ ഫലങ്ങളായി കരുതപ്പെടുന്ന പ്രയോഗങ്ങളിലൂടെയാണ് ലിംഗസ്വത്വം പ്രകടനാത്മകമായി രൂപീകരിക്കപ്പെടുന്നതെന്നും ബട്ലർ അഭിപ്രായപ്പെട്ടു.

ലിംഗപദവിയും ലിംഗഭേദവും വ്യത്യസ്ത മാനങ്ങളിലാണ് പ്രമോദ് രാമന്റെ കഥകളിൽ ആവിഷ്കരിക്കപ്പെടുന്നത്. 'രതിമാതാവിന്റെ പുത്രൻ' (2012) എന്ന കഥാസമാഹാരത്തിലെ കഥകളിൽ ഇത് പ്രകടമാണ്. ഇതിലെ കഥകൾ ഭിന്നവർഗലൈംഗികതയുടെ പക്ഷത്തുനിന്നുള്ള നോട്ടമല്ല, സ്വാഭാവികതയ്ക്ക് പുറത്തുനിൽക്കുന്നവരുടെ അനുഭവാഖ്യാനമാണ്. ലൈംഗികത പ്രത്യുല്പാദനത്തിന് മാത്രമുള്ളതാണെന്ന പരമ്പരാഗത ധാരണയെ അട്ടിമറിച്ചുകൊണ്ട് അത് ആനന്ദം കൂടിയാണെന്ന് കഥാകൃത്ത് ബോധ്യപ്പെടുത്തുന്നു. പ്രമേയസ്വീകരണത്തിൽ മാത്രമല്ല ഭാഷയിലും ആഖ്യാനത്തിലും പ്രമോദ് രാമന്റെ വ്യത്യസ്തമായ പരിചരണം കാണാം.

ലിംഗവിവേചനം ആരംഭിക്കുന്നത് ഭാഷയിലാണ് എന്ന് തിരിച്ച

റിഞ്ഞുകൊണ്ട് കഥാകൃത്ത് *സപുംസകർ* എന്ന പദം നിർദ്ദേശിക്കുന്നു. ഒരു വ്യക്തിയിൽത്തന്നെ ഒരേസമയം നിലനില്ക്കുന്ന പുരുഷത്വത്തെയും സ്ത്രീത്വത്തെയും സൂചിപ്പിക്കുന്നതാണ് ഈ പദം. ലിംഗവ്യത്യാസങ്ങളെ നിസ്സാരവത്കരിക്കാൻ ഈ പദം സമർത്ഥമാണ്.

ലിംഗപദവി എന്നത് ശരീരത്തിന്റെ ആവർത്തിച്ചുറപ്പിക്കപ്പെടുന്ന പെരുമാറ്റശൈലിയാണ് എന്നതാണ് ജൂഡിത്ത് ബട്‌ലറുടെ വാദങ്ങളുടെ അടിസ്ഥാനം. ലിംഗപദവിയുടെ പ്രകടനത്തിന് ഉപബോധത്തിൽ നാം പരിശീലിക്കപ്പെട്ടിരിക്കുന്നു. ലിംഗപദവിയെക്കുറിച്ചുള്ള നമ്മുടെ ധാരണകൾ പ്രകടനത്തെ സ്വാധീനിക്കുന്നു. ലിംഗപദവിക്ക് അനുയോജ്യമായ വിധത്തിലുള്ള ആംഗ്യങ്ങൾ, ചലനങ്ങൾ, ശൈലികൾ എന്നിവ ലിംഗപദവിയുടെ പ്രകടനത്തെ ഒഴിച്ചുകൂടാനാവാത്ത യാഥാർത്ഥ്യമാക്കുന്നു. നമ്മൾ നടക്കുന്നതും സംസാരിക്കുന്നതും പ്രവർത്തിക്കുന്നതുമെല്ലാം ലിംഗപദവിയുടെ പ്രകടനങ്ങളാണ്.

പ്രകടനങ്ങൾ ലിംഗപദവിയെ സ്ഥാപിക്കുന്നതെങ്ങനെയെന്നും തെറ്റായ പ്രകടനങ്ങൾ അതിനെ എങ്ങനെ രൂപാന്തരപ്പെടുത്തുവെന്നും പ്രമോദ് രാമന്റെ കഥകൾ സൂക്ഷ്മമായി ചിത്രീകരിക്കുന്നു. ഛേദാംശ ജീവിതം എന്ന കഥയിൽ ഈ പ്രകടനത്തെ വെളിപ്പെടുത്തുന്ന പല സന്ദർഭങ്ങളുമുണ്ട്. തൊഴിൽദാതാവായ ചന്ദ്രന്റെ യാചനകൾക്ക് വഴങ്ങി പുരുഷശരീരത്തിൽനിന്ന് സ്ത്രീശരീരത്തിലേക്ക് കുടിയേറുന്ന വ്യക്തിയുടെ മനോനിലകളാണ് 'ഛേദാംശ ജീവിതം' ആവിഷ്കരിക്കുന്നത്. ട്രാൻസ് വുമണായി മാറുന്ന മഞ്ജിത് മേനോൻ എന്ന മഞ്ജുവിൽ സ്ത്രീലിംഗപദവി പരിശീലിപ്പിക്കുന്ന സന്ദർഭം ഉദാഹരിക്കാം.

“നേഹ ഏർപ്പാടാക്കിയ ബ്യൂട്ടീഷ്യൻ എന്റെ ദേഹം മുഴുവൻ വാക്സ് ചെയ്തു. ആരോഗ്യശാസ്ത്രം അവിടെ ആൺവിള മൂർന്ന് പെൺവിള നട്ടു. നെറ്റിത്തടത്തിന്റെ വീതി കുറയ്ക്കാനായി മുന്നിലെ മുടി മാറ്റിയൊതുക്കി. വിരലുകളുടെ നീളം കൂട്ടാൻ നഖങ്ങൾ കൂർപ്പിച്ചുനീട്ടി നെയിൽപോളിഷ് ഇട്ടു. പുരികങ്ങൾ നീട്ടിച്ചെത്തി, കൺപീലികളിൽ മസ്കാരയിട്ടു. ചുണ്ടുകൾ തുടുത്തിരിക്കുംവിധം ലിപ്സ്റ്റിക് ഇടാൻ പഠിപ്പിച്ചു. കണ്ണുകളും ചുണ്ടുമാണ് പെണ്ണിന്റെ ചിഹ്നങ്ങൾ ബ്യൂട്ടീഷ്യൻ എന്നെ ഉപദേശിച്ചു.” (2012: 40) ആകർഷണീയതയിലൂന്നിയ പെരുമാറ്റശൈലിയാണ് പെണ്ണിന്റേത് എന്നാണിവിടെ അഭ്യസിപ്പിക്കുന്നത്.

പുരുഷത്വവും സ്ത്രീത്വവും യഥാർത്ഥമാണെന്ന മിഥ്യാധാരണ

യാണ് ലിംഗപദവിയുടെ പ്രകടനം സൃഷ്ടിക്കുന്നത്. ആവർത്തനം പ്രകടനങ്ങളെ യാഥാർത്ഥ്യമായി സ്ഥാപിക്കുന്നു. ലിംഗപദവി വേഷങ്ങൾ നിരവധി തവണ പ്രകടിപ്പിക്കുകയും പകർത്തുകയും ആവർത്തിക്കുകയും ചെയ്യുന്നതിനാൽ ലിംഗപദവി കഠിനവും ഒഴിവാക്കാനാവാത്തതുമായ യാഥാർത്ഥ്യമായി നമുക്ക് അനുഭവപ്പെടുന്നു. അതുകൊണ്ടുതന്നെ, ലിംഗപദവിയുടെയും ലൈംഗികതയുടെയും തടവറയായാണ് ബട്ലർ ശരീരത്തെ കാണുന്നത്.

ലിംഗഭേദത്തിന് അനുസൃതമായ ലിംഗപദവി സമൂഹം ആരോപിക്കുന്നു. നിയന്ത്രണങ്ങളും നിരോധനങ്ങളും ചുമതലകളും ശരീരത്തിൽ അടിച്ചേല്പിക്കുന്നു. പ്രകടനങ്ങളിലൂടെ ലിംഗപദവി സ്വാഭാവികത കൈവരിക്കുന്നു. ആവർത്തിച്ചുള്ള പ്രകടനം ലിംഗപദവിയെ സ്ഥിരീകരിക്കുന്നു.

'സപുംസകരുടെ പത്തു പടവുകൾ' എന്ന കഥ കൗമാരപ്രായക്കാരുടെ ലൈംഗിക ജിജ്ഞാസയാണ് വിഷയമാക്കുന്നത്. ലിംഗഭേദത്തിന്റെ ജൈവിക സവിശേഷതകൾ മുളപൊട്ടുന്ന കൗമാരകാലത്താണ് അവർ തങ്ങളുടെ ലൈംഗിക ആകർഷണം തിരിച്ചറിയുന്നതും ലിംഗപദവി പ്രകടനത്തിൽ പ്രാവീണ്യം നേടുന്നതും. സഹോദരപുത്രന്മാരായ താരാനാഥനും ആഖ്യാതാവും ലൈംഗികബന്ധത്തിൽ ഏർപ്പെടുന്നു.

കൊച്ചിയിൽ വളർന്നുവന്ന താരാനാഥൻ എല്ലാ വ്യവഹാരങ്ങളിലും ഒന്നാം സ്ഥാനത്ത് നിൽക്കും. അതിനാൽത്തന്നെ ലൈംഗികബന്ധത്തിലും ആൺകുട്ടിയാകാൻ അവൻ ശഠിക്കുന്നു. ഇംഗ്ലീഷ് ഭാഷയിലും ആധുനിക ജീവിതശൈലിയിലുമുള്ള അവന്റെ പ്രാവീണ്യമാണ് ഇതിന് അവനെ സഹായിക്കുന്നത്. ആഖ്യാതാവിനുമേൽ ആധിപത്യം സ്ഥാപിക്കുന്ന താരാനാഥൻ അവരുടെ ബന്ധത്തിൽ ആൺപെൺവേഷങ്ങൾ മാറാൻ വിസമ്മതിക്കുന്നു. ആഖ്യാതാവ് എപ്പോഴും പെൺകുട്ടിയാകാൻ നിർബന്ധിക്കപ്പെടുകയാണ്.

ഈ കഥയിലെ കഥാപാത്രങ്ങളുടെ മനസ്സിലും പ്രവൃത്തികളിലും പെരുമാറ്റരീതികളിലും ലിംഗപദവിയുടെ ബോധപൂർവവും അബോധപൂർവവുമായ പ്രകടനം തിരിച്ചറിയാൻ കഴിയും. താരാനാഥൻ എപ്പോഴും പുരുഷനായി അഭിനയിക്കാൻ ആഗ്രഹിക്കുന്നു. പുരുഷഗുണങ്ങളായി അംഗീകരിക്കപ്പെട്ട ശാഠ്യം, അഹംഭാവം, ശാരീരികശക്തി മുതലായവ നാഥന്റെ സ്വഭാവത്തിൽ കണ്ടെത്താം. അവൻ വികാരങ്ങളാൽ നിയന്ത്രിക്കപ്പെടുന്നില്ല. അവൻ ആജ്ഞാപിക്കുകയും മറ്റുള്ളവർ അനുസരിക്കുകയും ചെയ്യുന്നു. ഒരു വിട്ടുവീഴ്

ചയ്ക്കും അവൻ തയ്യാറല്ല. ആധികാരികമായ പ്രസ്താവനകളാണ് അവൻ നടത്തുന്നത്.

എന്നാൽ ആഖ്യാതാവാകട്ടെ കഥയുടെ തുടക്കം മുതൽ വിധേയനാണ്. അവൻ വികാരങ്ങളാൽ ഭരിക്കപ്പെടുകയും എല്ലാത്തിലും വിട്ടുവീഴ്ച ചെയ്യുകയും ആവശ്യമുള്ളതും ഇല്ലാത്തതുമായ കാര്യങ്ങൾ ഓർത്തുവയ്ക്കുകയും ചെയ്യുന്നു. തന്റെ പേരിലെ താര എന്ന അംശത്താൽ വിളിക്കപ്പെടുന്നത് താരാനാഥൻ വെറുക്കുന്നു. ലൈംഗികബന്ധത്തിൽ ആഖ്യാതാവിനെ താര എന്നാണവൻ വിളിക്കുന്നത്. തന്റെ ഉള്ളിലെ സ്ത്രീത്വത്തെ എല്ലാ വിധത്തിലും കുടഞ്ഞെറിയാൻ അവൻ ശ്രമിക്കുന്നു. താരാനാഥൻ അവനിലെ പുരുഷനിലേക്ക് കുടിയേറാൻ ശ്രമിക്കുമ്പോൾ ആഖ്യാതാവ് തന്റെയുള്ളിലെ സ്ത്രീത്വത്തെ സജീവമാക്കുകയാണ്.

ലിംഗഭേദത്തിലും ലിംഗപദവിയിലും ഒരു വിപരീതദ്വന്ദ്വത്തിന്റെ അനുമാനമുണ്ട്. പുരുഷത്വവും സ്ത്രീത്വവും നിലനിർത്താൻ സമൂഹം ലിംഗപദവിക്ക് അനുസൃതമായ പെരുമാറ്റങ്ങൾ രൂപപ്പെടുത്തിയിരിക്കുന്നു. വികാരപരത, ആശ്രയത്വം, സഹിഷ്ണുത എന്നിവ സ്ത്രീത്വത്തിനും മത്സരബുദ്ധി, സ്വാശ്രയത്വം, ആത്മവിശ്വാസം എന്നീ ഗുണങ്ങൾ പുരുഷത്വത്തിനും സമൂഹം കല്പിക്കുന്നു. പ്രത്യുല്പാദനം, മതാധിഷ്ഠിതമൂല്യങ്ങൾ, കുടുംബത്തിനുള്ളിലെ അധികാരബന്ധങ്ങൾ എന്നിങ്ങനെ സമൂഹം ലക്ഷ്യമാക്കുന്ന നേട്ടങ്ങൾ സാധ്യമായതുകൊണ്ടാണ് ഭിന്നവർഗലൈംഗികതയ്ക്കും ലിംഗപദവിയിലെ വിപരീതദ്വന്ദ്വത്തിനും വ്യാപകമായ സ്വീകാര്യത ലഭിക്കുന്നത്. എല്ലാ സംസ്കാരങ്ങളും വിപരീതദ്വന്ദ്വത്തിൽ വിശ്വസിക്കുന്നില്ല എന്നതും ശ്രദ്ധേയമാണ്.

വിപരീത ദ്വന്ദ്വങ്ങളായ വെളിച്ചവും ഇരുട്ടും താരാനാഥന്റെ അധികാരസ്വത്വത്തെയും ആഖ്യാതാവിന്റെ വിധേയസ്വത്വത്തെയും അടയാളപ്പെടുത്തുന്ന രൂപകങ്ങളായി കഥയിൽ കടന്നുവരുന്നു. ഭിന്നവർഗലൈംഗികതയുടെ ക്രമമാണ് സ്ത്രീകളുടെ ലിംഗപദവിയെ നിർമിക്കുന്നത്. ഇരുട്ടിന്റെ വിധി നിശ്ചയിക്കുന്നത് വെളിച്ചമാകുന്നതുപോലെ. സ്ത്രീകളെപ്പറ്റിയുള്ള പരമ്പരാഗത സങ്കല്പം അവൾ വികാരങ്ങളാൽ ഭരിക്കപ്പെടുന്നു എന്നാണ്. നാഥന്റെ അധികാരസ്ഥാപനത്തിൽ തന്റെ ആഗ്രഹത്തിനു വിപരീതമായി ആഖ്യാതാവ് സമ്മതംമൂളുന്ന സന്ദർഭത്തെ കഥ ഇങ്ങനെ അടയാളപ്പെടുത്തുന്നു: 'ക്രമംതെറ്റിയ ഓടുകളിൽനിന്ന് വീഴുന്ന വെട്ടത്തിന്റെ പല ഇറക്കത്തിലുള്ള തൂക്കക്കമ്മലുകളിട്ട വിഡ്ഢിയായ ഈ ഇരുട്ട്

പെണ്ണാണ്' (2012:27). ആൺ-പെൺ ദ്വന്ദ്വമെന്നപോലെ ഇരുട്ടിനെയും വെളിച്ചത്തെയും കഥയിൽ സ്ഥാനപ്പെടുത്തിയിരിക്കുന്നു.

സാമൂഹികസ്ഥാപനങ്ങളും ജനപ്രിയമാധ്യമങ്ങളും ലിംഗപദവി രൂപീകരണത്തിൽ പങ്കാളികളാകുന്നു. സിനിമകളിലും സാഹിത്യത്തിലും ഭിന്നവർഗലൈംഗികത സാധാരണമാണെന്ന കാഴ്ചപ്പാട് പ്രകടമാണ്. വിപരീതദ്വന്ദ്വമായി ലിംഗപദവി പ്രകടനങ്ങളുടെ മാതൃകകൾ ഈ മാധ്യമങ്ങൾ ചിത്രീകരിക്കുന്നു. 'സപുംസകരുടെ പത്തു പടവുകൾ' എന്ന കഥയിൽ 'മഞ്ഞിൽ വിരിഞ്ഞ പൂക്കൾ' എന്ന സിനിമയിലെ ഒരു രംഗം പരാമർശിക്കുന്നുണ്ട്. 'പ്രേം പ്രഭയെ നോക്കി മീശയിൽ വിരൽവെച്ചു വരച്ചാൽ പ്രഭ ലജ്ജിക്കുന്നതെന്തിനാടാ? എന്ന് ആഖ്യാതാവ് നാഥനോട് ചോദിക്കുന്നു.' ലജ്ജ പെണ്ണിന്റെ ഭാവമായി അവന്റെ മനസ്സിലുറയ്ക്കുന്നു.

ശരീരപ്രകൃതിക്ക് ലിംഗപദവി നിർണയത്തിൽ യാതൊരു പ്രാധാന്യവുമില്ലെന്ന് കഥയിൽ വ്യക്തമാണ്. കഥാവസാനത്തിൽ പുരുഷത്വം അവരുടെ ശരീരങ്ങളിൽ വരുത്തിയ മാറ്റം കാണാൻ കഴിയും. ലൈംഗികബന്ധത്തിൽ ആൺവേഷം അഭിനയിക്കുന്ന നാഥൻ മീശ വളർത്തുന്നില്ല. എന്നാൽ പെൺവേഷം ആടുന്ന ആഖ്യാതാവിന് മീശയുണ്ട്. ലിംഗഭേദത്തിനനുസൃതമായ ലിംഗപദവി നിർണയം അട്ടിമറിക്കുകയും അപ്രസക്തമാണെന്ന് തെളിക്കുകയുമാണ് ഇവിടെ. പുതുകാലത്തെ സിനിമകളിൽ പുരുഷത്വവും സ്ത്രീത്വവും അപനിർമ്മിക്കപ്പെടുകയും പുനർനിർമ്മിക്കപ്പെടുകയും ചെയ്യുന്നുണ്ട്.

സമൂഹത്തിൽ ലിംഗപദവിയുടെ ശക്തമായ സാന്നിധ്യത്തെ കഥ പരിഹസിക്കുന്നു. തിയേറ്ററുകളിലും സ്ഥലങ്ങളിലും പുരുഷന്മാരും സ്ത്രീകളും ഉണ്ടോ എന്ന് ആഖ്യാതാവ് തുടക്കത്തിൽ അത്ഭുതപ്പെടുന്നു. 'അവിടെ മേനക എന്നു പറഞ്ഞാൽ ഒരു സ്ഥലമാണെന്ന് അമ്മ ഓർമയിൽനിന്ന് പറയും. സ്ഥലങ്ങളിലുമുണ്ടോ ആണും പെണ്ണും? പിന്നെ നാഥനാണ് പറഞ്ഞത് അതു തിയറ്ററാണെന്ന്. തിയറ്ററിലുമുണ്ടോ ആണും പെണ്ണും? ഞങ്ങളുടെ വീട്ടിൽ നിന്ന് ആറു കിലോമീറ്റർ തെക്കോട്ടു പോയാലുള്ള തിയറ്റർ ആണാണ്, കൈലാസ്. പിന്നെ മൂന്നു കിലോമീറ്റർ കിഴക്കോട്ടു പോയാൽ ഒരു പെണ്ണുണ്ട് - വനജ' (2012:18). പിന്നീട് എറണാകുളം നഗരത്തിലെത്തുമ്പോൾ ആഖ്യാതാവ് ഇങ്ങനെ നിരീക്ഷിക്കുന്നുണ്ട്: 'വെറുതെയല്ല നാഥൻ ഇത്രയും ആണായത്. മേനക, പത്മ, സരിത, സവിത, സംഗീത, കവിത, ദീപ. എത്ര പെണ്ണുങ്ങൾ.

ഇതൊരു പെൺനഗരമാണ്' (2012:29).

ലിംഗപദവി അനുകരണത്തിലൂടെയും ആവർത്തനങ്ങളിലൂടെയുമാണ് ശക്തിപ്പെടുന്നത് എന്നതാണ് ബട്‌ലറുടെ സിദ്ധാന്തം. 'പ്രകടനക്ഷമതയ്ക്ക് ഒരു ആവർത്തന ഘടനയുണ്ട്. അതിനർത്ഥം ലിംഗപദവിയുടെ എല്ലാ പ്രകടനങ്ങളും മുൻകാല പ്രകടനങ്ങളെ ആവർത്തിക്കുകയും അനുകരിക്കുകയും ചെയ്യുന്നു എന്നതാണ്. നാം അനുകരിക്കുന്ന ലിംഗപദവി പ്രകടനങ്ങളുടെ അനുഭവത്തിൽ നിന്നാണ് ആ ലിംഗപദവി പ്രകടനം നിർവഹിക്കാനുള്ള കഴിവ് ഉരുത്തിരിയുന്നത് (2015:164).

താരാനാഥന്റെ അച്ഛനായ ബാലമ്മാവനാണ് കുടുംബത്തിൽ അധികാരം പ്രകടിപ്പിക്കുന്നത്. കുടുംബത്തിലെ പ്രധാന തീരുമാനങ്ങൾ അദ്ദേഹത്തിന്റെ സാന്നിധ്യത്തിലാണ് എടുക്കുന്നത്. നഗരത്തിൽ സുഹൃത്തുക്കളോടൊപ്പം ആഘോഷിക്കാൻ അയാൾ ഭാര്യയെയും മകനെയും നേരത്തെതന്നെ തറവാട്ടുവീട്ടിലേക്ക് അയയ്ക്കുന്നു. ജീവിതത്തെ ആഘോഷമാക്കുക പുരുഷത്വത്തിന്റെ ഭാഗമായി കണക്കാക്കപ്പെടുന്നു. താരാനാഥന് ഒരു അനുകരണീയ മാതൃകയായി അദ്ദേഹം നിലകൊള്ളുന്നു. എന്നാൽ അച്ഛനെ നേരത്തെ നഷ്ടപ്പെട്ട ആഖ്യാതാവിനെ സ്വാധീനിച്ചത് അമ്മയുടെ സ്വഭാവമാണ്.

പ്രകടനങ്ങൾ ആസൂത്രണം ചെയ്തതോ ബോധപൂർവം നടത്തുന്നതോ അല്ല. എന്നാൽ തുടർച്ചയായ പ്രവൃത്തികൾ അതിനെ ദൃഢമാക്കുന്നു. ലിംഗപദവി പ്രകടനം ദൈനംദിന ജീവിതത്തിൽ ആവർത്തിക്കുന്നതാണ്. അത് നമ്മുടെ പെരുമാറ്റത്തെ സ്വാധീനിക്കുന്നുണ്ട്. ഒരാൾ ലിംഗപദവിയിലേക്ക് രൂപപ്പെടുകയാണ്. 'ആൺനോട്ടം' ലിംഗപദവി പ്രകടനത്തിന്റെ ശരിതെറ്റുകൾ നിരീക്ഷിക്കുന്നതിൽ ശ്രദ്ധ പുലർത്തുന്നുണ്ട്. വിമർശനത്തിലൂടെയും കളിയാക്കലുകളിലൂടെയും ചീത്തവിളിയിലൂടെയും ലിംഗപദവി പ്രകടനത്തെ അവർ ഉറപ്പാക്കുന്നു. ലിംഗപദവിയുടെ പ്രകടനങ്ങൾ ലിംഗപദവിക്ക് മാനദണ്ഡങ്ങൾ രൂപീകരിക്കുന്നു. ലിംഗപദവിയുടെ മാനദണ്ഡങ്ങളാണ് ഭിന്നവർഗലൈംഗികതയുടെ മേധാവിത്വത്തിന്റെ നെടുംതൂണുകളാകുന്നത്. ഭിന്നവർഗലൈംഗികതയുടെ ശ്രേണീകരണത്തിന് കാരണമാകുന്ന സാമൂഹിക വ്യവസ്ഥീകരണത്തിന് സഹായകമാണിത്.

ലിംഗപദവിയുടെ മാനദണ്ഡങ്ങളെക്കുറിച്ച് കഥയിലെ സൂചനകൾ പരിശോധിക്കാം. ഒരു വ്യക്തി എതിർലിംഗത്തിലേക്ക് ആകർഷിക്ക

പ്പെടുമെന്നാണ് പ്രധാനപ്പെട്ട മാനദണ്ഡങ്ങളിലൊന്ന്. ഈ അടിസ്ഥാനവിചാരത്തെത്തന്നെ കഥ ദുർബലപ്പെടുത്തുന്നു. ഇവിടെ രണ്ട് ആൺകുട്ടികളാണ് പരസ്പരം ആകർഷിക്കപ്പെടുന്നത്. ഈ ആകർഷണം അവരുടെ പ്രകടനത്തിന്റെയും തെറ്റായ പ്രകടനത്തിന്റെയും ഫലമാണ്. അധികാരം പ്രയോഗിക്കുന്നയാൾ പുരുഷനും അതിന് വിധേയപ്പെടുന്നയാൾ സ്ത്രീയും ആണെങ്കിൽ താരാനാഥൻ പുരുഷനും ആഖ്യാതാവ് സ്ത്രീയുമാണ്. കഥയിൽ ആഖ്യാതാവ് ആൺകുട്ടിയായി ജനിക്കുകയും ആണിന്റെ ശാരീരികരൂപമുള്ളപ്പോൾ തന്നെ ഉള്ളിൽ പെണ്ണായി മാറുകയും ചെയ്യുന്നു. ലിംഗസ്വത്വം അട്ടിമറിക്കപ്പെടാനുള്ള സാധ്യതയുണ്ടെന്നാണ് ഇതിനർത്ഥം. സ്ത്രീകളിൽ പുരുഷത്വവും പുരുഷന്മാരിൽ സ്ത്രീത്വവും കണ്ടെത്താനാകും.

ലൈംഗികസമ്പ്രദായങ്ങൾക്ക് ലിംഗപദവിയെ അസ്ഥിരപ്പെടുത്താനുള്ള ശക്തിയുണ്ടെന്ന് ബട്ലർ സൂചിപ്പിക്കുന്നു. 'സ്വാഭാവിക'മല്ലാത്ത ലൈംഗിക സമ്പ്രദായങ്ങൾ ലിംഗപദവിയുടെ സ്ഥിരതയെ എങ്ങനെ ചോദ്യം ചെയ്യുന്നുവെന്ന് കഥ കാണിച്ചുതരുന്നു. ആഖ്യാതാവിന്റെ ആവർത്തിച്ചുള്ള തെറ്റായ പ്രകടനം ലിംഗസ്വത്വത്തിന്റെ നിർമാണത്തെ ഉലയ്ക്കുകയും ലിംഗപദവിയുടെ പരിണാമത്തിന് കാരണമാവുകയുമാണ്. രൂപാന്തരപ്പെട്ട ലിംഗപദവി ആഖ്യാതാവ് ആസ്വദിക്കുകയാണ്. ലിംഗപദവിയുടെ അസ്ഥിരത വെളിപ്പെടുത്തുന്ന നിരവധി സന്ദർഭങ്ങൾ കഥയിലുണ്ട്. ആഖ്യാതാവിന്റെ പേരില്ലായ്മതന്നെ അയാളുടെ ലിംഗപദവിയുടെ ദ്രവ്യതയിലേക്കോ അവ്യക്തതയിലേക്കോ വിരൽചൂണ്ടുന്നു.

"പ്രകടനം നടത്തുന്നവർക്ക് ലിംഗപദവി അട്ടിമറിക്കാനാവും." ലിംഗ പദവിയുടെ പരിഹാസ്യമായ ആവർത്തനം എന്നാണ് ബട്ലർ ഇതിനെ നിർവചിക്കുന്നത്. (2012: ix) ലിംഗപദവിയുടെ അംഗീകൃത മാനദണ്ഡങ്ങൾ ലംഘിക്കുന്ന പ്രകടനത്തിന്റെ ഒരു വേറിട്ട മാർഗമാണിത്. സമൂഹം അതിനെ തെറ്റായ പ്രകടനമായി കാണുന്നു. 'ലിംഗപദവി ആധികാരിക യാഥാർത്ഥ്യമായോ ജീവശാസ്ത്രപരമായ വസ്തുതയോ ആയി മനസ്സിലാക്കിയ മുഴുവൻ കാഴ്ചയെയും ലിംഗപദവിയുടെ തെറ്റായ പ്രകടനം അസ്വസ്ഥമാക്കും' (2015:164). അത് വിപരീത ദ്വന്ദ്വങ്ങളെ നശിപ്പിക്കുകയും ലിംഗപദവിയുടെ വൈവിധ്യങ്ങൾക്ക് വഴിയൊരുക്കുകയും ചെയ്യുന്നു. ലിംഗപദവിക്കുമേൽ അധികാരം ചെലുത്തുന്ന മാനദണ്ഡങ്ങൾ നഷ്ടപ്പെടുമ്പോൾ അടിസ്ഥാനപരമായ സ്വത്വത്തെ അസ്ഥിരപ്പെടുത്തുന്നതിനും നിർബന്ധിത ഭിന്നവർഗലൈംഗികതയുടെ സ്വഭാവികത ഇല്ലാതാക്കു

ന്നതിനും അത് കാരണമാകും.

പത്തുവർഷത്തിനുശേഷം താരാനാഥൻ ഒരു ബിസിനസ്സുകാര നായി മാറി, ആഖ്യാതാവ് സ്ത്രീവേഷം ആനന്ദത്തോടെ നിർവ ഹിക്കുന്നു. അവൻ നേരത്തെ എഴുന്നേറ്റ്, പ്രഭാതഭക്ഷണം തയ്യാറാ ക്കുന്നു, നാഥന്റെ വസ്ത്രങ്ങൾ കഴുകി ഇസ്തിരിയിടുന്നു, ഷൂസ് പോളിഷ് ചെയ്യുന്നു. അങ്ങനെ, പുരുഷനായിരിക്കുമ്പോൾത്തന്നെ ആഖ്യാതാവ് ഒരു സ്ത്രീയായി പ്രകടനം കാഴ്ചവയ്ക്കുന്നു. ലിംഗ പദവി സ്ഥിരതയുള്ള ഒരു സ്വത്വമല്ലെന്ന് ഇത് തെളിയിക്കുന്നു.

അവന്റെ മനസ്സും ശരീരവും താൻ നാഥന്റെ പെണ്ണാണെന്ന് അംഗീകരിക്കുന്നു. ഈ പരിവർത്തനത്തിന് കാരണം ലിംഗപദ വിയുടെ തെറ്റായ പ്രകടനമാണ്. ആദ്യ അവസരങ്ങളിൽ നാഥനു മായുള്ള ലൈംഗിക ബന്ധത്തിൽ ഒരു ആൺകുട്ടിയായി പ്രകടനം നടത്താൻ ആഖ്യാതാവ് ആഗ്രഹിച്ചിരുന്നെങ്കിലും പിന്നീട് വിധേ യത്വം അവന്റെ ആനന്ദമായി മാറുകയാണ്. സമൂഹം അവന്റെ വിഭ ക്തസ്വത്വം തിരിച്ചറിയാത്തതിനാൽ അവൻ സുരക്ഷിതനാണ്.

കഥാശീർഷകത്തിലെ പത്തു പടവുകൾ പത്ത് വർഷത്തെ സൂ ചിപ്പിക്കുന്നത് മാത്രമല്ല. ഇത് ലിംഗപദവികളുടെ പോരാട്ടവുമായി ബന്ധപ്പെടുത്താം. കഥയിൽത്തന്നെ വ്യക്തമായ സൂചനയുണ്ട്. 'മച്ചി ലേക്കുള്ള പടികളിൽ ഓരോന്നിലും ഞങ്ങൾ നിന്നു. ആദ്യത്തേത് പറഞ്ഞു. നിങ്ങൾ ഇവിടെ ഒരു വർഷം നിന്നിട്ടുപോകൂ. നൂറ്റാണ്ടുകൾ നിങ്ങൾക്കുമുൻപേ ഇവിടെ അമർത്തിയൊളിപ്പിച്ച നിലവിളികൾ കേട്ടിട്ടുപോകൂ. രണ്ടാമത്തെ പടിയിൽ കൂവിയാർത്ത് ഭ്രഷ്ടരുടെ പലാ യനങ്ങൾ. മൂന്നാമത്തെ പടിയിൽ പിങ്ക് ത്രികോണമുദ്രിതരുടെ തട ങ്കൽപ്പാളയങ്ങൾ വീർപ്പുമുട്ടി (2012:27).

ഒരു വർഷം അവിടെ തങ്ങാനുള്ള ആദ്യത്തെ പടവിന്റെ ആജ്ഞ ഭിന്നവർഗസാധാരണതയിൽനിന്ന് വ്യത്യസ്തമായ പരിണാമങ്ങളെ സൂചിപ്പിക്കുന്നു. ഒന്നാമത്തെ പടവിൽനിന്ന് കേൾക്കാനാവുന്ന അടി ച്ചമർത്തപ്പെട്ട നിലവിളികൾ തങ്ങൾ വ്യത്യസ്തരാണെന്ന് തിരിച്ച റിഞ്ഞിട്ടും അത് വെളിപ്പെടുത്താൻ ഭയപ്പെടുന്ന ഭിന്നവർഗസാധാ രണതയ്ക്ക് പുറത്തുനില്ക്കുന്നവരുടെ ശ്വാസംമുട്ടുന്ന വിലാപങ്ങ ളാണ് സൂചിപ്പിക്കുന്നത്. രണ്ടാമത്തെ പടവിൽ, അവർ സ്വയം വെ ളിപ്പെടുത്താൻ തയ്യാറാകുമ്പോൾ സമൂഹം അവർക്ക് വിധിക്കുന്നത് പലായനമാണ്.

മൂന്നാമത്തെ പടവിൽ അവർക്ക് പിങ്ക് ത്രികോണങ്ങൾ നല്കപ്പെ ടുന്നു. അത് നാസി ക്യാമ്പുകളിൽ സ്വവർഗാനുരാഗികൾ, ബൈസെ

ക്ഷൽസ്, ട്രാൻസ്ജെൻഡർ എന്നിവർക്കുള്ള തിരിച്ചറിയൽ അടയാളമായിരുന്നു. പിന്നീട് ഈ ചിഹ്നം സ്വത്വത്തിന്റെ ഭാഗമായി വീണ്ടെടുക്കപ്പെട്ടു. ലിംഗപദവി സ്പെക്ട്രത്തിന്റെ നിശബ്ദവും സാവധാനവും സ്ഥിരവുമായ ആവിർഭാവം ഇവിടെ ദൃശ്യമാണ്. ഞാൻ ലിംഗസ്വത്വം വെളിപ്പെടുത്തിയാൽ ഭിന്നവർഗസമൂഹം എന്നെക്കുറിച്ച് എങ്ങനെ പ്രതികരിക്കും എന്ന ഭയത്തിന്റെ അവസ്ഥയിൽനിന്നും എന്റെ ലിംഗ സ്വത്വം ഭിന്നവർഗസമൂഹത്തിന്റേതല്ല എന്ന ആത്മബോധ്യത്തിന്റെ അവസ്ഥയിലേക്കുള്ള മാറ്റമാണ് ലിംഗപദവി സ്പെക്ട്രത്തിലെ ഈ പരിവർത്തനം. ലിംഗപദവിയിലെ അധികാരരാഷ്ട്രീയവും പ്രമോദ് രാമന്റെ കഥകൾ ചർച്ച ചെയ്യുന്നു. ഓരോ കളിയിലും ആഖ്യാതാവിന്റെ കീഴ്നില അടുത്ത കളികൾക്കുള്ള നിയമം രൂപപ്പെടുത്തി. ലിംഗപദവിയുടെ അധികാരരാഷ്ട്രീയം കഥയിലുടനീളം പ്രവർത്തിക്കുന്നുണ്ട്. കഥയിൽ ഒരു സന്ദർഭം ചേർത്തിട്ടുണ്ട്. ഒരു അവധിക്ക് താരാനാഥൻ വന്നില്ല. താരാനാഥനെ കൂടാതെ താൻ അപ്രസക്തനാണെന്ന് ആഖ്യാതാവിന് തോന്നി. ഇങ്ങനെയാണ് അധികാരം പ്രവർത്തിക്കുന്നത്.

പുരുഷത്വത്തിന്റെയും സ്ത്രീത്വത്തിന്റെയും അംഗീകൃത സങ്കല്പങ്ങളിലേക്ക് ലിംഗപദവിയുടെ അർത്ഥം പരിമിതപ്പെട്ടിരുന്നു. പുരുഷത്വത്തെയും സ്ത്രീത്വത്തെയും കേന്ദ്രീകരിക്കുന്ന ലിംഗപദവി സങ്കല്പത്തെ അപനിർമ്മിക്കാൻ ഈ കഥ ശ്രമിക്കുന്നു. പ്രമോദ് രാമൻ തന്റെ കഥാപാത്രങ്ങളിലൂടെ സ്ഥാപിക്കുന്നത് പുരുഷത്വവും സ്ത്രീത്വവും വിപരീത ദ്വന്ദ്വങ്ങളാകില്ല എന്നാണ്.

ഈ ലിംഗപദവിഭേദങ്ങൾ വ്യക്തികളിൽ പല വൈവിധ്യങ്ങളിലും തീവ്രതകളിലും പ്രകടമാകാം. ലിംഗസ്വത്വം അടിച്ചേൽപ്പിക്കരുത് ലിംഗസ്വത്വം തിരിച്ചറിയാനും തിരഞ്ഞെടുക്കാനുമുള്ള വ്യക്തിയുടെ സ്വാതന്ത്ര്യം അംഗീകരിക്കണം എന്നാണ് അദ്ദേഹം വാദിക്കുന്നത്.

റഫറൻസ്

1. പ്രമോദ് രാമൻ. രതിമാതാവിന്റെ പുത്രൻ. മാതൃഭൂമി ബുക്സ്, 2012.

2. Blencowe, Claire. "Performativity', Gender the key concepts. Edited by Mary Evans and Carolyn H. Williams, Routledge, 2015

3. Butler, Judith. Gender Trouble Feminism and the subversion of Identity. Routledge, 2012.

൦൦

11

ഛേദാംശ ജീവിതം: പ്രതിനിധാനവും രാഷ്ട്രീയവും

ഡോ. അനില തോമസ്

ആധുനികാനന്തര ചിന്തകളുടെ ഭാഗമായാണ് ക്വീർ സിദ്ധാന്തം മലയാളത്തിന്റെ ജ്ഞാനമേഖലയിലേക്ക് കടന്നുവന്നത്. ആൺ-പെൺ ദ്വന്ദ്വങ്ങളിൽ മാത്രം ഒതുങ്ങിനിന്നിരുന്ന ലിംഗപരമായ കാഴ്ചപ്പാടുകൾ നിന്ന് ലെസ്ബിയൻ (lesbian), ഗേ (gay), ബൈ സെക്ഷ്വൽ (bisexual), ട്രാൻസ്ജെൻഡർ (transgender), ഇന്റർ സെക്സ് (intersex), ക്വീർ തുടങ്ങിയ വൈവിധ്യങ്ങളിലേയ്ക്ക് ഗവേഷണമേഖല വികസിച്ചു. ലൈംഗിക ന്യൂനപക്ഷങ്ങളെയെല്ലാം ഉൾക്കൊള്ളുന്നതും അവരുടെ ദൃശ്യത അടയാളപ്പെടുത്തി വികസിച്ചു വരുന്നതുമായ സിദ്ധാന്തമാണ് ക്വീർ സിദ്ധാന്തം. ലൈംഗികവും ലിംഗപരമായ വൈവിധ്യം കൊണ്ട് നിലനിൽക്കുന്നതും ഹൈഡ്രോ സെക്ഷ്വൽ ആധിപത്യത്തെ ചെറുക്കുന്നതുമായ ലൈംഗിക-ലിംഗ ന്യൂനപക്ഷത്തെ കുറിക്കാനാണ് ക്വീർ എന്ന പദം ഉപയോഗിച്ചു പോരുന്നത്. 1990-കളോടു കൂടി അമേരിക്കയിലാണ് ക്വീർ പഠനങ്ങൾക്ക് തുടക്കം കുറിച്ചത്. ലൈംഗികവാഞ്ഛകളെയും ലിംഗ പദവികളെയും കുറിച്ചുള്ള സാമൂഹികചിന്തകളെ ഉൾക്കൊള്ളുന്ന എഴുത്തുകളെയാണ് ക്വീർ സിദ്ധാന്തം പഠനവിധേയമാക്കിയിരിക്കുന്നത്. ലിംഗവും ലൈംഗികതയും രണ്ടാണെന്നും ലിംഗത്തെ നിർണ്ണയിക്കുന്നതു പരമ്പരാഗതമായ ശരീരബോധമല്ല മറിച്ച് തലച്ചോറാണെന്നും ക്വീർ സിദ്ധാന്തങ്ങൾ സ്ഥാപിക്കുന്നുണ്ട്. പുരുഷശരീരത്തിനുള്ളിലെ സ്ത്രീ എന്നോ സ്ത്രീശരീരത്തിനുള്ളിലെ പുരുഷനെന്നോ സാമാന്യമായി ട്രാൻസ്ജെൻഡറുകളെ നിർവചിക്കാറുണ്ട്. ശരീരംകൊണ്ട് ഒരു ലിംഗ വിഭാഗത്തിൽ ജനിക്കുകയും വ്യക്തിത്വം കൊണ്ട് അപരലിംഗസ്വത്വം പേറുകയും ചെയ്യുന്ന ജന വിഭാഗങ്ങളാണ് ട്രാൻസ്ജെൻഡറുകൾ.

പ്രണയത്തെയും രതിയെയും കൃത്യമായ അതിരുകൾക്കുള്ളിൽ തളച്ചിടുന്ന ലളിത വ്യാഖ്യാനങ്ങളുടെ ഇടുങ്ങിയ ലോകത്തിനപ്പുറത്തേക്ക് സഞ്ചരിക്കുന്നവരുടെ കൂടെനടക്കുന്ന കഥകളാണ് പ്രമോദ് രാമന്റേത്. ലൈംഗികതയുടെ വൈവിധ്യങ്ങളെ കണ്ടെത്താനും അതിന്റെ നിഗൂഢതകളെ തന്റെ രചനകളിൽ ആവിഷ്കരിക്കാനും കഥാകൃത്ത് സവിശേഷമായ പാടവം പ്രദർശിപ്പിക്കുന്നു. പ്രത്യുൽപാദനത്തിന്റെ നേർരേഖയിൽ മാത്രം ലൈംഗികതയെ നിർവചിക്കുന്ന വ്യവസ്ഥാപിതസമൂഹത്തിന് നേരെ പ്രതിരോധമുയർത്തുന്ന പ്രമോദ് രാമന്റെ രചനാലോകം പലപ്പോഴും സ്വച്ഛന്ദമായ ലിംഗ സ്വീകരണത്തിലേക്കും അതിനപ്പുറമുള്ള ലിംഗാതീതത്വത്തിലേയ്ക്കും കടക്കുന്നു.

ലൈംഗികതയുടെ പലവിധങ്ങളായ വിപര്യയങ്ങളിൽ ട്രാൻസ് സെക്ഷ്വൽ പ്രതിനിധാനത്തെ ആവിഷ്കരിക്കാൻ ശ്രമിച്ചിരിക്കുന്ന കഥയാണ് പ്രമോദ് രാമന്റെ 'രതിമാതാവിന്റെ പുത്രൻ' എന്ന സമാഹാരത്തിലെ 'ചേദാംശ ജീവിതം' എന്ന കഥ. ഒരേ സ്ഥാപനത്തിൽ ജോലിചെയ്യുന്ന മഞ്ജിത്ത് മേനോൻ, നേഹ നരെയ്ൻ, രുസ്തം ബാനർജി, ചന്ദ്രകാന്ത് ഗോപിനാഥ് എന്നിവരുടെ വിശാലമായ സുഹൃത്ത് ബന്ധത്തിലൂടെയാണ് കഥ മുന്നോട്ട്പോകുന്നത്. ഈ സൗഹൃദവലയത്തിനുള്ളിൽ വച്ചാണ് ചന്ദ്രകാന്ത്, മഞ്ജിത്ത് മേനോൻ എന്ന മഞ്ജുവിനെ പ്രണയിക്കുന്നതായി പ്രഖ്യാപിക്കുന്നത്. ഒരു ഗേ അല്ല താൻ എന്നു പ്രഖ്യാപിക്കുന്ന ചന്ദ്രൻ, തന്നെ മഞ്ജുവിലെ സ്ത്രൈണതയാണ് ഏറെ ആകർഷിക്കുന്നതെന്ന് തുറന്നുപറയുന്നുണ്ട്. മഞ്ജിത്ത് മേനോൻ, ചന്ദ്രന്റെ പ്രണയം സ്വീകരിക്കാൻ ലിംഗമാറ്റ ശസ്ത്രക്രിയ ചെയ്യാൻ തീരുമാനിക്കുന്നു. ലിംഗമാറ്റ ശസ്ത്രക്രിയയ്ക്ക് സമ്മതം അറിയിച്ച മഞ്ജിത്തിനെ മെഡിക്കൽ സയൻസ് ട്രാൻസ് സെക്ഷ്വലായാണ് പരിഗണിക്കുന്നത്. മഞ്ജിത്തിനെ സമ്പൂർണ്ണമായും മഞ്ജുവാക്കി മാറ്റാൻവേണ്ട എല്ലാവിധ സഹായങ്ങളും ചെയ്തത് നേഹയാണ്. മൂന്ന് മാസത്തെ പരിചരണത്തിനു ശേഷം നേഹ, മഞ്ജിത്ത് മേനോനെ മഞ്ജുവാക്കി പരിവർത്തിപ്പിക്കുന്നു. മൂന്നുമാസം ചന്ദ്രനെ കാണാതെ സ്ത്രൈണപാഠങ്ങൾ അഭ്യസിച്ച മഞ്ജു, ചന്ദ്രനെ കാണാനോ അയാളുടെ ഭാര്യയാകാനോ വിസമ്മതിക്കുന്നിടത്ത് കഥാഗതി വ്യതിചലിക്കുന്നു. കാരണം മഞ്ജു, നേഹയിൽ തന്റെ പുരുഷനെ കണ്ടെത്തുന്നു. അവളോട് തന്റെ പുരുഷനാകാമോ എന്ന് മഞ്ജു ചോദിക്കുന്നിടത്താണ് കഥ അവസാനിക്കുന്നത്. ഒരു ലിംഗത്തിൽ ജനിച്ച് അപര

ലിംഗത്തെ അറിയുകയും ശസ്ത്രക്രിയയിലൂടെ പൂർണ്ണരാകുവാൻ ശ്രമിക്കുകയും ചെയ്യുന്ന ട്രാൻസ്ജെൻഡറുകളുടെ സ്വത്വാധിഷ്ഠിതമായ പ്രശ്നത്തിലേക്ക് കഥ, വഴി തുറക്കുന്നു. ആൺ -പെൺ ലിംഗപരതയ്ക്ക് അപ്പുറത്തുള്ള അവസ്ഥാവിശേഷങ്ങളിലേക്ക് എത്തിനിൽക്കുന്ന കഥയാണിത്.

സ്വയം തിരഞ്ഞെടുക്കാവുന്നതാണ് ലിംഗപരത, എന്ന ആശയത്തെ മുന്നോട്ടുവയ്ക്കുന്ന കഥയാണ് 'ചേദാംശ ജീവിതം'. സമൂഹത്തിൽനിന്ന് എന്നതുപോലെ വ്യക്തിത്വങ്ങളിൽ നിന്ന് വ്യക്തിത്വങ്ങളിലേക്ക് മാറ്റാവുന്ന ഒന്നാണ് സ്ത്രീ- പുരുഷശരീരവും മനസ്സും എന്ന് കഥ പറഞ്ഞുതരുന്നു. ഒരു ലിംഗത്തിൽ നിന്ന് മറ്റൊരു ലിംഗത്തിലേക്ക് പറിച്ചുനടുന്ന ലിംഗമാറ്റ ശസ്ത്രക്രിയയെ സ്വാഭാവിക പ്രക്രിയയായി കഥയിൽ ആവിഷ്കരിച്ചിരിക്കുന്നു. ശരീരം, ഉടുപ്പ് മാറുന്നത് പോലെ മാറാം എന്ന ആശയത്തെ കഥ ശക്തമായി മുന്നോട്ടുവയ്ക്കുന്നു. ഇതുവഴി ലിംഗാവസ്ഥ സ്ഥിരമാണെന്നുള്ള ധാരണ അട്ടിമറിക്കാനും കഴിയുന്നു. സ്ത്രീയും പുരുഷനും മാത്രമേ പ്രണയിക്കാവൂ, ദാമ്പത്യത്തിൽ ഏർപ്പെടാവൂ എന്ന തോന്നലൊന്നും ഈ കഥയിലെ കഥാപാത്രങ്ങൾക്കില്ല. ചന്ദ്രന്റെ ആഗ്രഹത്തിനനുസരിച്ച് യഥേഷ്ടം സ്വയം നിർമ്മിതമാകാനും ഇഷ്ടാനുസരണം തിരഞ്ഞെടുക്കാനും മഞ്ജിത്തിന് യാതൊരു മടിയുമില്ല. അതിനു കാരണം അയാളുടെ ശരീരം പുരുഷഘടനയിലാണെങ്കിലും മാനസികവ്യാപാരങ്ങൾ സ്ത്രൈണകാമനകളെ സ്വീകരിക്കാൻ സന്നദ്ധമാണ് എന്നതുകൊണ്ടാണ്. മറ്റൊരു വിധത്തിൽ പറഞ്ഞാൽ ചന്ദ്രന്റെ താൽപര്യമനുസരിച്ച് ലിംഗമാറ്റ ശസ്ത്രക്രിയ ചെയ്തു സ്ത്രീയാകാൻ മഞ്ജിത്ത് തീരുമാനിക്കുന്നത് സ്ത്രീയാകാനുള്ള സന്നദ്ധത അയാളിൽ ആന്തരികമായി കുടികൊള്ളുന്നത് കൊണ്ടാണ്. തന്റെ ജന്മായത്തമായ പുരുഷശരീരത്തെപ്പറ്റി കഥയുടെ ആദ്യ ഭാഗത്ത് മഞ്ജിത്ത് ഒട്ടും തന്നെ ആകുലപ്പെടുന്നില്ല. ചെറിയ കുറ്റബോധത്തിന്റെ ഛായയിൽ ചന്ദ്രന്റെ മുഖം വിഷണ്ണമാകുമ്പോൾ മഞ്ജിത്ത് നൽകുന്ന മറുപടിയിൽ ഇത് പ്രകടമാണ്. "എനിക്കു തെറ്റിയിട്ടുണ്ടോ മഞ്ജു? അവൻ ചോദിച്ചു. ഞാൻ അവന്റെ നെഞ്ചത്ത് ഒരു ഇടിവെച്ചു കൊടുത്തു. ഈ ചിന്തയാണ് തെറ്റ്. നിനക്ക് പേടിയുണ്ടോ? പേടി ഒരു പരദേശിയാണ്. വന്നപോലെ മടങ്ങി. മാഷിനോടും ടീച്ചറിനോടും? അവർക്ക് ഇതിൽ എന്തുകാര്യം, എന്റെ ജന്മത്തിന്റെ ലിംഗം അവരുടെ അവകാശമായിരുന്നില്ലല്ലോ. അത് അവർക്ക് ഒരു അറിവ് മാത്രമായിരുന്നു."[1] ജൈവികതയെ ഊട്ടിയു

റപ്പിക്കുന്ന ദൃഢധാരണകളെ തന്നെയാണ് ഇവിടെ അപ്രധാനീകരിക്കുന്നത്. അതുപോലെതന്നെ ലിംഗമാറ്റ ശസ്ത്രക്രിയയ്ക്ക് വിധേയനാകാൻ സമ്മതിച്ചുകൊണ്ട് മഞ്ജിത്ത് മേനോൻ പറയുന്ന വാക്കുകളും ശ്രദ്ധേയമാണ്. "ഡോണ്ട് ബി സില്ലി, നേഹ. ഐ ക്യാൻ ചേഞ്ച്. പക്ഷേ, എനിക്ക് ഇപ്പോഴത്തെ ഉടുപ്പുകൾ അഴിച്ചു വയ്ക്കാൻ സമയം വേണം. ലിംഗമില്ലാത്ത നഗ്നത. നിർലൈംഗികതയുടെ ഇടവേള."[2] സ്ത്രീയായി കഴിയുമ്പോൾ മുറിച്ചെടുക്കുന്ന സാധനം എവിടെ കളയും എന്ന നേഹയോടുള്ള മഞ്ജിത്തിന്റെ ചോദ്യം കേവലം ലൈംഗികാവയവം മാത്രമാണ് സ്ത്രീ-പുരുഷൻ എന്ന വേർതിരിവിനെ സൃഷ്ടിക്കുന്നത് എന്ന ആശയം ദ്യോതിപ്പിക്കുന്നു. മഞ്ജു തന്റെ പെണ്ണാണെന്ന ചന്ദ്രന്റെ വാക്കുകൾ മഞ്ജിമേനോനും ചന്ദ്രകാന്തും ആയുള്ള ബന്ധം ഗേ ആണെന്നുള്ള ചിന്തയാണ് നേഹയിൽ ഉളവാക്കുന്നത്. എന്നാൽ താൻ ഗേയല്ല എന്ന് ചന്ദ്രൻ പറയുമ്പോൾ സ്ത്രൈണതയുടെ പൂർണ്ണതയാണ് ചന്ദ്രൻ തേടുന്നത് എന്ന് തോന്നിയേക്കാം. എന്നാൽ അത് കേവലമായ സ്ത്രൈണതയല്ല. നേഹയെ പ്രണയിച്ചു കൂടെ എന്ന രുസ്തത്തിന്റെ വാക്കുകൾക്ക് മറുപടിയായി "എടാ, അതിനേക്കാൾ നല്ലത് കാഴ്ചയിലെങ്കിലും അല്പം പെണ്ണായ മഞ്ജുവിനെ പ്രേമിക്കുകയല്ലേ"[3] എന്നാണ് ചന്ദ്രന്റെ മറുപടി. ഇത് മഞ്ജുവിലെ സ്ത്രൈണതയോടും തന്റെ ജീവിതത്തിൽ മഞ്ജു സ്ത്രീയുടെ സ്ഥാനം തന്നെ സ്വീകരിക്കണമെന്നുമുള്ള ചന്ദ്രന്റെ ആഗ്രഹവും കൂടിയാണ് വെളിപ്പെടുത്തുന്നത്. മറ്റൊരു വിധത്തിൽ യാഥാസ്ഥിതികമായ പുരുഷമനസ്സിലുള്ള സ്ത്രൈണതയുടെ പൂർണ്ണത തന്നെയാണ് ചന്ദ്രൻ തേടുന്നത്. ചന്ദ്രനെ വിവാഹം കഴിക്കാതെ താൻ ജീവിക്കുമായിരുന്നു. പക്ഷേ, ചന്ദ്രൻ ജീവിക്കില്ല എന്ന മഞ്ജിത് മേനോന്റെ വാക്കുകളിൽ തെളിയുന്നത് മഞ്ജിത്തിന്റെ സ്ത്രൈണതയോടുള്ള ചന്ദ്രന്റെ ഇഷ്ടം തന്നെയാണ്.

എന്നാൽ പുരുഷലിംഗത്തെ അടർത്തിമാറ്റി മഞ്ജിത്ത് മേനോനെ എല്ലാവിധത്തിലും മഞ്ജുവാക്കാനുള്ള ചന്ദ്രന്റെ ആഗ്രഹത്തിന് പിന്നിൽ സാമ്പ്രദായിക സമൂഹത്തിന്റെ സ്വാധീനം തന്നെയാണ് പ്രവർത്തിക്കുന്നത്. ട്രാൻസ്ജെൻഡർ ശരീരത്തെ ഉൾക്കൊള്ളാൻ മടി കാണിക്കുന്ന പ്രശ്നവൽകൃതമായ സമൂഹത്തെ മറികടക്കാനാണ് ചന്ദ്രൻ ലിംഗമാറ്റ ശസ്ത്രക്രിയ അനിവാര്യമാണെന്നു ചിന്തിക്കുന്നത്. ട്രാൻസ്ജെൻഡറുകൾക്ക് സ്വതന്ത്രമായി ലൈംഗികതന്മയെ തെരഞ്ഞെടുക്കാനും അവർക്കിണങ്ങുന്ന ദാമ്പത്യഘടന

യെ സൃഷ്ടിക്കാനും അങ്ങനെ സാമൂഹ്യസ്വീകാര്യതയോടെ ജീവിക്കാനും കഴിഞ്ഞിരുന്നെങ്കിൽ ലിംഗമാറ്റ ശസ്ത്രക്രിയയുടെ ആവശ്യം വരില്ലായിരുന്നു. ക്വീർ സെക്ഷ്വാലിറ്റി, ഹോമോസെക്ഷ്വാലിറ്റി തുടങ്ങിയ ലൈംഗികവൈവിധ്യങ്ങളെ സമൂഹം അംഗീകരിക്കുമ്പോഴാണ് ട്രാൻസെക്ഷ്വൽ ചിന്തകൾക്ക് അനിവാര്യമായ മാറ്റങ്ങൾ ഉണ്ടാവുക എന്ന് കഥ വ്യവഹരിക്കുന്നു.

ചന്ദ്രന്റെ ആവശ്യം അംഗീകരിച്ചു ലിംഗമാറ്റ ശസ്ത്രക്രിയയ്ക്ക് സന്നദ്ധനാകുമ്പോഴും തന്റെ ശരീരത്തെക്കുറിച്ചും ലിംഗപരതയെക്കുറിച്ചുമുള്ള സംഘർഷങ്ങൾ മഞ്ജിത്ത് അനുഭവിക്കുന്നുണ്ട്. "ബാത്റൂമിൽ കയറി ഞാൻ ജനിച്ച ലിംഗത്തിലെ അവസാന കൈക്രിയകൾക്കായി കീഴ്വസ്ത്രങ്ങൾ താഴ്ത്തി. അവിടേക്ക് നോക്കിയപ്പോൾ അവനോട് അതുവരെ ഇല്ലാത്ത സ്നേഹം തോന്നി. എന്റെ കരലാളനങ്ങളിൽ എന്നും ആത്മനിർവൃതിയടഞ്ഞവൻ. അവർ എവിടെ കൊണ്ട് തള്ളും എന്റെ ഈ അരുമയെ."[4], "നേഹ, ഈ സെക്സ് ചേഞ്ച് ചെയ്തു കഴിയുമ്പോഴേ മുറിച്ചെടുക്കുന്ന ഈ സാധനം എവിടെ കളയും"[5] എന്നുമുള്ള മഞ്ജിത്തിന്റെ ചോദ്യങ്ങൾ ഈ സംഘർഷത്തിന്റെ സൂചനകൾ ആണ്. എന്നാൽ പിന്നീട് ലിംഗമാറ്റത്തിനുശേഷം പൂർണമായും പുരുഷനിൽ നിന്നുള്ള മോചനത്തിനായി മഞ്ജിത്ത് ബോധപൂർവ്വം ശ്രമിക്കുന്നുണ്ട്. ഇതിനായി മഞ്ജുവിനെ സഹായിക്കുന്നത് നേഹയാണ്. ഓരോ ദിവസവും പുലരുകയും അവസാനിക്കുകയും ചെയ്യുന്നതിനിടയിൽ തന്നെ പെണ്ണിലേക്ക് ഒരിഞ്ച് എങ്കിലും കൂടുതൽ അടുപ്പിക്കാൻ നേഹയ്ക്കു കഴിഞ്ഞെന്നാണ് മഞ്ജു ഇതിനെക്കുറിച്ച് പറയുന്നത്. ശസ്ത്രക്രിയ അല്ല, തന്നെ പെണ്ണാക്കിയത് ഈ നേഹയാണ് എന്ന് തുറന്നുപറയാനും മഞ്ജു മടിക്കുന്നില്ല. പരിപാലനത്തിന്റെ സമ്പുഷ്ടതയിൽ ലിംഗപരതയെ സമ്പൂർണ്ണമാക്കാൻ കഴിയും എന്ന് കഥ സൂചിപ്പിക്കുന്നു.

മൂന്നുമാസത്തോളമായി മഞ്ജുവിനെ സ്വീകരിക്കാൻ എല്ലാ ഒരുക്കങ്ങളും നടത്തി കാത്തിരിക്കുന്ന ചന്ദ്രനെ കാണേണ്ട എന്ന മാനസികാവസ്ഥയിലേക്ക് പരിവർത്തിക്കുകയാണ് മഞ്ജുവിന്റെ മനസ്സ്. "കുഞ്ഞരയന്ന കൂട്ടിൽ എന്നെ വളർത്തിയവൾ, എന്റെ ലിംഗത്തിന്റെ അവകാശി നേഹയാണെ"[6]ന്ന് പറഞ്ഞുകൊണ്ട് മഞ്ജു അവളോട് ചോദിക്കുന്നത് ഇപ്രകാരമാണ്. "മാറാമോ നേഹ, ഈ ശരീരം മാത്രം. ഈ കായകവചം ഉടുപ്പൊന്നു മാറും പോലെ മാത്രം. നേഹ, നിനക്കെന്റെ ആണാകാമോ?"[7] ലിംഗാവസ്ഥ സ്ഥിരമാണെന്ന

ധാരണ അട്ടിമറിക്കപ്പെടുകയാണ് ഇവിടെ. ട്രാൻസെക്ഷ്വൽ ആയ മഞ്ജു നേഹയിലെ സ്ത്രൈണതയേക്കാൾ അവളിലെ പുരുഷത്വ ത്തെ, പൗരുഷത്തെ പ്രണയിക്കുന്നു. അവൾ ചന്ദ്രനെയോ മറ്റേതെ ങ്കിലും സാമ്പ്രദായിക പുരുഷനെയോ ആഗ്രഹിക്കുന്നില്ല. ട്രാൻസ് ജെൻഡർ, ട്രാൻസ് സെക്ഷ്വൽ ജീവിതങ്ങൾ സമ്പ്രദായികസമൂഹ ത്തിന്റെ അടഞ്ഞ ലിംഗമൂല്യങ്ങളെ അപനിർമിക്കാൻ പര്യാപ്തമാ ണെന്ന് ഈ കഥ വ്യക്തമാക്കുന്നു. തന്മാധിഷ്ഠിതമായ പ്രകടന സ്വാതന്ത്ര്യം നിഷേധിക്കുമ്പോഴാണ് ട്രാൻസ് സെക്ഷ്വൽ പരിധി യിൽ സുരക്ഷിതത്വം കണ്ടെത്താൻ ലിംഗന്യൂനപക്ഷം തയ്യാറാക്കു ന്നത്. അതിനാൽ ക്വീർ സമൂഹത്തിനും വിമതലൈംഗികതയ്ക്കും ജനാധിപത്യപരമായ ഇടം നൽകിയാൽ ലിംഗമാറ്റ ശസ്ത്രക്രിയ യെ ആശ്രയിക്കാതെ തന്മാസ്വാതന്ത്ര്യത്തെ പരിരക്ഷിക്കാമെന്ന സാം സ്കാരിക പ്രതിവായനയെ കഥ അടയാളപ്പെടുത്തുന്നു.

ജീവശാസ്ത്രപരമായ ആൺ-പെൺ വിഭജനത്തെ ഉടച്ചുവാർ ക്കുന്ന കഥയാണ് 'ഛേദംശജീവിതം'. മനസ്സുകൊണ്ട് സ്ത്രീയാകാൻ ശ്രമിച്ച മഞ്ജിത്തിന് തന്റെ മനസ്സിനിണങ്ങിയ പുരുഷനെ കണ്ടെ ത്താനാകുന്നത് നേഹ എന്ന സ്ത്രീയിലാണ്. മറ്റൊരു വിധത്തിൽ പറഞ്ഞാൽ സ്ത്രീ, പുരുഷൻ എന്ന വേർതിരിവിനപ്പുറത്ത് ലിംഗമി ല്ലായ്മയുടെ സ്വത്വത്തിലേക്ക് നീളുന്ന കഥയാണിത്. സ്ത്രീ, പുരു ഷൻ തുടങ്ങിയ വാർപ്പ് മാതൃകകളെ കഥാകൃത്ത് മറിച്ചിടുന്നു. ലിംഗം (sex), ലിംഗപദവി (gender) തുടങ്ങിയ ആശയങ്ങളെ പുതിയ ഉൾക്കാഴ്ചയോടെ സമീപിക്കേണ്ടതുണ്ടെന്ന് ഈ കഥ ഓർമിപ്പി ക്കുന്നു. ഒരാളുടെ ഐഡന്റിറ്റി പലപ്പോഴും ദ്രവ (fluid) രൂപത്തി ലാണ് എന്ന പുതിയ സമീപനത്തോട് അടുത്തു നിൽക്കുന്നതാണ് കഥാകൃത്തിന്റെ നിലപാട്.

കുറിപ്പുകൾ

1. കഥ, പ്രമോദ് രാമൻ, സാഹിത്യ പ്രവർത്തക സഹകരണ സംഘം, കോട്ടയം, 2020, പേജ് 79
2. കഥ, പ്രമോദ് രാമൻ, സാഹിത്യ പ്രവർത്തക സഹകരണ സംഘം, കോട്ടയം, 2020, പേജ് 77
3. കഥ, പ്രമോദ് രാമൻ, സാഹിത്യ പ്രവർത്തക സഹകരണ സംഘം, കോട്ടയം, 2020, പേജ് 75
4. കഥ, പ്രമോദ് രാമൻ, സാഹിത്യ പ്രവർത്തക സഹകരണ സംഘം, കോട്ടയം, 2020, പേജ് 80

5. കഥ, പ്രമോദ് രാമൻ, സാഹിത്യ പ്രവർത്തക സഹകരണ സംഘം, കോട്ടയം, 2020, പേജ് 72

6. കഥ, പ്രമോദ് രാമൻ, സാഹിത്യ പ്രവർത്തക സഹകരണ സംഘം, കോട്ടയം, 2020, പേജ് 82

7. കഥ, പ്രമോദ് രാമൻ, സാഹിത്യ പ്രവർത്തക സഹകരണ സംഘം, കോട്ടയം, 2020, പേജ് 82

ഗ്രന്ഥസൂചി

1. കഥ, പ്രമോദ് രാമൻ, സാഹിത്യ പ്രവർത്തക സഹകരണ സംഘം, കോട്ടയം, 2020.

ററ

12

ജാതീയതയെ മറികടക്കുന്ന സ്ത്രീ സ്വത്വങ്ങൾ

(കരിക്കോട്ടക്കരി നോവൽ മുൻനിർത്തിയുള്ള പഠനം)

മിന്നു എ. ബി.

ചരിത്രത്തെ പുനർനിർമ്മിക്കാൻ ശ്രമിക്കുന്ന രചനകൾ സമകാലിക സാഹിത്യത്തിന്റെ പ്രത്യേകതയാണ്. ഉത്തരാധുനിക രചനകളിലൂടെ ചരിത്രം പ്രശ്നവൽക്കരിക്കപ്പെട്ടപ്പോൾ മുഖ്യധാരാചരിത്രം അകറ്റിനിർത്തിയ പല സൂക്ഷ്മഘടകങ്ങൾക്കും പ്രാധാന്യം കൈവന്നു. പ്രാദേശികചരിത്രം, കീഴാളചരിത്രം, സ്ത്രീ സ്വത്വപ്രശ്നങ്ങൾ, തുടങ്ങിയവ അതേപടി ആവിഷ്കരിക്കപ്പെട്ടു. കീഴാള മനുഷ്യരുടെ അസ്ഥിത്വത്തെ ജാതിയെ പ്രശ്നവൽക്കരിച്ചുകൊണ്ട് സ്ഥാപിക്കാൻ ശ്രമിക്കുന്ന നോവലാണ് വിനോയ് തോമസിന്റെ കരിക്കോട്ടക്കരി. കുടിയേറ്റസാഹിത്യത്തിന്റെ ഗണത്തിൽ ഉൾപ്പെടുത്താമെങ്കിലും കീഴാള ചരിത്രത്തെ അവതരിപ്പിച്ചുകൊണ്ട് മുഖ്യധാരാചരിത്രത്തിന്റെ ജാതിചിന്തയെ നോവൽ അഭിസംബോധന ചെയ്യുന്നു. കേരളീയസമൂഹത്തിന്റെ സവർണ്ണമത ചരിത്രത്തെ പ്രശ്നവൽക്കരിക്കുകയാണ് നോവൽ. ജാതി ഇല്ലെന്ന് പറയുമ്പോഴും വർത്തമാനകാല സാഹചര്യം ജാതിബോധത്തെ ശക്തമായി ഉറപ്പിക്കുന്നുണ്ട്. സമൂഹത്തിൽ സവർണ്ണ ജാതിചരിത്രവുമായി ബന്ധപ്പെട്ട് നിലകൊള്ളുന്നതാണ് പൊതുവേ സ്വീകാര്യമായ ജാതിഘടന. എന്നാൽ ആദി കേരള സമൂഹം സവർണ്ണയുക്തിക്ക് അധിഷ്ഠിതമായിരുന്നില്ലയെന്നും ആര്യന്മാരുടെ വരവോടെ രാജ്യം ഭരിച്ചിരുന്ന ചേരന്മാർ അടിമകളായി മാറിയെന്നുമുള്ള വസ്തുതകൾ ചരിത്രത്താളുകളിൽ പോലും വിസ്മരിക്കപ്പെട്ടത് അതുകൊണ്ടാണ്. ആ ചരിത്രത്തെ നോവൽ ആവിഷ്കരിക്കാൻ ശ്രമിക്കുന്നു. അധികാരത്തിൽ എന്ന പേരിൽ അറിയപ്പെടുന്ന സവർണ്ണ ക്രൈസ്തവ കുടുംബത്തിന്റെ വേരുകൾ, കീഴാളർ എന്ന് വിളിക്ക

പ്പെടുന്ന ചേരമന്മാരുടെയും പുലയരുടെയും മുൻതലമുറകളായിരുന്നു എന്ന വസ്തുതയാണ് നോവൽ അവതരിപ്പിക്കുന്നത്. നോവലിലെ കേന്ദ്രകഥാപാത്രമായ ഇറാനിമോസ് അധികാരത്തിൽ കുടുംബത്തിലെ അവകാശിയായി ജനിക്കുമ്പോൾ തന്റെ നിറത്തിന്റെയും വ്യക്തിത്വത്തിന്റെയും പേരിൽ അയാൾ അവഗണിക്കപ്പെടുന്നു. അയാൾ തന്റെ സ്വത്വത്തിന്റെ വേരുകൾ അന്വേഷിച്ച് ഇറങ്ങുന്നതാണ് നോവലിലെ കഥ.

ജാതീയമായ സ്വതപ്രതിസന്ധിയാണ് നോവലിൽ കടന്നുവരുന്ന പ്രധാനരാഷ്ട്രീയം. ജാതീയതയെ മറികടക്കുവാൻ ശ്രമിക്കുന്ന ഇറാനിമോസ്, ചാഞ്ചൻ വല്യച്ഛൻ, സെബാൻ തുടങ്ങിയ പുരുഷകഥാപാത്രങ്ങൾ നോവലിൽ അണിനിരക്കുമ്പോഴും, കേന്ദ്ര കഥാപാത്രമായ ഇറാനിമോസിനെക്കാളും തന്റെ സ്വത്വത്തെ ഉറപ്പിക്കുന്ന ശക്തരായ കഥാപാത്രങ്ങൾ നോവലിലെ സ്ത്രീകളാണെന്ന് പറയാൻ കഴിയും. ബിന്ദു, കണ്ണമ്മ തുടങ്ങി ഏതാനും ചില സ്ത്രീകളെ നോവലിൽ കടന്നുവരുന്നുള്ളൂ. എന്നാൽ പല സന്ദർഭങ്ങളിലും വഴിമുട്ടി നിൽക്കുന്ന ഇറാനിയെ വഴി നടത്തുന്നത് ഇവരാണെന്ന് കാണാം. സ്ത്രീ ശരീരം കൊണ്ട് തന്റെ സ്വത്വത്തെ സമൂഹത്തിനു മുന്നിൽ ഉറപ്പിക്കുന്നു. തന്റെ ജാതിയെ ഉറക്കെ പ്രഖ്യാപിച്ചുകൊണ്ട്, തന്റെ അവകാശത്തെ നേടിയെടുക്കാൻ ഇവർ ശ്രമിക്കുന്നത് കാണാം. ഇത്തരത്തിൽ ജാതിയധികാരത്തെ മറികടക്കുന്ന സ്ത്രീസ്വത്വത്തെയും ലൈംഗികതയിലൂടെ അവർ ഉറപ്പിക്കുന്ന വിമോചനത്തെയും ദലിത്സ്ത്രീവാദ പഠനത്തോട് ചേർത്തുവച്ച് പഠിക്കുവാൻ ശ്രമിക്കുന്നു.

ജാതിയതയെ മറികടക്കുന്ന സ്ത്രീ സ്വത്വ നിർമ്മിതി.

മനുഷ്യനുമേൽ അടിച്ചേൽപ്പിക്കപ്പെടുന്ന മുദ്രണമാണ് ജാതി. മനുഷ്യനായി ജനിക്കുന്നവർ ജാതിയുടെ പേരിൽ വിഭജിക്കപ്പെടുന്നു. 'ഒരാൾ സ്ത്രീയായി ജനിക്കുകയല്ല സ്ത്രീയായി തീരുകയാണ്.' എന്നു സിമോൺ ദി ബുവ്വ പറഞ്ഞതുപോലെ ജാതി, ഒരു വ്യക്തിയുടെ മേൽ സമൂഹം നിർമ്മിക്കുന്ന വ്യവസ്ഥയാണ്. സമൂഹം സ്ത്രീയുടെ മേൽ നൽകുന്ന ചുമതലകളും വ്യവസ്ഥകളുമാണ് അവളെ സ്ത്രീയെന്ന പരികല്പനയിലേക്ക് ഒതുക്കുന്നത് അതൊരു നിർമ്മിതിയാണ് അത്തരമൊരു നിർമ്മിതിയാണ് ജാതിയും. നിറത്തിന്റെയും തൊഴിലിന്റെയും പേരിൽ നിർമ്മിക്കപ്പെടുന്ന വ്യവസ്ഥയാണത്. ഈ വിഭാഗീയതയെ നേരിട്ടുകൊണ്ടാണ് ദലിത് കീഴാളസ

മൂഹം അവരുടെ സ്വത്വത്തെ ചരിത്രത്തിൽ രേഖപ്പെടുത്താൻ ശ്രമിക്കുന്നത്. സമൂഹം കൽപ്പിക്കുന്ന നിയമങ്ങൾക്ക് അനുസരിച്ച് വിധേയപ്പെടേണ്ടി വന്നപ്പോഴാണ് സ്ത്രീകൾ വ്യവസ്ഥകളെ എതിർക്കാൻ തുടങ്ങിയത്. പാശ്ചാത്യ സ്ത്രീവാദ ചിന്തകളുടെ സ്വാധീനമാണ് കേരള പശ്ചാത്തലത്തിലും അലയടിച്ചത്. ഉത്തരാധുനിക ഘട്ടമായപ്പോഴേക്കും ദലിത് സ്ത്രീവാദ ചിന്തകൾക്ക് കൂടുതൽ പ്രാമുഖ്യം ലഭിച്ചു.

ഉത്തരാധുനിക ഘട്ടത്തിൽ സ്ത്രീ ദലിത് തുടങ്ങിയ അരികുവൽകൃത സമൂഹങ്ങൾക്ക് മുഖ്യധാരയിൽ ഇടം ലഭിക്കുന്നതിനുള്ള ശ്രമങ്ങൾ തുടങ്ങിയിരുന്നു. ദലിത്കീഴാള സ്വത്വങ്ങൾ തങ്ങളുടെ കർതൃത്വത്തെ സ്ഥാപിക്കുന്നതിനുള്ള ശ്രമങ്ങളും ഈ ഘട്ടത്തിൽ തുടങ്ങിയിരുന്നു. നവോത്ഥാനകാലം മുതൽക്കേ ജാതിമത വിവേചനത്തിനെതിരായി ധാരാളം സംഘടനാപ്രവർത്തനങ്ങൾ നടന്നിരുന്നു. സവർണ്ണമത താല്പര്യങ്ങളിൽ നിന്ന് ഒരു പരിധി വരെ സമൂഹത്തെ മാറ്റി വഴി നടത്താൻ ഈ പ്രവർത്തനങ്ങൾ കൊണ്ട് സാധിച്ചിരുന്നെന്ന് പറയാം. എന്നാൽ ജാതി വിവേചനത്തിനൊപ്പം സ്ത്രീ നേരിട്ടിരുന്ന സ്വത്വ പ്രതിസന്ധി പൂർണ്ണമായും പ്രശ്നവൽക്കരിക്കപ്പെട്ടിരുന്നില്ല. ദലിത്കീഴാള പഠനങ്ങൾ ശക്തമായപ്പോൾ മനുഷ്യന്റെ സ്വത്വ പ്രതിസന്ധി ജാതിഘടനയിലും ലിംഗപദവിയിലും എപ്രകാരം നിലകൊള്ളുന്നു എന്ന ചിന്ത ഉയർന്നു വന്നു. ആര്യന്മാരുടെ വരവോടെ അടിമകളായി മാറിയ ഒരു സമൂഹത്തിന്റെ ചരിത്രം ഈ നോവൽ അവതരിപ്പിക്കുന്നുണ്ട്. ദലിത്കീഴാള ജനതകൾ ദീർഘകാലം അനുഭവിച്ച അടിമത്തം ഈ ചരിത്രത്തിന്റെ ഭാഗമാണ്. 'അടിമത്തത്തിൽ നിന്ന് ഉയർന്നു വന്ന അന്യവൽക്കരണവും കുടുംബങ്ങളുടെയും കൂട്ടായ്മകളുടെയും തകർക്കലുമാണ് അടിസ്ഥാനപരമായ പ്രശ്നം.' (സനൽ മോഹൻ-2021:22) കാരണം ആദ്യ ദ്രാവിഡ ജനതയുടെ കുടുംബത്തെയും പാരമ്പര്യത്തെയും അടിമത്തം ഇല്ലാതാക്കി. മതപരിവർത്തനത്തിലൂടെ ദ്രാവിഡസ്വത്വം വിഭജിക്കപ്പെട്ടു. തങ്ങളുടെ വംശം തന്നെ ചിതറപ്പെട്ടു. ഇവിടുത്തെ മേലാളന്മാർ എന്ന് പറയുന്നോര് മുഴുവൻ ഉണ്ടായത് നമ്മുടെ മണ്ണീന്നും പെണ്ണീന്നുമാണെന്ന് നോവലിൽ തന്നെ പറയുന്നത് ഈ വസ്തുതയെ സാധൂകരിക്കുന്നു.

നോവൽ ആരംഭിക്കുന്നത് തന്നെ അധികാരത്തിൽ കുടുംബത്തിന്റെ സവർണ്ണ പാരമ്പര്യത്തെ ഉറപ്പിച്ചു കൊണ്ടാണ്. എ.ഡി. 842-ൽ തരിസാപ്പള്ളിയുടെ അധികാരിയായിരുന്ന മാർ സപീർ

ഈസോയുടെ സഹോദരനായ അഫ്രോത്താണ് അധികാരത്തിൽ കുടുംബത്തിന്റെ ആദ്യത്തെ അധികാരിയെന്നും മനയിൽ മണിനങ്ങ എന്ന നമ്പൂതിരി യുവതിയെ രാജകല്പനപ്രകാരം വിവാഹം കഴിച്ചാണ് അധികാരത്തിൽ കുടുംബം ആരംഭിക്കുന്നതുമെന്ന ചരിത്രമാണ് കുടുംബത്തിന്റെ കാരണവർ ചരിത്രഗ്രന്ഥത്തിൽ എഴുതിയിരിക്കുന്നത്. എന്നാൽ ഈ കുടുംബത്തിൽ ഇറാനിമോസ് ജനിക്കുന്നതോടെയാണ് ചരിത്രത്തിലെ നുണ പൊളിയുന്നത്. വെളുപ്പിന്റെ ആധിക്യത്തിൽ നിന്ന് കുടുംബത്തിൽ ഇറാനിമോസ് ജനിച്ചതോടെ ചരിത്രത്തിൽ കറുപ്പ് പുനർജനിച്ചു. കരിക്കോട്ടക്കരി എന്ന കുടിയേറ്റ ഗ്രാമത്തിന്റെ ചരിത്രവും ഇതോടെയാണ് ചുരുളഴിയപ്പെടുന്നത്. തിരുവിതാംകൂറിൽ നിന്നും മലബാറിലേക്ക് കുടിയേറി പാർത്തവരാണ് കരിക്കോട്ടക്കരിക്കാർ. നിക്കോളസ് എന്ന വിദേശ പാതിരി പുലയരെ ക്രിസ്ത്യാനികളാക്കി മതംമാറ്റുകയും തന്നോടൊപ്പം വന്നവർക്ക് കരിക്കോട്ടക്കരി എന്ന പ്രദേശത്ത് പുതിയ ജീവിതസാഹചര്യം നൽകുകയും ചെയ്തു. പക്ഷേ അവർ പുതു ക്രിസ്ത്യാനികൾ എന്ന പേരിലാണ് സവർണ്ണ ക്രൈസ്തവരുടെ ഇടയിൽ കഴിഞ്ഞിരുന്നത്. ഇറാനിമോസ് രൂപത്തിലും സ്വഭാവത്തിലും കരിക്കോട്ടക്കരിക്കാരെ പോലെ ആയിരുന്നു. ഒടുവിൽ തന്റെ പിതൃത്വം മറ്റൊരാളിൽ സങ്കൽപ്പിച്ച് ഇറാനി വീട് ഉപേക്ഷിച്ചിറങ്ങുമ്പോൾ കരിക്കോട്ടക്കരി എന്ന പ്രദേശവും നിക്കോളസ് പാതിരിയും തന്റെ സുഹൃത്തായ സെബാനും ആയിരുന്നു അവന്റെ ആശ്രയം. നിക്കോളസ് വൈദികന്റെ സ്വാധീനം കരിക്കോട്ടക്കരി പ്രദേശത്തിന് ഉണ്ടായിരുന്നെങ്കിലും രണ്ട് കാര്യങ്ങൾ അദ്ദേഹത്തിന് അവിടെ നിർത്തലാക്കാൻ കഴിഞ്ഞിരുന്നില്ല. ഒന്ന് ആ ജനങ്ങളുടെ രക്തത്തിൽ അലിഞ്ഞുപോയ ആഭിചാര കർമ്മങ്ങളും രണ്ട് കമ്മ്യൂണിസ്റ്റ് പാർട്ടിയും. അതിന്റെ ഒരു കാരണം ചാഞ്ചൻ വല്യച്ഛൻ ആയിരുന്നു. മതം മാറി തന്റെ നാട് ഉപേക്ഷിച്ചു കുടിയേറി പാർക്കാൻ അദ്ദേഹം തയ്യാറായിരുന്നില്ല. നിക്കോളസ് വൈദികന്റെ പ്രവർത്തികളെ അദ്ദേഹം ചോദ്യം ചെയ്തിരുന്നു. മണ്ണറിയുന്ന ചേരമാൻ തന്റെ സ്വത്വത്തിൽ തന്നെ നിലകൊള്ളണമെന്ന് വാദിച്ച വ്യക്തിയാണ് അദ്ദേഹം. പിന്നീട് ഈ വല്യച്ഛനിലൂടെയാണ് ഇറാനിക്ക് തന്റെ പുലയചരിത്രവും ആദികേരള ചേരൻമാരുടെ ചരിത്രവും ചുരുളഴിയപ്പെടുന്നത്. എന്നാൽ ഈ പുരുഷകഥാപാത്രങ്ങളെയെല്ലാം വഴിതെളിക്കുന്നത് ബിന്ദു, കണ്ണമ്മ എന്ന ശക്തരായ രണ്ട് സ്ത്രീകഥാപാത്രങ്ങളാണ്.

▶▶ സാംസ്കാരിക സ്ത്രീവാദം ....

ജാതികേന്ദ്രിതമായ ഇന്ത്യൻ സമൂഹത്തിൽ ഒരു വ്യക്തി തന്റെ കർതൃത്വത്തെ സ്ഥാപിക്കാൻ ശ്രമിക്കുന്നത് അത്രമേൽ എളുപ്പകരമായ കാര്യമല്ല. പ്രത്യേകിച്ച് സമൂഹത്തിൽ രണ്ടാം സ്ഥാനം നൽകി മാറ്റിനിർത്തിയിരുന്ന സ്ത്രീകൾക്ക് തങ്ങളുടെ ജാതിസ്വത്വം പോലെതന്നെ ഉറപ്പിക്കേണ്ട ഒന്നുതന്നെയായിരുന്നു സ്ത്രീസ്വത്വവും. ദലിത് സ്ത്രീവാദികൾ മുന്നോട്ടുവച്ച ആശയവും അത് തന്നെയായിരുന്നു. ദലിത് സ്ത്രീകൾക്ക് നിറത്തിന്റെ പേരിലും തൊഴിലിന്റെ പേരിലും സവർണ്ണപുരുഷനിൽ നിന്നും സ്ത്രീയിൽ നിന്നും ഒരുപോലെ വിവേചനം നേരിടേണ്ടിവന്നിരുന്നു. അതുകൊണ്ടുതന്നെ ദലിത് ഫെമിനിസം ഒരു പരിധി വരെ ബ്ലാക്ക് ഫെമിനിസവുമായി ബന്ധപ്പെട്ടു നിൽക്കുന്നു എന്ന് പറയാം. കാരണം ഇവ രണ്ടും ജാതിയെ അഭിസംബോധന ചെയ്യുന്നുണ്ട്. ദലിത് ഫെമിനിസ്റ്റുകൾ ജാതിയെ തന്നെയാണ് പ്രധാനമായും പ്രശ്നവൽക്കരിക്കാൻ ശ്രമിച്ചത്. ലൈംഗിക അതിക്രമങ്ങൾ, തൊഴിൽ വിവേചനം തുടങ്ങിയ പ്രശ്നങ്ങൾക്ക് മുന്നേ അവർ മുന്നോട്ടുവച്ചത് ജാതിവ്യവസ്ഥ തന്നെയാണ്. കാരണം ജാതീയമായ വിവേചനവും സംഘർഷങ്ങളും സവർണ്ണപുരുഷന്മാരിൽ നിന്നും സ്ത്രീകളിൽ നിന്നും സമൂഹത്തിൽ നിന്നും ഒരുപോലെ ദലിത് സ്ത്രീകൾ നേരിട്ടിരുന്നു. 90-കളുടെ തുടക്കത്തിലെ മൂന്നാം സ്ത്രീവാദതരംഗം ആണ് ദലിത്ഫെമിനിസം പോലുള്ള സ്ത്രീവാദ ആശയങ്ങളെ ഉൾക്കൊള്ളുന്നതെന്ന് പറയാം. സാമൂഹികനിലകളിൽ ഒരു സ്ത്രീ തന്റെ കർതൃത്വസ്ഥാനത്തു നിന്നുകൊണ്ട് തന്റെ പ്രശ്നങ്ങളെ ചോദ്യം ചെയ്യുന്നിടത്താണ് അവൾ തന്റെ സ്വത്വസ്ഥാപനം സാധ്യമാക്കുന്നത്. അതേസമയം ഒരു വ്യക്തിയെന്ന നിലയിൽ ജാതീയമായ വിവേചനങ്ങളെ മറികടന്നുകൊണ്ട് ലിംഗാധിപത്യത്തെ പ്രശ്നവൽക്കരിക്കുന്ന സ്ത്രീ, ദളിത് സ്ത്രീവാദ പരിസരത്ത് വരുന്നു.

നോവലിൽ കടന്നുവരുന്ന ബിന്ദു എന്ന കഥാപാത്രത്തെ ഈ നിലയിൽ പഠിക്കാൻ കഴിയും. ആരുടെയും അടിമയായി ജീവിക്കാനല്ല, തന്റെ സ്വത്വത്തിൽ തന്നെ നിലനിൽക്കാനാണ് ഇഷ്ടമെന്ന് തുറന്നുപറയുന്ന പെൺകുട്ടിയാണ് ബിന്ദു. അതുകൊണ്ടാണ് ഇറാനിമോസ് വിവാഹഭ്യർത്ഥന നടത്തുമ്പോൾ തനിക്ക് തന്റെ മക്കളെ പുലയരായി വളർത്തണമെന്നാണ് ആഗ്രഹം എന്ന് ബിന്ദു പറയുന്നത്. കരിക്കോട്ടക്കരി എന്ന ദേശത്ത് പുലയ-ക്രിസ്ത്യാനിയായി ജീവിതം തുടരാൻ അവൾ തയ്യാറായിരുന്നില്ല. ഒരു മതം നീട്ടി തരുന്ന സഹായത്തിൽ നാണംകെട്ട് തന്റെ അസ്ഥിത്വം മറന്ന് ജീവിക്കി

ല്ലെന്ന തിരുമാനം ബിന്ദു എടുത്തിരുന്നു. അവളുടെ സഹോദരനായ സെബാനാണ് പുലയ ജാതിയിലേക്ക് ആദ്യം തിരിച്ചു പോകുന്നത്. പക്ഷേ, അതുകേവലം ഒരു വെളുത്തസവർണ്ണ പെൺകുട്ടിയെ വിവാഹംചെയ്യാൻ മാത്രമായിരുന്നു. ജാതി നൽകുന്ന സംവരണത്തിലൂടെ ഉയർന്ന ജോലി നേടുന്ന ഭർത്താവിനെയായിരുന്നു ആ പെൺകുട്ടിക്കും വേണ്ടിയിരുന്നത്. എന്നാൽ ഉയർന്ന ജാതിക്കാരിക്ക് താഴ്ന്ന ജാതിക്കാരനോടുള്ള സഹതാപം സഹിക്കാൻ പറ്റാതെയാകുമ്പോൾ അവർ പിരിയുന്നു. വംശവിവേചനത്തെ പ്രണയത്തിലും മായ്ക്കാൻ കഴിയാത്ത മനുഷ്യരെ ഇവിടെ കാണാം. എന്നാൽ ബിന്ദു തന്റെ വംശത്തെ നിലനിർത്താൻ ആഗ്രഹിക്കുന്ന സ്ത്രീയാണ്. ഒരു സ്ത്രീയെന്ന നിലയിൽ തന്നിലൂടെ തന്റെ പാരമ്പര്യത്തെ നിലനിർത്താൻ അവൾ ആഗ്രഹിക്കുന്നു. കരിക്കോട്ടക്കരിക്കാരൻ അവളെ വിവാഹം കഴിച്ചെങ്കിലും അവൾ അയാളെ ഉപേക്ഷിച്ചു പോയത് അതുകൊണ്ടാണ്. അവകാശത്തിന് വേണ്ടി സമരം ചെയ്യുന്ന ബിന്ദുവിനെയാണ് നാം നോവലിന്റെ അവസാനം കാണുന്നത്. ഇറാനിമോസ് തന്റെ ജന്മരഹസ്യം തേടി പോകുമ്പോൾ ബിന്ദു തന്റെ വംശത്തിന്റെ അവകാശങ്ങൾക്കായാണ് പോകുന്നത്. ഒരു സ്ത്രീക്ക് നിലപാടെടുക്കാൻ പോലും സ്വാതന്ത്ര്യം ഇല്ലാതിരുന്ന കാലഘട്ടത്തിൽ സ്ത്രീ എന്ന തന്റെ സ്വത്വത്തിലൂടെതന്നെ സ്വന്തം വംശത്തിന്റെ അസ്ഥിത്വത്തെ അവൾ ചേർത്തുപിടിക്കുന്നത് കാണാം.

നിക്കോളസ് വൈദികൻ മരിച്ചതിനു ശേഷം കരിക്കോട്ടക്കരി എന്ന പ്രദേശം നശിക്കുന്നുണ്ട്. നിക്കോളസ് ഒരു നല്ല വൈദികനായിരുന്നു. അദ്ദേഹം അയാളുടെ വിശ്വാസത്തെ മുറുകെ പിടിച്ചുകൊണ്ട് ഒരു ജനതയ്ക്ക് മെച്ചപ്പെട്ട ജീവിതം നൽകി. എന്നാൽ അദ്ദേഹത്തിന്റെ മരണശേഷം കരിക്കോട്ടക്കരി എന്ന കുടിയേറ്റ ഗ്രാമം തന്നെ ഇല്ലാതാവുകയാണ്. എന്നാൽ താൻ നിലനിന്നിരുന്ന പ്രദേശം നശിക്കാതിരിക്കാൻ ബിന്ദു സമരക്കാരുമായി വന്ന് കരിക്കോട്ടക്കരി കയ്യേറ്റം ചെയ്തവരെ എതിർക്കാൻ ശ്രമിക്കുന്നത് നോവലിൽ കാണാം. തന്റെ ജനതയെ ഇറക്കിവിടുന്നതിൽ പ്രതിഷേധിക്കുന്ന സ്ത്രീയായി ബിന്ദു മാറുന്നു. ഇറാനിമോസോ സെബാനോ മറ്റാരും അവിടെ എത്തുന്നില്ല. പൊതുസമൂഹത്തിനകത്ത് കർതൃത്വപരമായ സ്ഥാനം ആർജ്ജിക്കൻ ശ്രമിക്കുന്ന ദളിത് സ്ത്രീയെ ബിന്ദുവിൽ കാണാം.

നോവലിന്റെ അവസാനഭാഗത്ത് താൻ ഒരു പുലയൻ തന്നെയാ

യിരുന്നുവെന്നും അധികാരത്തിൽ കുടുംബത്തിന്റെ സവർണ്ണചരിത്രം ഒരു കെട്ടുകഥയായിരുന്നെന്നും ഇറാനിയോട് അപ്പൻ ഫിലിപ്പോസ് വെളിപ്പെടുത്തുന്നുണ്ട്. തലമുറകൾക്ക് മുൻപ് പിതാമഹൻ ഉപേക്ഷിച്ച പുലയത്വം അതേ കുടുംബത്തിലെ ഒരു അകന്ന ആങ്ങളയും പെങ്ങളും വിവാഹം കഴിച്ചതിന്റെ ഫലമായി ഇറാനിയിലൂടെ തിരിച്ചു വരുന്നു.

യഥാർത്ഥത്തിൽ ചാഞ്ചൻ വല്യച്ഛനും ഫിലിപ്പോസും ബന്ധുക്കളാണ്, ഈ സത്യം തിരിച്ചറിയുന്ന ഇറാനി തന്റെ അസ്തിത്വത്തെ സ്വീകരിച്ചുകൊണ്ട് മാലോത്തെ തറവാട്ടിൽ തിരിച്ചെത്തുമ്പോൾ അപ്രതീക്ഷിതമായി ബിന്ദുവിനെ കാണുന്നുണ്ട്. തന്റെ പൂർവ്വീകരിൽ നിന്ന് വെട്ടിപിടിച്ച് ധനികരായ അധികാരത്തിൽ കുടുംബത്തിൽനിന്ന് ഭൂമി തിരിച്ചുപിടിക്കാൻ ഇറങ്ങിയതായിരുന്നു അവൾ. തന്റെ നിലപാടുകൾക്ക് അവൾ പ്രാധാന്യം നൽകിയിരുന്നു. താനാരാണെന്ന് അറിയാനുള്ള യാത്രയിൽ പലയിടത്തും നിശ്ചലമായിപോകുന്ന ഇറാനിയെ പോലെ ആയിരുന്നില്ല ബിന്ദു, ഒരു പെൺകുട്ടിയെ വിവാഹം ചെയ്യാൻ മതം മാറി അതിൽ തന്റെ സ്വത്വത്തെ കണ്ടെത്താതെ പോയ സെബാനെ പോലെയും ആയിരുന്നില്ല അവൾ, സ്ത്രീ എന്ന നിലയിൽ തന്റെ അസ്ഥിത്വത്തെ നിലനിർത്താനായി തിരഞ്ഞെടുത്ത വഴികളിൽ അവൾ ഉറച്ചു നിന്നു.

തന്റെ മക്കളെ പുലയരായി വളർത്തണമെന്ന നിലപാടായിരുന്നു കരിക്കോട്ടക്കരിയിലെ ഭർത്താവിനെ അവൾ ഉപേക്ഷിച്ചു പോകാൻ കാരണം. പിന്നീട് തന്റെ വംശത്തിന്റെ നിലനിൽപ്പിനായി അവൾ തന്റെ ജീവിതം തന്നെ സമർപ്പിച്ചു. 'വർഷങ്ങൾക്കു മുൻപ് ഇവിടത്തെ ആദിവാസികളെ ആട്ടിയോടിച്ചും അടിമകളാക്കിയും നിങ്ങളുടെ കുടുംബം തട്ടിയെടുത്ത ഭൂമിയാണിത്. അതിന്റെ യഥാർത്ഥ അവകാശികൾ ആ മണ്ണ് തിരിച്ചെടുത്തിരിക്കുന്നു. കൃഷി ചെയ്യാൻ, വീട് വയ്ക്കാൻ, മനുഷ്യരെ പോലെ ജീവിക്കാൻ ഞങ്ങൾക്ക് ഈ ഭൂമി വേണം.' (വിനോയ് തോമസ്- 2014:121) 2 എന്ന് ഇറാനിയോട് അജ്ഞാപിക്കുന്ന ബിന്ദുവിൽ ഉള്ളത് ഈ ഉറച്ച നിലപാടുകളിൽ നിന്നുള്ള ആർജ്ജവമാണ്.

ഇന്ത്യൻ പശ്ചാത്തലത്തിൽ ജാതിപരമായ വിവേചനം നേരിടുന്നത് പലനിലകളിൽ നിന്നാണ്. വംശീയത, ലൈംഗികത, വർണ്ണം തുടങ്ങിയ ഓരോ അടരുകളും വിവേചനത്തെ സൃഷ്ടിക്കുന്ന വസ്തുതകളാണ്. ദലിത് ഫെമിനിസം ഈ ഘടകങ്ങളെ പ്രധാനമായും

പ്രശ്നവൽക്കരിക്കാൻ ശ്രമിച്ചു. ബിന്ദു തന്റെ ജാതിയടിമത്തത്തെ മറികടക്കുന്നത് തന്റെ വംശത്തിന്റെ വേരുകളെ പുനഃപ്രതിഷ്ഠിച്ചു കൊണ്ടാണ്. സമൂഹം ഒരു സ്ത്രീയിൽ അടിച്ചേൽപ്പിക്കുന്ന മാറ്റി നിർത്തലുകൾക്ക് കൂടിയുള്ള മറുപടിയാണ് വിനോയ് തോമസിന്റെ ബിന്ദു എന്ന കഥാപാത്രം. കേരളത്തിന്റെ ചേരവംശജരുടെ സ്വത്വപ്രതിഷ്ഠയെ സ്ത്രീയിലൂടെ നിർവഹിക്കുന്നത് നോവലിൽ കാണാം.

ജാതിയടിമത്തത്തെ മായ്ച്ചു കളയുന്ന ശരീരസ്വാതന്ത്ര്യം

ഒരു ദലിത് സ്ത്രീയ്ക്ക് ജാതി അധികാരത്തെയും സ്ത്രീ എന്ന നിലയിൽ അനുഭവിക്കുന്ന ലിംഗാധിപത്യത്തെയും ഒരുപോലെ നേരിടേണ്ടിവരുന്നുണ്ട്. സ്ത്രീയുടെ മേൽ പുരുഷൻ ആധിപത്യം ഉറപ്പിക്കുന്നത് അവളുടെ ശരീരത്തെ കീഴ്പ്പെടുത്തികൊണ്ടാണ്. ഈ സംഘർഷം തീവ്രമായി നേരിടേണ്ടിവരുന്നത് ദലിത് കീഴാള സ്ത്രീകൾക്കാണ്. കാരണം തൊഴിൽ മേഖലകളിലും ബാഹ്യമായ പ്രവർത്തന രംഗങ്ങളിലും ദലിത് സ്ത്രീകൾ വ്യാപൃതരാണ്. സുരക്ഷാ കവചങ്ങളോ ഒരു സംരക്ഷണഗ്രഹമോ എല്ലാവർക്കും ഉണ്ടായിരിക്കണമെന്നില്ല. അതുകൊണ്ടുതന്നെ ശരീരത്തെ കീഴ്പ്പെടുത്തുന്ന പീഡനങ്ങൾ സ്വസമുദായത്തിൽ നിന്നും സവർണ്ണരിൽ നിന്നും അവർ ഒരുപോലെ അനുഭവിച്ചിരുന്നു. അതുപോലെ പരമമായ ആനന്ദം നൽകുന്നത് പുരുഷനാണെന്ന ധാരണ സമൂഹത്തിൽ നിലനിൽക്കുന്നുണ്ട്. അതിനാൽ ലിംഗം വഹിക്കുന്ന ആൺശരീരം ഈ സുഖാനുഭവത്തിന്റെ കേന്ദ്ര സ്ഥാനത്ത് നിലയുറപ്പിക്കപ്പെടുന്നു. പൊതുസമൂഹത്തിൽ സ്ഥാപിക്കപ്പെട്ട ഈ വസ്തുതയിലൂടെ പ്രജനനം സാധ്യമാക്കുന്ന സ്ത്രീ പുരുഷ ബന്ധം മാത്രം അംഗീകരിക്കപ്പെട്ടു.

ദലിത് സ്ത്രീവാദം അക്കാദമിക മേഖലകളിൽ ഇത്തരം ആശയങ്ങളെ പ്രശ്നവൽക്കരിച്ചിരുന്നു. സ്ത്രീശരീരം സ്ത്രീവാദ മേഖലയിൽ ചർച്ചയാവുന്നത് ഈ സന്ദർഭത്തിലാണ്. സ്ത്രീശരീരത്തിൻ മേലുള്ള അധികാരത്തെ ഉറപ്പിക്കുന്ന ഈ സവർണ്ണ ലൈംഗികധാരണയെ നോവലും അഭിസംബോധന ചെയ്യുന്നുണ്ട്. അടിമവ്യവസ്ഥ ദലിത് സ്ത്രീകളുടെ ഇടയിൽ ഭീകരമായ ലൈംഗിക അതിക്രമമാണ് സൃഷ്ടിച്ചിരുന്നത്. കീഴാളരായ ജനവിഭാഗം സവർണരുടെ അടിമകളാണെന്ന ധാരണ ഒരു കാലത്ത് നിലനിന്നിരുന്നു. അതിനാൽത്തന്നെ അടിമകളായിരുന്ന ദലിത് ശരീരം നിരന്തര പീഡന

ങ്ങൾക്ക് വിധേയമായിരുന്നു. അടിമസ്ത്രീകൾക്ക് മേലും അവളുടെ ശരീരത്തിൻ മേലും സവർണ്ണ പുരുഷനാണ് അവകാശമുള്ളതെന്ന വസ്തുത ജാതിവ്യവസ്ഥയിലൂടെ നിർമ്മിക്കപ്പെട്ടിരുന്നു. അതുകൊണ്ടാണ് ലൈംഗിക പ്രശ്നങ്ങൾക്ക് മുൻപേ ജാതി വർണ്ണ വിവേചനത്തെ ദലിത് സ്ത്രീവാദം അഭിസംബോധന ചെയ്തത്. ജാതി തന്നെയാണ് മുന്നോട്ടുവയ്ക്കപ്പെടുന്ന പ്രധാന പ്രശ്നം. അതിനെ ചോദ്യം ചെയ്തു കൊണ്ട് മാത്രമേ സ്വന്തം ശരീര അസ്വാതന്ത്ര്യത്തെയും സ്വത്വ പ്രതിസന്ധിയേയും സ്ത്രീയ്ക്ക് മറികടക്കാൻ സാധിക്കൂ.

ഇപ്രകാരം സ്വന്തം ശരീരസ്വാതന്ത്ര്യം കൊണ്ട് വംശത്തിന്റെ അടിമത്തത്തെ ഇല്ലാതാക്കുന്ന കണ്ണമ്മയെ നോവലിൽ കാണാം. പുലയനാർ മണിയമ്മ എന്നാണ് കണ്ണമ്മയെ നോവലിസ്റ്റ് വിശേഷിപ്പിക്കുന്നത്. ചേരവംശജരായ പുലയരുടെ സ്വാതന്ത്ര്യവും തത്വശാസ്ത്രങ്ങളും നിഷ്കർഷിച്ചിരുന്ന കണ്ണമ്മ ജാതിപരമായ അടിമത്താവസ്ഥയെ ചോദ്യം ചെയ്യുന്നുണ്ട്. വളരെ സ്വാഭാവികമായി കരുതപ്പെടുന്ന സ്ത്രീ നിർമ്മിതഘടകങ്ങളെ അവർ തകിടം മറിക്കുന്നു. ജാതി നിർമ്മിതിയെ പൊളിക്കുന്നതിലൂടെ സ്ത്രീക്ക് തന്റെ ലൈംഗിക സ്വാതന്ത്ര്യവും സ്വത്വസ്ഥാപനവും സാധ്യമാകുമെന്ന് കണ്ണമ്മ എന്ന കഥാപാത്രനിർമ്മിതിയിലൂടെ വിനോയ് തോമസ് തെളിയിക്കുന്നു.

രാത്രിയോളം കറുപ്പുള്ളവളാണ് കണ്ണമ്മ. കരിയൻ പുലയന്റെ ഭാര്യയായിരുന്ന കണ്ണമ്മയ്ക്ക് ക്ഷേത്രവും പൂജയുമൊന്നും ഇല്ലായിരുന്നു. അമ്പലത്തിൽ പോകാതെയും ദേവിക്ക് പൂജകൾ അർപ്പിക്കാതെയുമിരുന്ന കണ്ണമ്മയെ അനുസരിപ്പിക്കാൻ ശ്രമിക്കുന്ന ഭർത്താവിന്റെ അമ്മയെ അവൾ ഗൗനിക്കുന്നതേയില്ല. കൂടാതെ തന്റെ മേൽ അധികാരം സ്ഥാപിക്കാൻ ശ്രമിക്കുന്ന കരിയനെ തന്റെ ശരീരത്തിലേക്ക് കണ്ണമ്മ ആനയിക്കുന്നു. അവിടെ അവൾ ദേവിയും അവളുടെ ശരീരം ശ്രീകോവിലുമായി മാറുന്നു. കരിയനെന്ന തന്റെ ഭർത്താവിനെ അവൾ പൂജയ്ക്കായി തിരഞ്ഞെടുത്തു. സമൂഹം കൽപ്പിക്കുന്ന നാണമുള്ള, ക്ഷേത്രദർശനം നടത്തുന്ന കുടുംബത്തിനു വേണ്ടി പ്രാർത്ഥിക്കുന്ന കുലസ്ത്രീ ആയിരുന്നില്ല കണ്ണമ്മ. അതുകൊണ്ടാണ് അവളെ വീട്ടിൽ നിന്ന് പുറത്താക്കുന്നത്. ശേഷകാലം ചാഞ്ചൻ വല്യച്ഛനൊപ്പമാണ് കണ്ണമ്മ കഴിയുന്നത്. കരിയൻ കണ്ണമ്മയെ ഉപേക്ഷിക്കുമ്പോഴും അവൾക്ക് യാതൊരു ഭയവും ഉണ്ടായിരുന്നില്ല. 'ഞാൻ മാളികപ്പുറത്തമ്മ അല്ലല്ലോ വേണമെന്ന് തോ

ന്നുമ്പോൾ ഞാനൊള്ളടത്ത് വരണം. ഭക്തന്മാരൊന്നും വരാത്ത ദിവസം ഉണ്ടെങ്കിൽ അന്ന് ഞാൻ നിന്നെ വീണ്ടും കെട്ടാം.' (2014:111)3 എന്നാണ് അവൾ ഭർത്താവിനോട് പറയുന്നത്.

ഇവിടെ വേശ്യ എന്ന നിലയിലല്ല കണ്ണമ്മയെ ആവിഷ്കരിക്കുന്നത്. പകരം ലൈംഗികതയെ ആഘോഷിക്കുന്ന സ്ത്രീയായിട്ടാണ്. തന്റെ ശരീരം കൊണ്ട് അധികാരത്തെ ചോദ്യംചെയ്യാൻ കണ്ണമ്മയ്ക്ക് കഴിയുന്നത് അതുകൊണ്ടാണ്. 'കാശിനുവേണ്ടി എന്റെ ശരീരം ഞാനൊരുത്താനും കൊടുക്കാറില്ല. എനിക്ക് ആവശ്യം തോന്നുമ്പോൾ കിട്ടുന്നോനെക്കൊണ്ട് ഞാൻ ചെയ്യിക്കും.'(2014:108)4 എന്ന് നായർ തമ്പ്രാക്കന്മാരോട് തുറന്നുപറയുന്ന പുലയ സ്ത്രീയായ കണ്ണമ്മയെ അവിടെ കാണാം. തന്നോട് കിടന്നു തരാൻ പറയുന്ന നായർതമ്പ്രാക്കന്മാരോട് നിങ്ങളാണ് തന്റെ മുൻപിൽ കിടന്നു തരേണ്ടതെന്ന് അവൾ പറയുന്നുണ്ട്. അതിൽ കലിതുള്ളുന്ന തമ്പുരാക്കന്മാർക്ക് നേരെ അരിവാൾ വീശി കണ്ണമ്മ പറയുന്നത്, 'അതേടാ പുലച്ചി തന്നെയാ.. പുലയനാർ കോട്ട റാണി. എനിക്കാവശ്യമുള്ളോനെ ഇവിടെ വരുത്തും: ഞാൻ പറയുന്നത് ചെയ്യിക്കുകയും ചെയ്യും. ഈ പൊലച്ചി നിങ്ങക്ക് കെടന്നുതരാനുള്ളോളല്ല. എന്റെ മുന്നിൽ നിങ്ങൾ കെടന്നു തരണം. പൊലപ്പെണ്ണാരാണെന്ന് കാണിച്ചുതരാം'(2014:108)5. അരിവാളെടുത്ത് കാമ സ്വരൂപിണിയായി, ദേവിയായി, പുലയനാർ മണിയമ്മയായി തമ്പ്രാക്കന്മാരുടെ തലയിൽ ചവിട്ടി നിൽക്കുമ്പോൾ അവൾ തന്റെ വംശത്തിൻമേലുള്ള അടിമത്തം നിഷ്പ്രയാസം ഇല്ലാതാക്കുന്നു.

ജാതിയടിമത്ത ക്രൂരതകൾ ഭയന്ന് ശരീരത്തിന്റെ രൂപമോ, കറുപ്പോ, തൊഴിലോ മറച്ചു വയ്ക്കേണ്ടവരല്ല ദലിതർ. പുലയർ ആരുടെയും അടിമകളായി ഒരാഗ്രഹവും ഒതുക്കി വെച്ച് ജീവിക്കേണ്ടവരുമല്ല. കണ്ണമ്മയിലൂടെ നോവലിസ്റ്റ് ഇതു ഉറപ്പിക്കുന്നുണ്ട്. 'ഞാനൊന്നും ഒതുക്കിവെച്ച് മനസ്സ് നൊമ്പരപ്പെടുത്താറില്ല നമ്മുടെ മോക്ഷോം ദൈവോം എല്ലാം നമ്മുടെ ശരീരം തന്നാ.... അതിനെ വെഷമിപ്പിക്കുന്നതാ പാപം'(2014:109)6 എന്ന് കണ്ണമ്മ പറയുന്നത് ഇതിന് തെളിവാണ്. തന്റെ ശരീരത്തെ ഭയന്ന് മതം മാറേണ്ടി വന്ന സാമൂഹിക വ്യവസ്ഥയെ കണ്ണമ്മയിലൂടെ നോവലിസ്റ്റ് ചോദ്യം ചെയ്യുകയാണ്. ഭൂമിയിൽ ഒരു വ്യക്തി ജനിക്കുമ്പോൾ അയാൾ തന്റെ സ്വത്വത്തെ നിലനിർത്തുന്നത് മതംനൽകുന്ന പരിഗണനകൾക്ക് അകത്താകരുതെന്ന് ഇതിലൂടെ വ്യക്തമാകുന്നു. എമിലിയെന്ന കഥാപാത്രത്തിലൂടെയും ഇത് തന്നെയാണ് വ്യക്തമാകു

ന്നത്. ഇറാനിമോസാൽ അപമാനിതയാകുന്നതുമൂലം കന്യാസ്ത്രീയായി തീരുന്ന എമിലി പിന്നീട് തിരുവസ്ത്രമൂരി വിവാഹം കഴിക്കുന്നുണ്ട്. മഠം ചാടിയവൾ എന്ന പേരിനെ ഭയന്ന് ശരിരത്തിന്റെ സ്വാതന്ത്ര്യത്തെ അടിയറവുവയ്ക്കാത്ത സ്ത്രീയെ എമിലിയിൽ കാണാം. ശരീരത്തിന്റെ സ്വാതന്ത്ര്യമാണ് വലുതെന്ന് എമിലിയിലൂടെ നോവലിസ്റ്റ് വ്യക്തമാക്കുന്നു.

നോവലിൽ ചുരുക്കം ചില സ്ത്രീകഥാപാത്രങ്ങളെ കടന്നുവരുന്നുള്ളൂവെങ്കിലും അവർ തങ്ങളുടെ കർതൃത്വത്തെ ഉറപ്പിക്കാൻ പ്രാപ്തിയുള്ളവരാണ്. നോവലിലെ ഇറാനിമോസിന്റെ അമ്മയെ പിയാത്തയിലെ വ്യാകുലമാതാവിനോടാണ് ഉപമിക്കുന്നത്. ഇറാനിയുടെ അമ്മ നോവലിൽ ഉടനീളം കരയുന്ന സ്ത്രീയാണ്. തന്റെ മകനിൽ വീണ്ടും പുനർജനിച്ച കറുപ്പ് നിറത്തിന്റെ പേരിൽ മകനാൽ തള്ളിപ്പറയപ്പെട്ടവൾ.തന്റെ പാരമ്പര്യത്തിൽ ലയിച്ചു ചേർന്നിരിക്കുന്ന പുലയത്വത്തെ പുറമേ കാണിക്കാനാകാതെ എന്നാൽ അതൊരു വിധി പോലെ ഏറ്റെടുക്കുന്ന സ്ത്രീയാണ് നോവലിലെ അമ്മ. സവർണ്ണ ആധിത്യമുള്ള പുരുഷന്മാരുടെ വാക്കുകൾ പാലിക്കാൻ, പാരമ്പര്യത്തിന്റെ വെളുത്ത വംശത്തെ നിലനിർത്താൻ സ്വന്തം മകനെ അകറ്റി നിർത്തേണ്ടി വന്നവളാണ് അമ്മ. എന്നാൽ ഇതിൽ നിന്നും തികച്ചും വ്യത്യസ്തരാണ് ബിന്ദുവും കണ്ണമ്മയും. അവർ തങ്ങളുടെ വംശത്തിന്റെ പുരോഗതിയെയും വിമോചനത്തെയും സ്വപ്നം കണ്ടിരുന്നവരാണ്. തന്റെ ശരീരത്തിലൂടെയും കർതൃത്വ സ്ഥാപനത്തിലൂടെയും ആ പുരോഗതിക്ക് തുടക്കം കുറിക്കാൻ അവർക്ക് കഴിയുന്നു. 'ശരീരകാമനകളെ ബന്ധിച്ച് സമൂഹത്തിന് ഉപകാരപ്പെടുന്ന വ്യക്തികൾ ആക്കി മനുഷ്യരെ പണിതെടുക്കുമ്പോഴാണ് കർതൃത്വങ്ങൾ ജനിക്കുന്നത്' (എബി കോശി 2017:184).7

സ്ത്രീശരീരം, കീഴാളർ, കറുത്തവർ, തുടങ്ങിയ കർതൃത്വങ്ങൾ സമൂഹ നിർമ്മിതിയാണ്. ശരീരകാമനകളെ സ്വതന്ത്രമാക്കുന്നത് വഴി ഇത്തരം വാർപ്പുമാതൃകകളെ പൊളിക്കുവാൻ സാധിക്കുമെന്ന് ഈ കഥാപാത്രങ്ങളിലൂടെ നോവലിസ്റ്റ് തെളിയിക്കുന്നു.

ഉപസംഹാരം

പുരുഷനിലൂടെ മാത്രമേ ഒരു സമൂഹത്തെ പരിഷ്കരിക്കാനും അടിമത്ത അവസ്ഥയിൽ നിന്ന് മോചിപ്പിക്കാനും കഴിയൂ എന്ന സാമൂഹികചിന്തയെ ഈ നോവൽ തകർക്കുന്നുണ്ട്. സ്വത്വ പ്രതി

സന്ധി എല്ലാകാലത്തും മനുഷ്യർ നേരിടുന്ന പ്രശ്നമാണ്. പ്രത്യേകിച്ച് കീഴാള ജനവിഭാഗം. അതുകൊണ്ടുതന്നെ കീഴാളരുടെ വീണ്ടെടുപ്പിന്റെ ചരിത്രാഖ്യാനങ്ങളാണ് ഇന്ന് ആവിഷ്കരിക്കപ്പെടുന്ന സാഹിത്യമാതൃകകൾ. ഇത്തരം സാഹിത്യമാതൃകകളിൽ അവതരിപ്പിക്കപ്പെടുന്ന സ്ത്രീകർതൃത്വത്തിലൂടെ സ്വത്വ സ്ഥാപനം സാധ്യമാണെന്ന് നോവലിസ്റ്റ് തെളിയിക്കുന്നു. മതം മാറിയിട്ടും അടിമകളായി ജീവിക്കേണ്ടിവരുന്ന ജനതയുടെ/വംശത്തിന്റെ തന്നെ അസ്ഥിത്വത്തെ ഉറപ്പിക്കുന്ന സ്ത്രീസ്വത്വ നിർമ്മിതി സ്ത്രീവാദ പഠനങ്ങൾക്ക് സാധ്യതയൊരുക്കുന്നു. ഇത്തരത്തിൽ ജാതി അടിമത്തത്തെയും ജാതികേന്ദ്രിത സ്ഥാപനവൽക്കരണത്തെയും മറികടക്കുന്ന സ്ത്രീ സ്വത്വനിർമ്മിതി നവമായ പഠനരീതിക്ക് സഹായകമാണ്. ശരീരകാമനകളെ മറച്ചുവയ്ക്കേണ്ടവരാണ് സ്ത്രീയെന്ന സാമൂഹിക ചിന്തയിൽ നിന്നും ശരീരകാമനകളുടെ സ്വാതന്ത്ര്യമാണ് അടിമത്തവിമോചനത്തിന് കാരണമാകുന്നത് എന്നു വ്യക്തമാക്കുകയാണ് ഈ പഠനം.

കുറിപ്പുകൾ

i. സനൽമോഹൻ പി. കീഴാളപക്ഷചരിത്രവും വീണ്ടെടുപ്പിന്റെ പാഠങ്ങളും, പ്രസക്തി പബ്ലിഷേഴ്സ്, കോഴിക്കോട്, 2021. P22

ii. വിനോയ് തോമസ്, കരിക്കോട്ടക്കരി, ഡി.സി ബുക്സ്, കോട്ടയം, 2014. p121

iii. വിനോയ് തോമസ്, കരിക്കോട്ടക്കരി, ഡി.സി ബുക്സ്, കോട്ടയം, 2014. p111

iv. വിനോയ് തോമസ്, കരിക്കോട്ടക്കരി, ഡി.സി ബുക്സ്, കോട്ടയം, 2014. p108

v. വിനോയ് തോമസ്, കരിക്കോട്ടക്കരി, ഡി.സി ബുക്സ്, കോട്ടയം, 2014. p108

vi. വിനോയ് തോമസ്, കരിക്കോട്ടക്കരി, ഡി.സി ബുക്സ്, കോട്ടയം, 2014. p109

vii. എബി കോശി (അജൂ കെ. നാരായണൻ (എഡി) താക്കോൽ വാക്കുകൾ, വിചാരമാതൃകകൾ, കേരളീയ നോട്ടങ്ങൾ- വിദ്വാൻ പി.ജി.നായർ സ്മാരക ഗവേഷണ കേന്ദ്രം, ആലുവ, 2017. p184

സഹായ ഗ്രന്ഥങ്ങൾ

1. അജു കെ നാരായണൻ - താക്കോൽ വാക്കുകൾ, വിചാര മാതൃകകൾ, കേരളീയ നോട്ടങ്ങൾ-വിദ്വാൻ പി.ജി.നായർ സ്മാരക ഗവേഷണ കേന്ദ്രം, ആലുവ, 2017.
2. കുമാർ ജെ. & ഷിജു കെ. -ആധുനികാനന്തര മലയാളനോവൽ, മെലുബെൻ പബ്ലിക്കേഷൻസ്, തിരുവനന്തപുരം, 2018.
3. മിനി ആലിസ് & ഷിനി പോൾ ബേബി (എഡി) - ഉത്തരസ്ത്രീവാദ സിദ്ധാന്തങ്ങൾ, ഡി.സി ബുക്സ്, കോട്ടയം, 2022.
4. മുജീബ് റഹ്മാൻ എം.പി.(എഡി) - രണ്ടാം കേരള ചരിത്ര കോൺഫറൻസ് പ്രബന്ധങ്ങൾ, സാഹിത്യപ്രവർത്തക സഹകരണ സംഘം, കോട്ടയം, 2015.
5. വിനോയ് തോമസ്, കരിക്കോട്ടക്കരി, ഡി.സി ബുക്സ്, കോട്ടയം, 2014.
6. വേണുഗോപാലൻ കെ.എം.(എഡി) - കേരളം ലൈംഗികത ലിംഗനീതി, സൈൻ ബുക്സ്, തിരുവനന്തപുരം, 2006.
7. സനൽമോഹൻ പി. കീഴാളപക്ഷചരിത്രവും വീണ്ടെടുപ്പിന്റെ പാഠങ്ങളും, പ്രസക്തി പബ്ലിഷേഴ്സ്, കോഴിക്കോട്, 2021.

○○

13

ഓരോ എഴുത്തുകാരിയുടെ ഉള്ളിലുമുള്ള സ്വന്തമായൊരു മുറി

ഡോ. അഭിലാഷ് ഡൊമിനിക്

വെർജീനിയ വുൾഫിന്റെ സ്വന്തമായ ഒരു മുറിയും സാറാ ജോസഫിന്റെ ഓരോ എഴുത്തുകാരിയുടെ ഉള്ളിലും സമാനമായ ചിന്താധാരകൾ ഉൾക്കൊള്ളുന്നു. സാഹിത്യരൂപത്തെ ആധാരമാക്കിയാൽ വുൾഫിന്റെ രചന ഉപന്യാസസമാഹാരവും സാറാ ജോസഫിന്റേത് കഥയുമാണ് എന്ന ഒരു വ്യത്യാസമുണ്ടെങ്കിലും ഗൗരവതരമായ ആശയസാദൃശ്യങ്ങൾ രണ്ടിലും ഉണ്ട്. ഒന്ന് സ്ത്രീ സ്ത്രീയോട് സംസാരിക്കുന്നതും മറ്റൊന്ന് സ്ത്രീ ആത്മസംഭാഷണം നടത്തുന്നതും ആണ്. ആത്മസംഭാഷണം നടത്തുന്നത് തന്നോടുതന്നെ ആയതിനാൽ അതിലും സ്ത്രീ സ്ത്രീയോട് തന്നെ നടത്തുന്ന സംഭാഷണമാണ് എന്ന സാദൃശ്യവും ഉണ്ട്. ഇരു കൃതികളുടെയും ആശയതലങ്ങൾ സർഗ്ഗാത്മക രചനയ്ക്ക് തടസ്സം ഉണ്ടാക്കുന്ന കാര്യങ്ങളായ സ്ഥലം, പണം എന്നിവയുടെ കുറവിനെപ്പറ്റിയുമാണ്. ഇത് രണ്ടും സ്വന്തമായുള്ള പുരുഷവർഗ്ഗത്തെച്ചൂണ്ടിയാണ് രണ്ടു രചനകളും പുരോഗമിക്കുന്നത്. വുൾഫ് തന്റെ രചനയിൽ നൂറ്റാണ്ടുകൾക്ക് മുമ്പ് സ്ത്രീക്ക് സർഗ്ഗാത്മരചനകൾ നിർവ്വഹിക്കുന്നതിന് ഉണ്ടായ സാഹചര്യക്കുറവുകൾ മുതൽ എടുത്തുകാട്ടുമ്പോൾ സാറാ ജോസഫ് ആധുനിക കാലഘട്ടത്തിൽ സ്ത്രീക്കു സർഗ്ഗാത്മക രചനയിലുണ്ടാകുന്ന തടസ്സങ്ങളെ അവതരിപ്പിക്കുന്നു.

പ്രമേയസാദൃശ്യത്തിന്റെ വിപുലതലങ്ങൾ

കൃതികൾ രണ്ടും പരാമർശിക്കുന്ന വിഷയം ഒന്നാണ്. സർഗ്ഗാ

ത്മക രചനയിൽ ഉണ്ടാകുന്ന പ്രതിസന്ധിയാണ് ചർച്ചാവിഷയം. സാറാ ജോസഫ് പൂർവ്വകാലത്തിന്റെ പരാമർശം ഇല്ലാതെ പറയുമ്പോൾ വെർജീനിയ വുൾഫ് സർഗ്ഗാത്മക രചന മനുഷ്യവംശത്തിൽ ആരംഭിക്കാൻ തുടങ്ങിയ കാലത്തോളം പുറകിലേക്ക് പോയി വിശദമായ പരിശോധനയാണ് നടത്തുന്നത്. പതിനാറാം നൂറ്റാണ്ടിലെ സ്ത്രീയെപ്പറ്റിപ്പറയുമ്പോൾ സവിശേഷസർഗ്ഗാത്മകസിദ്ധിയുമായി ആ കാലത്ത് ജനിച്ച സ്ത്രീകൾക്ക് നിശ്ചയമായും അത് പ്രകടിപ്പിക്കാനുള്ള സാഹചര്യം/അവസരം കിട്ടാതെ ഭ്രാന്തിയായി മാറിയിട്ടുണ്ടാവാം. അല്ലെങ്കിൽ ഏതെങ്കിലും ഗ്രാമത്തിലെ ഏതെങ്കിലും ഏകാന്തമായ കെട്ടിടത്തിൽ ദുർമന്ത്രവാദിനിയെയോ യക്ഷിയെയോ പോലെ കഴിഞ്ഞിട്ടുണ്ടാവാം എന്നും വുൾഫ് പറയുന്നു. ആ സ്ത്രീ മൂലം മറ്റുള്ളവർ പേടിക്കുകയോ അല്ലെങ്കിൽ ജനങ്ങൾ ആ സ്ത്രീയെ കളിയാക്കുകയോ ചെയ്തിട്ടുണ്ടാവാം എന്നും അവർ പറയുന്നു(1). മന്ത്രവാദിനി, യക്ഷി എന്നീ നാമപദങ്ങളും പേടിക്കുക, കളിയാക്കുക എന്നീ ക്രിയാപദങ്ങളും അവൾ അനുഭവിക്കുന്ന/ അഭിമുഖീകരിക്കുന്ന ഭീകരതയെയും പരിഹാസത്തെയും എടുത്തുകാണിക്കുന്നു.

സാറാ ജോസഫിന്റെ കഥയിലെ നായികയുടെ ഭർത്താവ് ഉപയോഗിക്കുന്ന തന്ത്രം വുൾഫ് പറഞ്ഞിരിക്കുന്നതു തന്നെയാണ്. സർഗ്ഗാത്മകതയെ സാർത്ഥകമാക്കാൻ സ്വന്തമായ ഒരിടം തേടി മേബിളമ്മായിയുടെ വീട്ടിലേക്കു പോകുന്ന ഭാര്യയോട് 'നിനക്കങ്ങനെ ഒരു അമ്മായി ഇല്ല, നുണയാണ്' എന്നും 'ഏത് ജയദേവൻ, ഏത് മേബിളമ്മായി ഭ്രാന്ത് പറയാതെ' എന്നും പറയുന്ന പുരുഷോത്തമൻ വുൾഫിന്റെ അഭിപ്രായത്തിൽ തനിയെ ഭ്രാന്ത് പിടിക്കാത്ത സ്ത്രീക്ക് ഭ്രാന്ത് ആരോപിക്കുന്നതിലേക്കു കൂടി നീങ്ങുന്നു. പതിനാറാം നൂറ്റാണ്ടിൽ സർഗ്ഗാത്മകതയെ യാഥാർത്ഥ്യവത്ക്കരിക്കാൻ സാധിക്കാതെ ഭ്രാന്തിലേക്ക് തനിയെ യാത്ര ചെയ്യുന്ന സ്ത്രീക്കു പകരം ഇരുപതാം നൂറ്റാണ്ടിന്റെ വളർച്ചയിൽ പെൺസർഗ്ഗാത്മകതയെ തകർക്കാൻ ഭ്രാന്താരോപിക്കുന്ന നീചതന്ത്രത്തിലേക്ക് പുരുഷലോകം മാറുന്നതിനെയാണ് സാറാ ജോസഫ് ആഖ്യാനം ചെയ്യുന്നത്.

കഥയിലെയും ഉപന്യാസത്തിലെയും മറ്റൊരു പ്രധാന പ്രശ്നം പണമാണ്. തന്റെ ഗ്രന്ഥത്തിൽ സ്ത്രീക്ക് ഫിക്ഷൻ രചിക്കാൻ സാധിക്കണമെങ്കിൽ അവർക്ക് നിർബന്ധമായും പണം ഉണ്ടായിരിക്കണം എന്ന് വുൾഫ് പറയുന്നു. ഇതിനോടു ചേർത്ത് ശക്തമായി

മറ്റൊരു കാര്യം കൂടി അവർ പറയുന്നു; പണത്തിന്റെ അപര്യാപ്തതയാണ് സ്ത്രീയുടെയും ഫിക്ഷന്റെയും യഥാർത്ഥ അവസ്ഥ മറ്റുള്ളവർക്ക് മുമ്പിൽ അനാവരണം ചെയ്യപ്പെടാത്തതിനു കാരണം(2).

യാത്രക്കൂലിക്കായി പണം ഇല്ലാത്തത് അവൾ അഭിമുഖീകരിക്കുന്ന പ്രശ്നമാണ് എന്ന് സാറാ ജോസഫ് പറയുന്നു. അവൾ താമസിക്കാൻ പോകുന്ന മേബിൾ അമ്മായിയുടെ വീട്ടിലും അവൾക്ക് പണം ഒരു പ്രധാന പ്രശ്നമായിത്തീരാൻ സാധ്യതയുണ്ട്. പണത്തിന്റെ കാര്യത്തിൽ തനിക്ക് താമസിക്കാൻ ഇടം നൽകുന്ന മേബിളമ്മായിയെപ്പോലും ആശ്രയിക്കാൻ അവൾ ആഗ്രഹിക്കുന്നു. അത്രമാത്രം പണത്തിന്റെ ആവശ്യകത നായികയെ ക്ലേശിതയാക്കുന്നു. അമ്മായിയും പണത്തിന്റെ കാര്യത്തിൽ നിസ്സഹായയാണ് എന്നവൾ പറയുന്നുമുണ്ട്. അമ്മായിയുടെ വീട്ടിൽ സ്വാതന്ത്ര്യം അവൾക്ക് ധാരാളമുണ്ടെങ്കിലും സാമ്പത്തിക പ്രശ്നം അവളെ അലട്ടാൻ സാധ്യതയുണ്ട് എന്ന് അവൾ തിരിച്ചറിയുന്നു. അമ്മായിയുടെ സ്വാതന്ത്ര്യത്തിന്റെ കാരണം സ്ത്രീയായ അമ്മായി ഒറ്റയ്ക്ക് അവരുടെ വീട്ടിൽ താമസിക്കുന്നു എന്നതുമാണ്.

സ്വാതന്ത്ര്യവും സർഗ്ഗാത്മക രചനയും

കഥയിലും ഉപന്യാസത്തിലും സ്വാതന്ത്ര്യം ഇല്ലായ്മയാണ് പ്രധാനപ്രശ്നം. സ്വാതന്ത്ര്യമില്ലായ്മയെ മറ്റെന്തിനേക്കാളും സർഗ്ഗാത്മക രചനയുമായാണ് രണ്ട് രചനകളിലും ബന്ധിപ്പിക്കുന്നത്. എഴുത്തുകാരിയായ ഒരു സ്ത്രീ അനുഭവിക്കുന്ന സർഗ്ഗാത്മകപ്രതിസന്ധിയായി സ്വാതന്ത്ര്യം ഇല്ലായ്മയെ സാറാ ജോസഫ് അവതരിപ്പിക്കുന്നു.ഭർത്താവിന്റെയും കുഞ്ഞുങ്ങളുടെയും കൂടെത്താമസിക്കുന്ന അവൾക്ക് സ്വതന്ത്രമായി രചന നടത്താൻ സാധിക്കുന്നില്ല. അതിന്റെ കാരണം അവൾക്ക് സ്വാതന്ത്ര്യം ഇല്ല എന്നതാണ്. വീട്, ഭർത്താവ്, കുട്ടികൾ ഇവർ അവളുടെ സ്വാതന്ത്ര്യത്തെ തടസ്സപ്പെടുത്തുന്ന സ്ഥാപനവും വ്യക്തികളുമായി മാറുന്നു.

മുറി അവളെ ഞെരുക്കുന്നു, ഭർത്താവിന്റെ അടിവസ്ത്രങ്ങൾ അവളുടെ മുഖത്ത് വന്ന് വീഴുന്നു. മേബിൾ അമ്മായിയുടെ വീട്ടിൽ ആണെങ്കിലും കുഞ്ഞുങ്ങളെപ്പറ്റി അവൾ ഓർമ്മിച്ച് വിഷമിക്കും എന്നീ പരാമർശങ്ങൾ മുകളിൽ പറഞ്ഞ പ്രസ്താവനയെ സാധൂകരിക്കുന്നു. മേബിൾ അമ്മായിയുടെ വീട്ടിൽ തനിക്ക് ലഭിക്കുന്ന സ്വാതന്ത്ര്യവും, കടൽത്തീരത്തു കൂടിയുള്ള നടത്തവും, പുറത്തുനിന്ന് ഭക്ഷണം കഴിക്കാനുള്ള സ്വാതന്ത്ര്യവും എല്ലാം ഭർത്താ

വായ പുരുഷോത്തമൻ നൽകാത്തവയാണെന്ന് കഥയിൽ നിന്ന് വ്യക്തമാണ്. പുരുഷോത്തമന്റെ കൂടെയുള്ള ജീവിതം അവൾക്ക് നരകതുല്യമാണ്.

രണ്ട് രചനകളിലും പുരുഷാധിപത്യത്തോടുള്ള വിദ്വേഷമല്ല ശ്രദ്ധയർഹിക്കുന്നത്. സ്വാതന്ത്ര്യവും സ്വകാര്യതയും വേറൊന്നും വേണ്ടിയല്ല എന്ന പ്രത്യേകതയാണ് ഇരു കൃതികളെയും ഒരേ തലത്തിൽ എത്തിക്കുന്നത്. സർഗ്ഗാത്മകതയുടെ ഇതൾ വിരിയലുകളെയും അതിനു സംഭവിക്കുന്ന തടസ്സങ്ങളെയുമാണ് ഇവിടെ പ്രശ്നവൽക്കരിക്കുന്നത്. ഭർത്താവായ പുരുഷോത്തമന്റെ കൽപ്പനകളിൽ ഏറ്റവും പ്രാധാന്യം അർഹിക്കുന്നത് ഇതുവരെ എഴുതിയതുപോലെ മാത്രം എഴുതിയാൽ മതിയെന്ന കൽപ്പനയാണ്. സ്തുതിഗീതങ്ങളും സ്തോത്രമാലകളും പ്രണയഗീതങ്ങളുമാണ് പുരുഷോത്തമൻ എഴുതാൻ നിർദ്ദേശിക്കുന്നത്. സ്തുതിഗീതങ്ങൾ പുകഴ്ത്തലുകളാണ് സ്തോത്രങ്ങൾ ആവട്ടെ പ്രാർത്ഥനകളും. മൂന്നാമതായി പറയുന്ന പ്രണയഗീതങ്ങളെ കഥാകാരി തന്നെ തള്ളിക്കളയുന്നുണ്ട്. രാധാകൃഷ്ണ പ്രണയത്തിലൂടെ സഫലീകരിക്കപ്പെടാത്ത കാമത്തെയും പ്രേമത്തെയും കൃഷ്ണനിൽ സമർപ്പിക്കുന്നതിനെ യാഥാർത്ഥ്യമെന്ന് തോന്നിക്കുന്ന രാസവിദ്യയാണ് എന്നാണ് കഥാകാരി പറഞ്ഞിരിക്കുന്നത്. തോന്നിപ്പിക്കുന്ന എന്ന വാക്കിന് പ്രത്യേകം ശ്രദ്ധ കൊടുക്കേണ്ടതാണ്. തോന്നിപ്പിക്കുക എന്നത് യാഥാർത്ഥ്യത്തിൽ നിന്ന് അകന്നുനിൽക്കുന്നു. ചുരുക്കത്തിൽ ഗൗരവം ഇല്ലാത്തതും യാഥാർത്ഥ്യത്തിൽ നിന്ന് അകന്നു നിൽക്കുന്നതുമായ കാര്യങ്ങൾ മാത്രമാണ് ഒരു സ്ത്രീക്ക് സർഗ്ഗാത്മക രചനയായി നിർവഹിക്കാൻ അനുവാദം ഉള്ളതുപോലും. ജീവിതത്തെ സ്പർശിക്കുന്ന ഒന്നിനെപ്പറ്റിയും എഴുതാൻ അവളെ ലോകം അനുവദിക്കുന്നില്ല.

പുരുഷോത്തമന്റെ ഏറ്റവും പ്രധാനപ്പെട്ട തന്ത്രം തന്റെ ഭാര്യയുടെ തീരുമാനങ്ങളെ നിഷേധിക്കുകയാണ്. 'അങ്ങനെ ഒരു അമ്മായി നിനക്കില്ല' എന്നതാണ് മേബിളമ്മായിയുടെ അടുത്തേക്ക് കഥാനായിക പോകുമ്പോൾ അയാൾ പറയുന്ന ആദ്യ വാക്ക്. സ്വന്തം അമ്മായിയുടെ അടുത്തേക്ക് പോകുമ്പോൾ അങ്ങനെ ഒരാൾ ഇല്ലെന്നു പറയുന്നതു വഴി അവളിൽ ഭ്രാന്ത് ആരോപിക്കപ്പെടുകയാണ്. മേബിളമ്മായിയുടെ വീട് സർഗ്ഗാത്മക രചനയ്ക്കായി തിരഞ്ഞെടുക്കുവാൻ ഉപദേശിക്കുന്ന ജയദേവനെപ്പറ്റിയും പുരുഷോത്തമൻ നായികയോടു പറയുന്നത് 'നീ ഭ്രാന്തു പറയാ

തെ' എന്നാണ്. ഒരു വ്യക്തിക്ക് ഭ്രാന്താണെന്ന് വരുത്തിത്തീർത്താൽ പിന്നെ അയാളെ /അവളെ നിയന്ത്രിക്കാൻ എളുപ്പമാണ്. മാംസത്തിൽ പൂണ്ടുകിടക്കുന്ന പഞ്ചലോഹവളയത്തിന് പുറമേ ശരീരത്തിനു പുറത്ത് ഒരു ലോഹച്ചങ്ങല കൂടി വീഴാനുള്ള സാധ്യത ഇവിടെ ശക്തമാണ്. സ്ത്രീയെ പൂർണ്ണമായും തകർക്കുക എന്ന ആശയം ഇവിടെ ശ്രദ്ധേയമാകുന്നു.

കാലാകാലങ്ങളായി അവൾ അനുഭവിക്കുന്ന ദുരന്തം സ്വാതന്ത്ര്യ നിയന്ത്രണമാണെന്ന കാഴ്ചപ്പാട് കാലിനടിയിൽ മാംസത്തിൽ പൂണ്ടു കിടക്കുന്ന ലോഹവളയം എന്ന പ്രതീകാത്മകമായ ചിത്രീകരണം വഴി കഥാകാരി സാധിക്കുന്നു.മാംസത്തിൽ പൂണ്ടു കിടക്കുന്ന വളയം 'പഞ്ചലോഹവളയം' എന്നാണ് പറഞ്ഞിരിക്കുന്നത്. ഈ വളയം അവൾ ജനിച്ചപ്പോൾത്തന്നെ അവളുടെ അമ്മ പ്രത്യേകമായി പണിയിപ്പിച്ചതാണ് എന്നും കഥയിൽ ഉണ്ട്. നിയന്ത്രണങ്ങളും നിബന്ധനകളും ആകുന്ന പഞ്ചലോഹവളയം ആണ് കഥയിൽ കാണുന്നത്. ഒരു പെൺകുട്ടി ചെറുപ്പമായിരിക്കുമ്പോൾ അവൾക്കു മുമ്പിൽ അമ്മ വയ്ക്കുന്ന അരുതുകളാകുന്ന നിയന്ത്രണങ്ങളെയാണ്പഞ്ചലോഹ വളയമായി കഥ എടുത്തു കാട്ടുന്നത്. അവൾ വളർന്നപ്പോൾ പഞ്ചലോഹവളയം വളർന്നില്ല എന്നും, അത് മാംസത്തിനകത്ത് അനേകം കുഞ്ഞു മുട്ടകളിട്ടു പെരുകി എന്നും പറയുന്നതുവഴി സ്ത്രീക്ക് സമൂഹം വച്ചിരിക്കുന്ന നിബന്ധനകൾ അസംഖ്യമാണെന്ന് എടുത്തുകാട്ടുന്നു.

പുരുഷോത്തമൻ ചോദിക്കുന്ന കുട്ടികളെപ്പറ്റിയുള്ള ചോദ്യം പോലും നിസ്സഹായതയെക്കാൾ പതിയിരിക്കുന്ന അക്രമണ സ്വഭാവമാണുൾക്കൊള്ളുന്നതെന്ന് കഥാകാരി പറയുന്നുണ്ട്. സ്ത്രീയുടെ മൃദുലവികാരങ്ങളെ തന്ത്രപരമായി ചൂഷണം ചെയ്യുന്നതു വഴി അവരുടെ സ്വാതന്ത്ര്യത്തെ തടഞ്ഞുനിർത്തി പുരുഷേച്ഛയ്ക്ക് വിധേയമാക്കുകയാണ് കാലാകാലങ്ങളായുള്ള പുരുഷതന്ത്രം എന്ന് ഈ ഉദാഹരണം വ്യക്തമാക്കുന്നു.

ഇതിൽനിന്ന് രക്ഷപ്പെടണം എന്ന് വെർജീനിയ വുൾഫ് പറയുന്നത് സാറാ ജോസഫിന്റെ കൃതിയിൽ സാർത്ഥകമാകുന്നു. ഭർത്താവിനോടുള്ള സ്നേഹവും കുഞ്ഞുങ്ങളോടുള്ള വാത്സല്യവും സ്ത്രീക്ക് പലപ്പോഴും സ്വാതന്ത്ര്യത്തെ തടസ്സപ്പെടുത്തുന്ന ഒന്നായതിനാൽ അതിനെ എതിർക്കേണ്ടതാണെന്ന ചിന്ത കഥയിൽ 'മുഖത്ത് തെറിച്ചുവീണ കഫക്കട്ട പോലെ പ്രണയം' എന്നും 'കഴുത്തിൽ ഞെരുങ്ങുന്ന ഇരുമ്പു ചങ്ങല പോലെ മാതൃത്വം' എന്നും പറയു

ന്നതിൽ നിന്ന് വ്യക്തമാണ്. ഭർത്താവിനോടുള്ള പ്രണയത്തെ കഫക്കട്ടയ്ക്കു തുല്യമായ വിസർജ്യമായും കുഞ്ഞുങ്ങളോടുള്ള വാത്സല്യത്തെ സ്വാതന്ത്ര്യത്തെ തടസ്സപ്പെടുത്തുന്ന ചങ്ങലയായും കഥയിലെ നായികാ കഥാപാത്രം കാണുന്നതിന് കാരണം അവൾ അനുഭവിക്കുന്ന പാരതന്ത്ര്യത്തിന് പ്രധാനകാരണം കുടുംബജീവിതത്തിലെ പ്രധാന ഉത്തരവാദിത്വങ്ങളായ ഭർത്താവും കുഞ്ഞുങ്ങളുമാണ് എന്നതാണ്.

സാഹിത്യവും ആധിപത്യവും

പുരുഷോത്തമന്റെ കൂടെ സാഹിത്യചർച്ചകൾക്ക് പോയാൽ അയാൾ അക്ഷമനായിരിക്കും, പെട്ടെന്ന് തിരികെപോരാൻ നിർബന്ധിക്കും. വീട്ടിലെത്തിയാലും സാഹിത്യത്തെപ്പറ്റി യാതൊരുവിധ ചർച്ചകളും ഇല്ല. സാഹിത്യം എന്നത് ഇവിടെ സർഗ്ഗാത്മകതയെ ആണ് കുറിക്കുന്നത്. സ്വതന്ത്രമായ ചിന്ത, സ്വതന്ത്രമായ ജീവിതശൈലി, തനിമ ഇവയെല്ലാം ഇതിൽ വരുന്നു. സ്ത്രീ അവളുടെ നിത്യജീവിതത്തിൽ അനുഭവിക്കുന്ന പ്രശ്നങ്ങളെയാണ് സാറാ ജോസഫ് നമ്മുടെ മുൻപിൽ കൊണ്ടുവരുന്നത്.

സ്ത്രീയുടെ ചിന്തകളെ ബഹുമാനിക്കാത്ത പുരുഷലോകത്തെ കഥ കുറ്റപ്പെടുത്തുന്നുണ്ട്. കൈപ്പലകകൾക്കു പിറകിൽ ചിറകുകളുള്ള രണ്ട് സാഹിത്യകാരന്മാരെപ്പറ്റിയുള്ള പരാമർശം ഇതാണ് വെളിവാക്കുന്നത്. സാഹിത്യകാരിയായ കഥാനായിക വരുമ്പോൾ സംസാരിച്ചു കൊണ്ടിരിക്കുന്ന വിഷയം ഇടയ്ക്കു വെച്ച് അവർ മുറിക്കുന്നു. അവളെ പറഞ്ഞുവിട്ടതിനു ശേഷമാണ് അവർ സാഹിത്യചർച്ചകൾ തുടരുന്നത്.

സ്ത്രീക്കായി പുരുഷലോകം നിശ്ചയിച്ചു വച്ചിരിക്കുന്ന ചില ജോലികൾ ആണ് അടുക്കളപ്പണി കുഞ്ഞുങ്ങളുടെ പരിപാലനം എന്നിവ. കുഞ്ഞുങ്ങളെ ഡോക്ടറുടെ അടുത്ത് കൊണ്ടുപോയി വരുമ്പോൾ രണ്ട് കവി സുഹൃത്തുക്കളുടെ സംഘത്തിൽ ചേരാൻ അവർ ആഗ്രഹിക്കുന്നു. സർഗ്ഗാത്മകതയുള്ളവരെന്ന് ലോകം കരുതുന്ന അവർ പോലും സാഹിത്യകാരിയുടെ ചിന്തകളിലേക്കോ മനസ്സിലേക്കോ അല്ല നോക്കുന്നത് മറിച്ച് അവരുടെ കയ്യിലുള്ള വാടുന്ന പച്ചക്കറിയിലേക്കോ കരയാൻ തുടങ്ങുന്ന കുഞ്ഞിന്റെ മുഖത്തേക്കോ ഇരുളുന്ന സന്ധ്യയിലേക്കോ ആണ്. സ്ത്രീക്ക് കറുത്ത ഭൂതകാലം കരുതിവച്ചിരിക്കുന്ന ദുരന്തഭാഗധേയത്തെത്തെ തട്ടിത്തെറിപ്പിക്കാൻ അവളുടെ നിലവിലുള്ള സ്ഥിതി മാറി വുൾഫ്

പറയുന്നതുപോലെ സ്വന്തമായി ഒരു മുറി വേണമെന്ന (3) ആശയത്തിന്റെ യാഥാർത്ഥ്യം ഇവിടെ പ്രകടമാണ്. സ്വാതന്ത്ര്യമുള്ള സ്ഥലത്ത് മേബിളമ്മയുടെ വീട്ടിൽ അവളുടെ സർഗാത്മകതയെ വിരിയാൻ പ്രേരിപ്പിക്കുന്ന സാഹചര്യത്തിൽ ഏറ്റവും ശക്തമായത് മേബിളമ്മായിയുടെ പ്രോത്സാഹനമാണ്. സാഹിത്യചർച്ചകൾ കഴിഞ്ഞുവരുമ്പോൾ മേബിളമായി അവളോട് ആദ്യം ചോദിക്കുന്നത് എങ്ങനെ സംവാദത്തിൽ പങ്കെടുത്തുന്നാണ്. പ്രോത്സാഹനം സ്ത്രീയെ വളർത്തുമെന്ന സത്യം ആ ചോദ്യം കേട്ട് ഉണർന്ന മനസ്സോടെ എഴുതാനിരിക്കുന്ന സാഹിത്യകാരി വ്യക്തമാക്കുന്നു.

കൈപ്പലകകൾക്ക് പിറകിൽ ചിറകുകൾ ഉള്ള കവികളെ പ്രതീക്ഷയോടെ സാഹിത്യ ചർച്ചകൾക്കായി വീട്ടിലേക്കു ക്ഷണിച്ചപ്പോൾ അവർക്ക് ഭക്ഷണം ഉണ്ടാക്കാനും പാത്രങ്ങൾ കഴുകാനും മാത്രമാണ് അവൾക്ക് സമയം. രുചികരമായ ഭക്ഷണത്തിന് നന്ദി പറഞ്ഞ് അവർ പോകുമ്പോൾ സ്ത്രീയുടെ ജോലി ഭക്ഷണം ഉണ്ടാക്കൽ മാത്രമാണോ എന്ന ചിന്ത നമ്മിൽ ഉദിക്കുന്നു

കഥാവസാനം ഭർത്താവിന്റെ കൈ തട്ടിമാറ്റി വീട്ടിൽ നിന്നിറങ്ങുന്ന സ്ത്രീ കാലാകാലങ്ങളായി പുരുഷനെ അവളുടെ രക്ഷകനായി കാണുന്ന സമ്പ്രദായത്തിന്നെതിരു നില്ക്കുന്നു. അങ്ങനെ പുറത്തിറങ്ങുന്ന സ്ത്രീയുടെ കൈകൾ ദിക്കുകളെ തൊട്ട് മടങ്ങിവന്നുവെന്നു കഥാകൃത്ത് പറയുന്നു. കാറ്റ് മുടിയിഴകളെയും വസ്ത്രത്തലപ്പുകളേയും ഇളക്കുന്നു എന്നുള്ള വാക്കുകൾ അവൾ അനുഭവിക്കുന്ന അപരിമേയമായ സ്വാതന്ത്ര്യത്തെ എടുത്തുകാട്ടുന്നു. സാറാ ജോസഫിന്റെ 'മുടിത്തെയ്യം ഉറയുന്നു' എന്ന കഥയിൽ സ്ത്രീയുടെ അഴിഞ്ഞു കിടക്കുന്ന തലമുടിയെ പുരുഷൻ ഭീഷണിയായി കാണുന്നതിനെ ഇതുമായി ചേർത്തുവായിക്കാവുന്നതാണ്.

ഉപസംഹാരം

വെർജീനിയ വുൾഫ് കുറ്റപ്പെടുത്തുന്നത് സ്ത്രീക്ക് പാതി ആണത്തവും പാതി പെണ്ണത്തവും നിറഞ്ഞ ഒരു മനസ്സുണ്ടാവണം എന്ന പുരാതന കാഴ്ചപ്പാടിനെയാണ് (4).

സാറാ ജോസഫും തന്റെ കഥയിലൂടെ ഇതിനെ ശക്തമായി എതിർക്കുന്നു. സ്ത്രീത്വത്തിന്റെ സഹജഗുണങ്ങൾ നിലനിർത്തിക്കൊണ്ടുതന്നെ ശക്തമായ രചനയും ശക്തമായ ജീവിതവും നിർവ്വഹിക്കാൻ കഴിവുള്ളവരാണ് തങ്ങൾ എന്ന് എടുത്തു പറയുകയാണ് രണ്ട് ഗ്രന്ഥങ്ങളും ചെയ്യുന്നത്. എല്ലാ ബന്ധങ്ങളും പ്രണയ

ത്തിൽ കലാശിക്കേണ്ടതില്ല എന്ന് ജയദേവനെപ്പറ്റി കഥാനായിക യിലൂടെ സാറാ ജോസഫ് എടുത്തു പറയുമ്പോൾ പ്രണയമാണ് സർഗാത്മകതയ്ക്ക് എതിരു നിൽക്കുന്നതെങ്കിൽ അതിനെപ്പോലും നിഷേധിക്കാനുള്ള ശക്തമായ തീരുമാനം ശ്രദ്ധേയമാണ്. ശക്ത മായ പെൺകൃതികളുടെയും സ്ത്രീ എഴുത്തുകാരികളുടെയും അഭാവം അവൾ അനുഭവിക്കുന്ന സ്വാതന്ത്ര്യക്കുറവിന്റെ ബഹിർ സ്ഫുരണമാണെന്ന് രണ്ടു കൃതികളും എടുത്തുപറയുന്നു.

കുറിപ്പുകൾ

1. "any woman born with a great gift in sixteenth century would certainly have gone craze, shot herself or ended her days in some lonely cottage outside the village half witch, half wizard, feared and mocked at."(P.38)

2. "women must have money and a room of her own if she is to write fiction; and that, as you will see, leaves the great that the true nature of women and the true nature of the fiction unsolved." (P.4)

3. "to have room of her own, let alone a quite room or a sound proof room was out of the question unless her parents were exceptionally rich or very noble even up to the beginning of 19th century"(P.41)

4. "women need androgenous mind as well as resources like money and space to create excellent literature".(P.75)

NB: എല്ലാ കുറിപ്പുകളും വെർജീനിയ വുൾഫിന്റെ A Room of Ones Own (The Hograth Press, London, 1929) എന്ന കൃതിയിൽ നിന്നും.

14

സിംഹം കാട്ടിലെ രാജാവായതെങ്ങനെ ?

(ബാലകഥകളെ മുൻനിർത്തിയുള്ള ലിംഗപദവി വിശകലനം)

റൗഷ പി. അലി

മനുഷ്യരെന്നാൽ ആണും പെണ്ണും മാത്രമല്ല എന്ന തിരിച്ചറിവാണ് പുതിയ കാലത്തിന്റെ മാറ്റങ്ങളിലൊന്ന്. ലിംഗവും ലിംഗപദവിയും രണ്ടാണെന്ന കാഴ്ചപ്പാട് ഈയിടെയാണ് നമുക്കുണ്ടായത്. ജൈവികമായ വ്യത്യാസങ്ങൾ ലിംഗത്തെ കുറിക്കുമ്പോൾ ലിംഗപദവി തികച്ചും സാമൂഹികമായ ഒരു നിർമ്മിതിയാണ്. പെണ്ണായി ജനിക്കുകയല്ല, ആയിത്തീരുകയാണെന്ന സിമോൺ ദി ബുവ്വെയുടെ നീരീക്ഷണം ശ്രദ്ധേയമായിത്തീരുന്നത് ഇക്കാരണത്താലാണ്. ഓരോ ശിശുവും ജനിക്കുമ്പോൾതന്നെ അവരെങ്ങനെ ആയിത്തീരണമെന്ന് നമ്മൾ മുൻകൂട്ടി തീരുമാനിക്കുന്നുണ്ട്. അതിനനുസരിച്ചാണ് അവരെ വളർത്തുന്നതും. ധരിക്കുന്ന വസ്ത്രവും കളിക്കാനുള്ള കളിപ്പാട്ടവുംവരെ ആൺ-പെൺ വ്യത്യാസത്തിലധിഷ്ഠിതമാണ്. നീല ആൺനിറവും പിങ്ക് പെൺ നിറവും ആയിത്തീർന്നത് അതങ്ങനെയാണ്, അല്ലെങ്കിൽ ആയിരിക്കണം എന്ന ബോധപൂർവ്വമായ ഇടപെടലിന്റെ ഫലമാണ്.

ചരിത്രം, HIS- STORY ആവുന്നത് ചരിത്രമെഴുതിയത് പുരുഷൻമാരായതിനാലാണെന്ന് നിസംശയം പറയാം. ശിലായുഗ സംസ്ക്കാരത്തിൽനിന്ന് കാർഷിക സംസ്ക്കാരത്തിലേക്കും തുടർന്ന് വ്യാവസായിക സംസ്ക്കാരത്തിലേക്കുമുള്ള വളർച്ചക്കിടെ പുരുഷൻ, കുടുംബത്തിന്റെയും സമൂഹത്തിന്റെയും അധിപനായിത്തീരുകയും സ്ത്രീ അടുക്കളക്കാരിയായിത്തീരുകയും ചെയ്തു. പുരുഷൻ കുടുംബം നോക്കുന്നവനും സ്ത്രീ കുട്ടികളെ നോക്കുന്നവളുമായി

സ്വാഭാവികമായി രൂപാന്തരം പ്രാപിച്ചു. കാലമേറെ കഴിഞ്ഞിട്ടും അതിനൊട്ടും മാറ്റം വന്നതുമില്ല. തികച്ചും സ്വാഭാവികമെന്ന നിലയിൽ അതിനോട് പൊരുത്തപ്പെടാൻ ഏവർക്കും കഴിഞ്ഞു. ഫെമിനിസത്തിന്റെ വളർച്ചയോടെ പുരുഷാധിപത്യത്തിനെതിരായുള്ള പോരാട്ടത്തിനു തുടക്കം കുറിക്കപ്പെട്ടു. വാക്കുകൊണ്ടും പ്രവൃത്തികൊണ്ടും പുരുഷാധിപത്യത്തിനു മുറിവേൽക്കാൻ തുടങ്ങി. ആശയവിനിമയ മാധ്യമമെന്നതിലുപരി ഭാഷ ശക്തമായ ഒരു സാമൂഹികോപകരണമാണ്. കുടുംബത്തിന്റെയും സമൂഹത്തിന്റെയും മേധാവിയായ പുരുഷന്റെ നിയന്ത്രണത്തിൽ തന്നെയായി ഭാഷയും. വ്യവഹാരവും ശൈലികളും പ്രയോഗങ്ങളുമുൾപ്പെടെ ആണധികാരത്തിന്റെ അടയാളപ്പെടുത്തലുകളായി കഥകൾ മാറി.

കഥ കേൾക്കാനിഷ്ടപ്പെടുന്നവരാണ് കുട്ടികളെല്ലാം. കുട്ടിക്കഥകളും കുട്ടിപ്പാട്ടുകളും ശൈശവത്തിന്റെയും, ബാല്യത്തിന്റെയും നിറമുള്ള ഓർമ്മകൾതന്നെ. കുട്ടികളിൽ ഭാഷ ഉറപ്പിക്കുന്നതിൽ നല്ലൊരു പങ്ക് കുട്ടികഥകൾ വഹിക്കുന്നുണ്ട്. അറിഞ്ഞും അറിയാതെയും ബോധപൂർവ്വമായും ഭാഷ ഒളിച്ചു കടത്തുന്ന ആണധികാരം കുട്ടിക്കഥകളിലും ദൃശ്യമാണ്.

ജോർജ് ഇമ്മട്ടി സമാഹരിച്ച് H& C പബ്ലിക്കേഷൻസ് പ്രസിദ്ധീകരിച്ച '111 ബാലകഥകൾ' എന്ന ചെറുപുസ്തകമാണ് ഇവിടെ ലിംഗപദവി വിശകലനത്തിനായി തിരഞ്ഞെടുത്തിരിക്കുന്നത്.

കുട്ടിക്കഥകളിലെ ഭാഷാ വ്യവഹാരം, ശൈലി, പ്രയോഗങ്ങൾ എന്നിവയെ ജെൻഡർ ഓഡിറ്റിങ്ങിന് വിധേയമാക്കുമ്പോൾ സമൂഹം അതിന്റെ സംസ്ക്കാരത്തേയും പാരമ്പര്യത്തേയും ഭാഷയിലുടെ പ്രതിഫലിപ്പിക്കുന്നതെങ്ങനെ എന്നുകൂടിയാണ് ഇവിടെ പഠനവിധേയമാക്കുന്നത്.

പഞ്ചതന്ത്ര കഥകൾ, ഈസോപ്പു കഥകൾ എന്നിവയും അവയുടെ സ്വതന്ത്ര പുനരാഖ്യാനവുമാണ് കഥകളിലധികവും. കേട്ടുപഴകിയ നാടോടിക്കഥകളും തെന്നാലി രാമൻ കഥകളും മുല്ലാക്കഥകളും ജന്തു കഥകളുമെല്ലാം കഥാസമാഹാരത്തിലുണ്ട്. 111 കഥകൾ, ഇരട്ടിയോളം കഥാപാത്രങ്ങൾ, എന്നിട്ടും സ്ത്രീ പ്രാതിനിധ്യം നാമമാത്രം. ബഹുഭൂരിപക്ഷം കഥകളിലും കേന്ദ്ര കഥാപാത്രങ്ങളുൾപ്പെടെ മിക്ക കഥാപാത്രങ്ങളും പുരുഷ പ്രതിനിധികൾതന്നെ. മനുഷ്യരാവട്ടെ, ജന്തുക്കളാവട്ടെ നായകൻ പുരുഷൻമാത്രം. നാമമാത്രമെന്നു പറയാവുന്ന സ്ത്രീ കഥാപാത്രങ്ങളെല്ലാം അമ്മമാരും ഭാര്യമാരും.

ഓരോ ശിശുവും വളർച്ചയിലേക്ക് നടന്നുകയറുന്നത് അവർ കേൾക്കുന്ന കഥകളിലൂടെയും പാട്ടുകളിലുടെയും അനുഭവിച്ചറിയുന്ന സത്യങ്ങളിലുടെയും തന്നെയാണ്. കുട്ടികൾ കേൾക്കുന്ന കഥകളിലെവിടെയും സ്ത്രീകൾ ഇല്ലങ്കിലോ, അല്ലെങ്കിൽ അവർ കേൾക്കുന്ന കഥകളിലെ സ്ത്രീകളെല്ലാം കുട്ടികളെ വളർത്തി വലുതാക്കാൻ മാത്രം നിയോഗിക്കപ്പെട്ടവരായാലോ? ബാലകഥകളെ ലിംഗപദവി വിശകലനത്തിനു വിധേയമാക്കിയപ്പോൾ ലഭിച്ച ശ്രദ്ധേയമായ നിരീക്ഷണങ്ങൾ താഴെ പറയുന്നവയാണ്.

'111 ബാലകഥകൾ' ലിംഗപദവി വിശകലനത്തിനു വിധേയമാക്കിയപ്പോൾ ലഭിച്ച ശ്രദ്ധേയമായ നിരീക്ഷണങ്ങൾ താഴെ പറയുന്നവയാണ്.

1. 111 ബാലകഥകളിൽ ആകെ മൂന്ന് കഥകളിൽ മാത്രമാണ് സ്ത്രീ കേന്ദ്രകഥാപാത്രമായിത്തീരുന്നുള്ളൂ.
2. സ്ത്രീയുടെ റോളുകൾ അമ്മ, ഭാര്യ എന്നിവയിലേക്കു മാത്രമായി ചുരുക്കപ്പെട്ടിരിക്കുന്നു.
3. സ്ത്രീ കഥാപാത്രങ്ങൾക്കെല്ലാം ഒരേയൊരു വിശേഷണം മാത്രമേയുള്ളൂ, സുന്ദരി.
4. നാടാകട്ടെ, കാടാകട്ടെ ഭരിക്കുന്നത് ആണുങ്ങൾ മാത്രം.
5. തൊഴിൽ പുരുഷനു മാത്രമേയുള്ളൂ. സ്ത്രീയുടെ ജോലി പാചകവും ശിശു പരിപാലനവും മാത്രം.
6. ബുദ്ധിമാൻ, ശക്തൻ, ധീരൻ, ധനികൻ, മിടുക്കൻ എന്നീ വിശേഷണങ്ങളെല്ലാം പുരുഷനുമാത്രം സ്വന്തം.

സ്ത്രീയിലും പുരുഷനിലും ആരോപിക്കപ്പെടുന്ന ഗുണങ്ങൾ താഴെ കൊടുത്തിരിക്കുന്ന ഉദാഹരണങ്ങളിൽനിന്ന് സുവ്യക്തമാകും.

പുരുഷ വിശേഷണങ്ങൾ

1. മിടുക്കനായിത്തീർന്ന മണ്ടൻ കുഞ്ചു
2. ഒരു സംഘം ശിഷ്യൻമാർ
3. ആനച്ചേട്ടൻ
4. അഹങ്കാരിയായ ആന
5. ജോത്സ്യന്റെ ബുദ്ധി
6. ബുദ്ധിമാനായ സോളമൻ രാജാവ്
7. അത്യാഗ്രഹിയായ പാൽക്കാരൻ

8. ജഡ്ജിയായ കുരങ്ങൻ
9. ബുദ്ധിമാനായ മുല്ല
10. ധീരനായ മന്ത്രി
11. കാട്ടിലെ രാജാവായ സിംഹം

സ്ത്രീ വിശേഷണങ്ങൾ

1. അതിസുന്ദരിയായ ഷേബാ രാജ്ഞി
2. കുട്ടികളെ ഉപദേശിക്കുന്ന അമ്മ
3 സ്വയംവരത്തിനു തയ്യാറാകുന്ന രാജകുമാരി
4. കോഴിയമ്മ
5. പുള്ളിപശു
6. പരുന്തമ്മ
7. ആർത്തിക്കാരിയായ ഭാര്യ
8. കഥകഥ പൈങ്കിളിയും കണ്ണുനീർ പൈങ്കിളിയും
9. സുന്ദരിയായ ഭാര്യ
10. അരിയിടിച്ച് പൊടിയാക്കി അപ്പം ചുടുന്ന അമ്മൂമ്മ
11. എലിയമ്മ

നിസ്സാരമാണെന്നും സ്വാഭാവികമാണെന്നും തോന്നുന്ന വിധത്തിൽ എത്രയെളുപ്പത്തിലാണ് ഓരോ കഥകളിലും ജെൻഡർ റോൾ ചിത്രീകരിച്ചിരിക്കുന്നതെന്ന് സൂക്ഷ്മ നിരീക്ഷണത്തിൽക്കാണാം. സ്ത്രീ ഇപ്രകാരമായിരിക്കണം, പുരുഷൻ ഇപ്രകാരമായിരിക്കണം എന്ന കാഴ്ചപ്പാട് നമ്മുടെ കുട്ടികളിൽ ഊട്ടിയുറപ്പിക്കുന്നതിൽ ഈ കഥകൾ വഹിക്കുന്ന പങ്ക് വളരെ വലുത് തന്നെയാണ്. ഭാഷ ഒരു സാമൂഹികോപകരണമെന്ന നിലയിൽ പ്രവർത്തിച്ച് ലിംഗപദവി വാർപ്പു (sterio type) മാതൃകകൾ സൃഷ്ടിക്കുന്നതെങ്ങനെ എന്ന് ബാലകഥകളെ ആസ്പദമാക്കിയുള്ള ലിംഗപദവി വിശകലനത്തിലൂടെ വ്യക്തമാവുന്നു. ഭാഷ നിർമ്മിച്ചെടുക്കുന്ന ആണത്തവും പെണ്ണത്തവും ബാലകഥകളിലൂടെ കുട്ടികളുടെ മനസ്സിലും തലച്ചോറിലും മുദ്രണം ചെയ്യപ്പെടുന്നുണ്ട്.

സ്ത്രീയെ അരികുവൽക്കരിക്കുന്നതും വസ്തുവൽക്കരിക്കുന്നതും ഇതേ ഭാഷാവ്യവഹാരങ്ങൾതന്നെ. ഭാഷയിലെ പുരുഷാധിപത്യ പ്രവണതകളും സ്ത്രീ നിന്ദാസൂചകങ്ങളും കുട്ടികഥളിലും പ്രകടമാണ്. ലിംഗപദവി പൊതുബോധനിർമ്മിതിയിൽ ഭാഷക്കുള്ള പങ്കിനെ നിസ്സാരവത്ക്കരിച്ചുകൂടാ. ലിംഗപരമല്ലാതെ ഒരു

കാര്യത്തെ നോക്കികാണാൻ നമ്മുടെ കുട്ടികളെ പഠിപ്പിക്കേണ്ട തുണ്ട്.

പൂവിനും പൂമ്പാറ്റക്കും ആരാണ് ജെൻഡർ നിശ്ചയിക്കുന്നത്?

കാട്ടിൽ ആരാണ് ഇലക്ഷൻ നടത്തിയതും സിംഹത്തെ രാജാവായി തെരഞ്ഞെടുത്തതും?

നമ്മുടെ കുട്ടികളെ ചോദ്യങ്ങൾ ചോദിക്കാൻ പഠിപ്പിക്കേണ്ടിയിരിക്കുന്നു. വിമർശനാത്മകമായി കാര്യങ്ങളെ നോക്കിക്കാണാൻ, ക്രിയാത്മകമായി ചിന്തിക്കാൻ കുട്ടികൾ പഠിക്കേണ്ടതുണ്ട്. അതിനുള്ള തുടക്കം ഭാഷയിൽനിന്നു തന്നെയായിരിക്കണം. മനുഷ്യനെന്നാൽ പുരുഷന്റെ മുഖം നമ്മുടെ മനസ്സിൽ വരുന്നതിനു കാരണം നമ്മൾ കേൾക്കുന്ന കഥകൾ തന്നെയാണ്.

ലിംഗപദവി എന്ന സാമൂഹികചരം ഭാഷയിൽ ചെലുത്തുന്ന സ്വാധീനം ബാലകഥകളിലെ ഉള്ളടക്കത്തിലും പ്രയോഗങ്ങളിലും വിശേഷണങ്ങളിലുമെല്ലാം പ്രകടമാണ്.

നമ്മുടെ കുട്ടികളുടെ ചിന്ത, ഭാവന, ഭാഷ, വ്യക്തിത്വം എന്നിവ രൂപപ്പെടുത്തുന്നതിൽ ബോധന മാധ്യമങ്ങൾക്കെന്നപോലെ അവർ കേൾക്കുന്ന കഥകൾക്കും പങ്കുണ്ട്. അതിനാൽതന്നെ അവ ലിംഗ നിരപേക്ഷവും വിവേചനരഹിതവുമാണെന്ന് ഉറപ്പുവരുത്തേണ്ടിയിരിക്കുന്നു.

റഫറൻസ്

1. 111 ബാലകഥകൾ - ജോർജ് ഇമ്മട്ടി, H & C പബ്ലിക്കേഷൻ
2. സ്ത്രീ, സ്ത്രീവാദം, സ്ത്രീ വിമോചനം - കെ. ശാരദാമണി, ഡി.സി.ബുക്സ്.
3. പെണ്ണെഴുത്ത് - എൻ. ജയകൃഷ്ണൻ (എഡി), കേരള ഭാഷാ ഇൻസ്റ്റിറ്റ്യൂട്ട്.
4. ഫെമിനിസം - ജാൻസി ജെയിംസ് (എഡി) കേരള ഭാഷാ ഇൻസ്റ്റിറ്റ്യൂട്ട്.
5. പെണ്ണിടം മതം മാർക്സിസം - പി.കെ ഗോപൻ (എഡി) ചിന്താ പബ്ലിക്കേഷൻ.
6. ലിംഗപദവി - റ്റിസി മറിയം തോമസ് (എഡി) ഡി.സി. ബുക്സ്.
7. കുലസ്ത്രീയും ചന്തപ്പെണ്ണും ഉണ്ടായതെങ്ങനെ, ജെ. ദേവിക, കേരള ശാസ്ത്ര സാഹിത്യ പരിഷത്ത്

8. പൗരിയുടെ നോട്ടങ്ങൾ - ജെ. ദേവിക,
ഒലിവ് പബ്ലിക്കേഷൻ.
9. എഴുത്തുകാരിയുടെ മുറി - എൻ. മൂസക്കുട്ടി (വിവ),
മാതൃഭൂമി ബുക്സ്.
10. Second Sex - Simon De Beauvior

15

എം.ആർ. രേണുകുമാറിന്റെ കവിതകളിലെ സാംസ്കാരിക പ്രതിരോധവും സ്ത്രൈണലിംഗബോധവും

ഡോ. സൗമ്യ പോൾ

അറിവ്, അധികാരം, ലോകം, സമൂഹം എന്നീ ധാരണകൾക്ക് മാറ്റമുണ്ടാകണമെന്ന് ദർശിച്ച കവിയാണ് എം.ആർ. രേണുകുമാർ. ആ ദർശനങ്ങളിലൂടെ ചരിത്രത്തിൽ രേഖപ്പെടുത്താതെ പോയവരുടെ അനുഭവങ്ങൾക്കും ഭാവനകൾക്കും മലയാളകവിതയിൽ ഇടം തീർക്കുവാനാണ് അദ്ദേഹം ശ്രമിച്ചത്. പൊതുജീവിത സങ്കല്പങ്ങൾ അരികുവൽക്കരിച്ച ജീവിതങ്ങളെയാണ് അദ്ദേഹം കവിതയിലേക്ക് കൂട്ടിയത്. അതിനാൽ തന്റെ കവിതകളിലെ പ്രതിനിധാനങ്ങളിലൂടെ സാംസ്കാരിക പ്രതിരോധം തീർക്കുവാനും രേണുകുമാർ ശ്രദ്ധിച്ചു. ഈ പ്രതിരോധമോരോന്നും സ്വത്വം പ്രഖ്യാപിച്ചും പ്രഖ്യാപിക്കാതെയും പ്രത്യക്ഷപ്പെടുന്ന ജീവിതങ്ങളെ അടയാളപ്പെടുത്തി. രേണുകുമാറിന്റെ കവിതകളിൽ ഏറിയപങ്കും ദളിത് ജീവിത പരിസരമാണുള്ളത്.

ജാതിബന്ധങ്ങളെ ചുമക്കേണ്ടവരാണ് കീഴാളജനതയെന്ന് അവരെ ബോധ്യപ്പെടുത്തി പ്രബലജാതിസമൂഹം അവർക്കായി ആനുകൂല്യങ്ങളും നക്കാപ്പിച്ചകളും നൽകി പ്രോത്സാഹിപ്പിക്കുന്നതു മനസിലാക്കുന്ന കവി അജ്ഞതകൊണ്ടും ഗതികേടുകൊണ്ടും ആത്മാഭിമാനമില്ലാതായിപ്പോകേണ്ടിവന്ന ജനവിഭാഗങ്ങളുടെ ശബ്ദമാകുവാനും കവിതകളിലൂടെ പ്രതിരോധിക്കുവാനും ശ്രമിച്ചു. ഈ വീക്ഷണങ്ങളുടെ പിൻബലം പരിശോധിക്കുന്നതിനും എം.ആർ രേണുകുമാറിന്റെ കവിതകളിലെ സാംസ്കാരിക പ്രതിരോധവും

സ്ത്രൈണലിംഗബോധവും മനസിലാക്കുന്നതിനുമായി, കെണി നിലങ്ങളിൽ, കൊതിയൻ, പറിച്ചുപുത എന്നീ കവിതാസമാഹാരങ്ങളിലെ കവിതകളാണ് അവലംബമാക്കുന്നത്.

പൊതുസമൂഹത്തെ അസ്വസ്ഥതപ്പെടുത്തുന്ന വിവേചനങ്ങളോടുള്ള സന്ധിയില്ലാസമരമായാണ് രേണുകുമാർ കവിതകളിൽ പ്രതിരോധം സൃഷ്ടിക്കുന്നത്. ഒരു വ്യക്തിയുടെ സാമൂഹികനിലയും കാഴ്ചപ്പാടും അഭിലാഷങ്ങളും സങ്കീർണ്ണജീവിതപരിസരങ്ങളും അയാളെ പ്രതിരോധത്തിന്റെ ഏറ്റക്കുറച്ചിലിലേക്ക് നയിക്കുന്നു. രേണുകുമാറിന്റെ കവിതകൾ ഇത്തരം പ്രതിരോധങ്ങളുടെ ആവാസസ്ഥലികളായി മാറുന്നുണ്ട്. മാനഹാനി വരുത്തുക, അപമാനിക്കുക, മാറ്റിനിർത്തുക, തിരസ്കരിക്കുക, തമസ്കരിക്കുക എന്നീ തന്ത്രങ്ങളിലൂടെ സമൂഹത്തിന്റെ മുഖ്യധാരയിൽ നിന്നും പ്രബല സമൂഹത്താൽ അകറ്റിനിർത്തിയിരിക്കുന്ന ഒരുപറ്റം ജനങ്ങൾ പൊതുസമൂഹ്യ ജീവിതത്തിൽ അസ്വസ്ഥരാകുന്നുന്നുണ്ട്. ഈ അസ്വസ്ഥതകൾ ഉൾക്കൊള്ളുന്ന കവി, പ്രതിരോധങ്ങളിലൂടെയും പ്രതികരണങ്ങളിലൂടെയും കലയിലൂടെയും കലയുടെ രാഷ്ട്രീയത്തിലൂടെയും മനുഷ്യമനസ്സുകളിൽ പരിവർത്തനം സൃഷ്ടിക്കാൻ തന്റെ കവിതകളിലൂടെ സാധ്യമാകുമെന്ന് ഉറച്ചു വിശ്വസിക്കുന്നു.

'പ്രതിരോധത്തിന് കവിതയിലെ അർത്ഥം വ്യത്യസ്തമാണ് എന്ന് മനസ്സിലാക്കുന്ന കവിയാണ് എം.ആർ രേണുകുമാർ. കാവ്യഭാഷ ജനാധിപത്യവൽക്കരിക്കപ്പെടുന്നത് കവിത ലളിതമാകുമ്പോൾ അല്ല, കവിത സങ്കീർണ്ണമായിരിക്കുമ്പോഴും അതിന്റെ ഘടനകൾ ഭാഷയുടെ ചരിത്രത്തെ പുതുക്കി എഴുതുമ്പോഴുമാണ്. രേണുകുമാറിന്റെ ഓരോ കവിതയും യാഥാസ്ഥിതിക ഭാഷാ ചരിത്രത്തെ വെല്ലുവിളിക്കുന്നു. കാവ്യാനുഭവങ്ങളെ അനുഭൂതികളെ നിലനിൽപ്പിന്റെ സമരങ്ങളുമായി കണ്ണി ചേർക്കുന്നു. ദളിത് അനുഭവവും അനുഭൂതിയും വർഗീകരിക്കപ്പെടേണ്ടി വരുന്നത് അതിന്റെ സൂക്ഷ്മതകളെ സ്ഥൂല ചരിത്രവും സാഹിത്യവും തൊട്ടറിയാത്തതുകൊണ്ടാണ്.'1 അതിനാൽത്തന്നെ രേണുകുമാർ തന്റെ കവിതകളിലൂടെ ദളിത് അനുഭവങ്ങളെയും അനുഭൂതികളെയും തനിക്കിണങ്ങും വിധം കാവ്യഭാഷയിൽ ചേർത്തു. രേണുകുമാറിന്റെ കവിതകളിൽ പ്രത്യക്ഷപ്പെടുന്ന കഥാപാത്രങ്ങളിൽ പലരും സ്വത്വപ്രതിസന്ധി അനുഭവിക്കുന്നവരുമാണ്. വിവിധ കാലങ്ങളിലായി അരികുവൽക്കരിക്കപ്പെട്ടവരുടെയും, പാർശ്വവൽകൃതസമൂഹത്തിന്റെയും പ്രതിനിധി

യായി അവരോടൊപ്പം നിൽക്കുവാനാണ് കവി ആഗ്രഹിക്കുന്നത്. ഇപ്രകാരം അരിക്കുവൽക്കരിക്കപ്പെട്ടു നിൽക്കുന്നവർ പേരോ മേൽ വിലാസമോ തന്റേതാകുന്ന ഇടമോ ഇല്ലാതെ പലയിടങ്ങളിലായി ചിതറിപ്പോകേണ്ടി വരുന്നു.

'കടലാസുകിളി' എന്ന കവിത പാർശ്വവൽകൃതജീവിതാനുഭവ ങ്ങളെ ഉൾക്കൊള്ളുന്നതാണ്. ഈ കവിതയിലെ നായകൻ തിക്കും തിരക്കും ഏറുമ്പോൾ അകത്തോപുറത്തോ നിൽക്കാനാകാത്തവ നാണ്. പലയിടങ്ങളിൽ നിന്നും അയാൾ ആട്ടിയകറ്റപ്പെടുന്നു.

'നിറമിരുണ്ടിട്ടോ
തുണി മുഷിഞ്ഞിട്ടോ
എന്തോ പെണ്ണുങ്ങൾ
ചിറി കോട്ടി
അറപ്പ് കാട്ടി
കഴിവതുമൊഴിഞ്ഞാ-
ണിറങ്ങുക;
കയറുക' (കടലാസു കിളി)

ഇങ്ങനെ പൊതുസമൂഹത്താൽ ആട്ടിയകറ്റപ്പെടുന്ന കവിതയിലെ വക്താവ് അവഗണനകൾക്കിടയിലും അദ്ദേഹത്തെ നിലനിർത്തുന്ന ചില സ്നേഹത്തൂണുകളിലാശ്രയിച്ചു ജീവിതം തുടരുന്നയാളാണ്. ഈ സ്നേഹസ്ഥൂപങ്ങളാകട്ടെ അവസാന ട്രിപ്പിൽ വഴിപ്പണികഴി ഞ്ഞുമടങ്ങുന്നവരാണ്. നേരം പോക്കിന് അവരാരെങ്കിലും മണ്ടയ് ക്കൊന്ന് കിഴുക്കിയാൽ ഇളിഭ്യനായും ചെള്ളക്കൊന്നു പൊട്ടിച്ചാൽ ഇടിവെട്ടേറ്റവനുമായാണ് അയാൾ നില്ക്കുന്നത്. സ്നേഹപരിഗ ണനകൾക്കു പത്രമാകാൻ ആഗ്രഹിക്കാത്ത മനുഷ്യരില്ല. പൊതു വേദിയിൽ തനിക്കും ഇടമുണ്ടാകണമെന്നും സ്നേഹ പരിഗണന കൾ ലഭിക്കണമെന്നും ആഗ്രഹിച്ചാണ് അയാൾ പടിയിൽത്തന്നെ നിൽക്കുന്നത്. എന്നാൽ താൻ പലയിടങ്ങളിൽ നിന്നും മാറി നിൽ ക്കേണ്ടവനാണെന്നുള്ള ബോധ്യവും കവിതയിലെ നായകനെ വല്ലാതെ അലട്ടുന്നുണ്ട്. പല പ്രിവിലേജുകൾക്കു മുന്നിലും അവൻ ഒഴിവാക്കപ്പെടുന്നു. എപ്പോഴെങ്കിലും താൻ പരിഗണനാ വിഷയ മാകും എന്ന് കരുതി പടിയിൽ തന്നെ നിൽക്കുന്നതിനു കാരണം പുകയാത്ത അടുപ്പിനെക്കുറിച്ചുള്ള അവന്റെ ഓർമ്മകളും ആശങ്ക കളുമാണ്.

'ഇവനെപ്പോഴും
പടിയിൽത്തന്നെ

നിൽപ്പാണ്
വേരിറങ്ങിയമട്ടിൽ
ഒത്തിരിപ്പേർ
കയറിപ്പറ്റിയിട്ടും.
പടിയിൽ
നിൽക്കരുതെന്ന്
നിയമമുണ്ട്
നിൽക്കാതിരുന്നാൽ അടുപ്പ്
പുകയില്ലെന്ന് പാഠവും
പുകയാത്തൊരടുപ്പിൻ
ചൂടിൽ പരം ചൂടേത്' (കടലാസു കിളി)

ദാരിദ്ര്യം, രോഗം, കഷ്ടതകൾ ഏതു മനുഷ്യനെയും പിന്നോട്ട ടിക്കുന്നു എന്ന വസ്തുതയാണ് ഇവിടെ തെളിയുന്നത്. 'കടലാസു കിളി'യിലെ നായകൻ തന്റെ ചെറിയ ജീവിതത്തെ പൊലിപ്പിച്ചെടുക്കുവാൻ കഠിനാധ്വാനം ചെയ്യുന്നതിനിടയിൽ പുകയാത്ത അടുപ്പിന്റെ നൊമ്പരങ്ങളും പേറിയാണ് അയാൾക്ക് പടിയിൽ നിൽക്കേണ്ടി വരുന്നത്. തന്റെ ജീവിതയാഥാർത്ഥ്യത്തെ നേരിടാൻ സ്വജീവിതത്തെ ചവിട്ടുപടിയിൽത്തന്നെ തളച്ചിടേണ്ടി വരുന്ന ഒരു ചെറുപ്പക്കാരന്റെ ജീവിതസമസ്യകളാണ് 'കടലാസകിളി'യിൽ പ്രകടമാകുന്നത്. മനുഷ്യനിർമ്മിതമായ മാനുഷിക വിരുദ്ധ ജീവിതരീതികളും ഓർമ്മകളുമാണ് അവിടെ ഉറഞ്ഞു നിൽക്കാൻ അവനെ പ്രേരിപ്പിക്കുന്നത്. അവനെപ്പോലെ തന്നെ അവൻ ഉൾപ്പെടുന്ന സമൂഹവും മുഖ്യധാരയിലുള്ളവർക്ക് ചവിട്ടുപടിയായി മാറുന്നു എന്ന് കവി ഖേദിക്കുന്നു. ചരിത്രത്തിൽ അടയാളപ്പെടുത്താതെ പോയ വ്യക്തികളുടെ സവിശേഷ സാഹചര്യങ്ങളെയാണ് ഈ കവിത പ്രശ്നവൽക്കരിക്കുന്നത്. പുകയാത്ത അടുപ്പിനെ കുറിച്ചുള്ള വേവലാതിയാണ് പ്രതിരോധമെന്നവിധം പടിയിൽ തന്നെ അയാളെ നിർത്തിയിരിക്കുന്നത്.

'തുടങ്ങിയവർ' എന്ന കവിതയിലും തത്തുല്യമായ ജീവിതസ്ഥലികൾ രേണുകുമാർ അടയാളപ്പെടുത്തുന്നുണ്ട്. ചരിത്രത്തിൽ ഇടം നേടാതെപോയവരുടെ ജീവിതത്തെ കൂടുതൽ വിസ്തൃതമായി അവതരിപ്പിക്കുകയും ലൈംഗികതയുടെ ജീവിതവും രാഷ്ട്രീയവും ചർച്ച ചെയ്യുകയും വെളിപ്പെടുത്തുകയും ചെയ്യുന്ന തുടങ്ങിയവർ എന്ന കവിതയിൽ അഞ്ചുപേർ അടങ്ങിയ ഫോട്ടോയിൽ ആദ്യത്തെ മൂന്നു പേരുടെ പേരുകൾ മാത്രമാണ് പരിഗണിക്കപ്പെ

ടുന്നത്. നാലാമതും അഞ്ചാമതും നിൽക്കുന്നവരെ തുടങ്ങിയവർ എന്നാണ് വിശേഷിപ്പിക്കപ്പെടുന്നത്. മുഖ്യധാരയിലുള്ളവരോട് ചേർന്നാണ് നാലാമനും അഞ്ചാമനും നിൽക്കുന്നതെങ്കിലും അവർ അകന്നു നിൽക്കുന്നവരാണെന്ന ബോധ്യത്തിൽ ജീവിതവും സൗഹൃദവും തുടരുന്നു.

'പേരോട് കൂടിയ മൂന്നാമനോട് ചേർന്നാണ്
പേരില്ലാത്ത നാലാമൻ നിൽക്കുന്നതെങ്കിലും
അവരുടെ ഉടലുകളെ രണ്ടായി തിരിച്ച്
ഇരുളിന്റെ ഒരു മുള്ളുവേലി കാണാം' (തുടങ്ങിയവർ)

ഇത്തരം മുള്ളുവേലികൾ സമൂഹത്തിൽ പലയിടങ്ങളിലും ബന്ധങ്ങൾക്കിടയിലും കാണുവാനാകുമെന്നുള്ള തിരിച്ചറിവാണ് കവി നൽകുന്നത്. ഭിന്നലിംഗക്കാരുടെ ജീവിതാനുഭവങ്ങൾ കൂടി ചേരുന്ന ഈ കവിത അരികുവൽക്കരിക്കപ്പെട്ടവരുടെ ജീവിതവും സമൂഹത്തിൽ ദുരന്തജീവിതം അനുഭവിക്കുന്നവരുടെ കണ്ണുനീരും അവരനുഭവിക്കുന്ന അസ്തിത്വ ദുഃഖവും വെളിപ്പെടുത്തുന്നു.

'പേരുള്ളവർ
എങ്ങനെയെങ്കിലും
കരപറ്റിക്കോളും
അവരുടെ വീട്ടിലേക്കുള്ള വഴി
അവരുടെ കാൽവെള്ളയിൽ
മായാതെ കിടപ്പുണ്ട്' (തുടങ്ങിയവർ) എന്നീ വരികളിലൂടെ മുഖ്യധാരയിൽ ഉള്ളവരുടെ ജീവിതം എപ്പോഴും കെട്ടുറപ്പുള്ളതാണെന്നും സാമ്പത്തികവും സാമൂഹികവും സാംസ്കാരികവുമായ ഭദ്രത അവർക്കായി മുഖ്യധാരാ മുൻഗാമികൾ കരുതിവച്ചിട്ടുണ്ടെന്നുമുള്ള ബോധ്യമാണിവിടെ തെളിയുന്നത്. എന്നാൽ ഒഴിവാക്കപ്പെട്ടവരുടേതാകുന്ന വിശാലലോകംവരുംകാലത്ത് സുദൃഢമാകേണ്ടതാണെന്ന ദർശനവും കവി നൽകുന്നുണ്ട്. അപ്പനമ്മമാരിട്ട പേരുകൾ ഉരിഞ്ഞു കളഞ്ഞ്, പുതിയ പേരുകളിൽ കയറിപ്പറ്റിയിട്ടുള്ള ഭൂരിഭാഗം ജീവിതവും സ്വത്വപ്രതിസന്ധി അനുഭവിക്കുന്നുവെന്നാണ് രേണുകുമാർ വീക്ഷിക്കുന്നത്.

'മനക്കോട്ട' എന്ന കവിതയിലും മുഖ്യധാരയിൽ നിന്ന് അന്യമായി പോയിക്കൊണ്ടിരിക്കുന്ന മനുഷ്യർ അവരുടെ ഉയർത്തെഴുന്നേൽപ്പിനായി കാത്തിരിക്കുന്നതാണ് വെളിപ്പെടുന്നത്. തന്റെ സ്വത്വം എവിടെയാണെന്നന്വേഷിക്കുന്ന കവിതയിലെ വക്താവ് തന്റെ വീടെന്ന സ്വപ്നത്തിലേക്ക് നീങ്ങുന്നു.

'അക്കരയോ ഇക്കരെയോ
ആളെകയറ്റിയിറക്കും
കടത്തുവള്ളത്തിലോ
എവിടെയുമില്ല
എനിക്കൊരു വീട്' (മനക്കോട്ട)- എന്ന യാഥാർത്ഥ്യം കവിതയിലെ വക്താവ് മനസ്സിലാക്കുന്നതോടൊപ്പം മീനുകൾക്ക് പുഴയാകെ വീടാണെന്ന് കണ്ടെത്തുന്നുമുണ്ട്.

അക്കരെ കടന്ന് പാടവരമ്പിലൂടെ നടന്ന് പച്ചത്തുരുത്തിലെത്തിയാൽ ഒരു വീടുണ്ടാക്കണമെന്ന് അയാൾ ആഗ്രഹിക്കുന്നു. ഇരുന്നു മടുക്കുമ്പോൾ മുങ്ങാംകുഴിയിട്ട് മീനുകളുടെ വീട്ടിൽ വിരുന്നു പോകാറുണ്ടെന്ന് പറയുന്നു അഖ്യാതാവ്.

'കുട്ടിക്കാലത്ത് നീന്തൽ പഠിച്ച കൂടെ മുങ്ങിച്ചാകാൻ കൂടി പഠിക്കണമായിരുന്നു.' എന്നിങ്ങനെ ജീവിത യാഥാർത്ഥ്യങ്ങളുടെ കൈപ്പുള്ള ഓർമ്മകളിൽ കവി അഭിരമിക്കുന്നു. മീനുകൾക്ക് പോലും വീടുണ്ടെന്ന അറിവും തനിക്ക് വീടില്ലെന്ന തിരിച്ചറിവും ഇടം നഷ്ടപ്പെട്ടു പോകുന്ന വ്യക്തികളുടെ തീവ്ര നൊമ്പരങ്ങളിലേക്കാണ് നീങ്ങുന്നത്. 'തന്റെ ജീവിതത്തിന്റെ അസ്തിത്വപരമായ ഒരു വേദനയെയാണ് രേണുകുമാർ ആവിഷ്കരിക്കുന്നത്. അതിലെ ഉദ്വേഗം ആ ഭൂമിശാസ്ത്രത്തിന്റെ യാഥാർത്ഥ്യത്തിൽ നിന്ന് പൊടിച്ചു പൊന്തിയതാണ്. വീട് എന്ന് മധ്യവർഗ്ഗകവിതയിൽ വ്യവഹരിക്കപ്പെടുന്ന വീടല്ല ഇതിൽ സൂചിതം എന്നതാണ് പ്രധാനമായിട്ടുള്ളത്. അത് വ്യവഹാരത്തിന് പുറത്തുള്ള ഒരു സങ്കല്പമാണ്. അതിനിവിടെ സ്ഥാനമില്ല. വീട് എന്നതിന് രേണുകുമാർ ഉപയോഗിക്കുന്ന ഭാഷയ്ക്കുള്ളിൽ ഉത്പാദിപ്പിക്കുന്ന അർത്ഥം തികച്ചും വ്യത്യസ്തമായ ഒന്നാണ്. അതുകൊണ്ടാണ് കവിതയുടെ ഒടുവിൽ നീന്തൽ പഠിച്ചതു പോലെ മുങ്ങി ചാവാനും പഠിക്കണമായിരുന്നു എന്ന വിലാപസ്വരം കടന്നുവരുന്നത്. ആ സംസ്കൃതിയുമായുള്ള ബന്ധവിച്ഛേദം മരണം തന്നെയാണ് എന്ന് തിരിച്ചറിവാണത്. വീട് കേവലമായ വൈകാരികാനുഭൂതികൾ നിറച്ചുവെച്ച സർവ്വസാധാരണമായ പ്രതീക്ഷകളുടെയും ആകാംക്ഷകളുടെയും ആശ്രയസ്ഥാനമല്ല. ഒരു അമൂർത്തതയാണ്. അത് ഉണ്ടാകുക എന്നത് ഒരു ഭൗതികമോഹമല്ല. ഭോഗരഹിതമായ ഒരു ആത്മീയ വ്യാപനമാണ്. ഇറങ്ങിപ്പോകാനോ തിരിച്ചു കേറിവരാനോ, ഭൂതാതുരതയിൽ അഭിരമിക്കാനോ ഉള്ള ഭൗതികസൂചകമല്ല ഈ വീട്. അത് ഓർമ്മയിൽ നിന്ന് വീണ്ടെടുക്കുന്നതല്ല. മറിച്ച് ഓർമ്മയിലേക്ക് നൽകുന്നതാണ്. ഓർമ്മ എന്ന

തിനോട് ഒരേ സമയം സ്നേഹവും കലഹവുമാണത്.'2

ഓരോ നൊമ്പരങ്ങളും വേദനകളും വരും കാലത്തെ അനുഭവ പാഠ നിമിഷങ്ങളായി രേണുകുമാറിന്റെ കവിതകളിലെ വ്യക്തിക ളിൽ മുഴങ്ങി നിൽക്കുന്നു.

'അലിഞ്ഞു പോകില്ല
ചിലപാടുകളൊരു പെരുമഴയിലും
പിഴുതെടുക്കില്ല
ചില ചുവടുകളൊരു വെള്ളപ്പാച്ചിലിലും
കെടുത്തുകയില്ല
ചില നാളങ്ങളെ
ഒരു കാറ്റിൻ കരുത്തും
പേറുകയില്ല ചില വാക്കുകളെ
ഒരു ഭാഷയുടെ ലിപിയും' (അനന്യം)

ഇങ്ങനെ ഒരിക്കൽ ജീവിതത്തെ നിയന്ത്രിക്കുകയും നയിക്കു കയും ചെയ്യുന്ന അനുഭവങ്ങൾ പിൽക്കാലത്ത് ഊർജ്ജം പകർന്നു കൊണ്ട് ജീവിതങ്ങളെ ദൃഢമാക്കുന്നതായും രേണുകുമാർ കണ്ടെ ത്തുന്നു. 'അനന്യം' എന്ന കവിതയിലൂടെ ആദിവാസി- ദളിത് ജീവിതങ്ങളുടെ അവസ്ഥകളുമായി കവി ഇടകലരുന്നുണ്ട്. 'അത്ര മേൽ സുതാര്യം' എന്ന കവിതയിലെ നായിക ചീന്താൻ ഒരു ചർ മ്മവും നായകൻ ആട്ടുകൊള്ളാൻ ഒരു മുഖവും വെടിപ്പാക്കി വയ് ക്കുന്നവരാണ്. ഇരുവരുടെയും കൈവെള്ള ഓങ്ങിയ ചൂരലിൽ ആയ പഥത്തിൽ കുടുങ്ങിയതാണ്. ഇരുവരും പ്രതീക്ഷകൾ ഒടുങ്ങിയവ രാണ്.

'ഒതുങ്ങാൻ
ഒരു
കൊമ്പും
ആഴാൻ
ഒരു
ചുഴിയും
നമുക്ക-
ന്യോന്യം
കൈമാറാം
നമ്മള-
ത്രമേൽ
സുതാര്യ-

രാണല്ലോ
പീഡിത
മുഖികളും' (അത്രമേൽ സുതാര്യം) എന്നവസാനിക്കുന്ന കവിതയിൽ തന്റെ സ്വത്വം അന്വേഷിക്കുന്നവരുടെ ആകുലതകൾ തെളിയുന്നു. താനായിരിക്കുന്ന സ്ഥലത്തെക്കുറിച്ചും ഇടത്തെക്കുറിച്ചും അവർക്ക് ആശങ്കകളുണ്ട്. ഇങ്ങനെ പലനിലകളിൽ സ്വത്വപ്രതിസന്ധി അനുഭവിക്കുന്നവരെ രേണുകുമാറിന്റെ കവിതകളിൽ കാണുന്നുണ്ട്.

ജീവിതമിനിയും മുന്നോട്ടാണെന്ന തിരിച്ചറിവ് രേണുകുമാറിന്റെ കവിതകളിലെ ദിശാസൂചിയാണ്.അതിനാൽജീവിതയാത്രയിൽ ഓരോരുത്തർ കൈകൾ വിടുവിച്ച് പിൻവലിഞ്ഞുപോകുമ്പോൾമുന്നിലോരോരുത്തരും തെളിഞ്ഞുവരുന്നതായും കൈപിടിച്ച് ഒപ്പം കൂടുന്നതായും രേണുകുമാർ സമാശ്വാസിക്കുന്നു.

'എന്റെ മുറിയിൽ
പലകപാകിയ
കട്ടിൽ പണിതിടണം
അമ്മയുടെ മുറിയിലും
അച്ഛന്റെ മുറിയിലും
കയറ്റു കട്ടിലുകൾ മതി
എന്റെ കട്ടിലിൽ
ഞാൻ കിടക്കുമായിരിക്കും.
അമ്മയുടെയും
അച്ഛന്റെയും കട്ടിലുകളിൽ
അവരിനി കിടക്കില്ലല്ലോ
എങ്കിലും
അവർക്കുള്ള
ഇടം ഒഴിച്ചിടണം' (ഒറ്റക്കട്ട)

മാതാപിതാക്കളുടെ നഷ്ടത്തിലും തന്റേതാകുന്ന ഇടം തിരയുകയും മാതാപിതാക്കൾക്കും തനിക്കും വേണ്ടി പേരും മേൽവിലാസവും കണ്ടെത്തുവാൻ ശ്രമിക്കുകയും ചെയ്യുന്ന വ്യക്തിയെ ഈ കവിതയിൽ കാണുന്നുണ്ട്.

'തനിച്ചാകുന്ന നേരത്ത് കണ്ണുകളടച്ച് തുറസിന്റെ നടുക്കായി ഒറ്റയ്ക്ക് നിൽക്കുന്ന മരത്തെ മനസ്സിൽ നട്ടു നനച്ചു വളർത്തി വലുതാക്കു'ന്ന 'ഒച്ചയനക്കങ്ങളി'ലെ വക്താവും പുല്ലുകെട്ടിൽ കാലുവെച്ച് പൂടത്തുട ചൊറിഞ്ഞ് അരക്കെട്ടിന്റെ വില ചോദിച്ച തണ്ടാ

നെ ഒറ്റക്കുത്തിന് കൊന്നിട്ട് പകല് താഴുംപോലെ പടിഞ്ഞാറേയ്ക്ക് നടന്നു പോകുന്ന കുട്ടമ്മാനും സ്വന്തം ഇടം തേടാൻ ആഗ്രഹിക്കുന്ന 'ആണമ്മിണി'യും തങ്ങളുടേതാകുന്ന ഇടങ്ങളിൽ നിന്നുകൊണ്ടുതന്നെ സാംസ്കാരികമായി പ്രതിരോധിക്കുകയും സ്വത്വബോധാധിഷ്ഠിത ജീവിതം തുടരുകയും ചെയ്യുന്നവരാണ്.

'പേടിയാൽ നീറി
പിന്നോട്ട് നീങ്ങി നീങ്ങി
ഇരുളിൽ തട്ടിനിന്നു
വിറപൂണ്ട ഉടലും
ഉള്ളിലുലയും
കരിന്തിരി വെട്ടവു' (ഒറ്റയ്ക്കൊരുവൾ) മായി നീങ്ങുന്ന പെൺകുട്ടി സ്വന്തം ഇടവും പേരും നേടുവാൻ ആഗ്രഹിക്കുന്നവളാണ്. തന്റെ ജീവിതത്തിന്റെ ഇരുളുകീറി ആരെങ്കിലുമൊന്ന്, പിന്നിൽ നിന്നെങ്കിലും തന്നെ ചേർത്തു പിടിച്ചിരുന്നെങ്കിലെന്നു ഈ കവിതയിലെ നായിക തീവ്രമായി മോഹിക്കുന്നു. ഊരും പേരും നഷ്ടപ്പെട്ടലയുന്ന ഓരോ വ്യക്തികളും ഇപ്രകാരം കാംക്ഷിക്കുമെന്ന ബോധ്യമാണീ കവിത പകരുന്നത്. ജീവിതമാകുന്ന മാറാപ്പും പേറി നിലനിൽപ്പിനുള്ള സമരത്തിൽ ഏർപ്പെടുന്നവരും രേണുകുമാറിന്റെ കവിതകളിൽ ഉണ്ട്

'മാനമിരുളുമ്പോൾ
അമ്മയുടെ മനവുമിരുളും
മഴക്കാറിൻ കറുപ്പ്
മുഖത്തേക്ക് പടരും' (വെള്ളപ്പൊക്കം)

ദുരന്തം നിറഞ്ഞ മഴക്കാലഓർമ്മകൾ ബാല്യത്തിന്റെ നിഷ്കളങ്കതയോടെ കൊരുത്തു വെക്കുന്ന 'വെള്ളപ്പൊക്കം എന്ന കവിത തങ്ങളുടെ സ്വത്വത്തിലേക്ക് തിരിയേണ്ടതിന്റെ ആവശ്യകതയാണ് വെളിപ്പെടുത്തുന്നത്. വെള്ളം ഇറങ്ങുമ്പോൾ ഒപ്പം ഇറങ്ങിപ്പോകുന്ന ചില കൂടപ്പിറപ്പുകൾ മഴക്കാലത്തിന്റെ ദുരന്ത ഓർമ്മയാണ്. സാമ്പത്തികമായും സാമൂഹികമായും പിന്നാക്കം നിൽക്കുന്നവരുടെ ജീവിതത്തിന്റെ തുറന്ന അധ്യായമായി ഈ കവിത നിലനിൽക്കുമ്പോൾ തങ്ങളുടെ ഇടം തേടുന്നവരെങ്കിലും നിലനിൽപ്പിനായി അവരവരുടെ ജീവിതത്തിലൂടെ സാംസ്കാരികമായും സാമൂഹികമായും പ്രതിരോധിക്കുന്നതായി വെളിപ്പെടുന്നുണ്ട്. ഈ പ്രതിരോധത്തിന്റെ ഭാഗമായാണ് രേണുകുമാറിന്റെ കവിതകളിലെ ഓരോ വ്യക്തികളും തങ്ങളുടെ ഇടം തേടുന്നതും. കൊതിയൻ എന്ന കവിതയിലെ നായകൻ

⏩സാംസ്കാരിക സ്ത്രീവാദം ••••••••••••••

'പാർപ്പുകളെന്ത്യേ പെണ്ണേ
നമ്മുടെ പാർപ്പുകളെന്ത്യേ' (കൊതിയൻ) എന്ന് ഭാര്യയോട് ചോദിക്കുന്നതിലൂടെ തങ്ങളുടെ നിലനിൽപ്പിന്റെ ഭാഗമായ സ്വത്വാന്വേഷണമാണ് അയാൾ നടത്തുന്നത്. ഇപ്രകാരം വീട്, നാട്, ഇടം എന്നിവയെക്കുറിച്ച് അന്വേഷിക്കുന്നതിലൂടെ ഈ ലോകത്തിൽ തങ്ങളുടെ സ്വത്വം തിരയുകയും തങ്ങൾ ഈ ഭൂമിയിൽ അവകാശികളാണെന്നും നിലനിൽക്കേണ്ടവരാണെന്നും രേണുകുമാറിന്റെ കവിതകളിലെ ഓരോ വ്യക്തികളും തിരിച്ചറിയുന്നുണ്ട്.

സ്ത്രൈണാവബോധം പ്രകടമാക്കുന്ന നിരവധി കവിതകളും രേണുകുമാറിന്റേതായിട്ടുണ്ട്. അമ്മ, പെങ്ങൾ, കാമുകി, മകൾ, കൂട്ടുകാരി ഇങ്ങനെ കവിക്ക് അടുത്തും അകന്നും പരിചയമുള്ള സ്ത്രീകളാണ് അവരിൽ ഭൂരിഭാഗവും രേണുകുമാറിന്റെ കവിതകളിൽ സാന്നിധ്യമാകുന്നത്. ഈ കഥാപാത്രങ്ങൾ ഓരോരുത്തരും പരസ്പരം കലരുകയും ചിലയിടങ്ങളിൽ സ്വത്വം പ്രഖ്യാപിച്ച് നിലകൊള്ളുകയും ചെയ്യുന്നു. ഈ സ്ത്രീകൾക്കെല്ലാവർക്കും രേണുകുമാർ തുല്യമായ ജെൻഡർ പദവിനൽകുന്നുമുണ്ട്. അമ്മ സാന്നിധ്യം രേണുകുമാറിന്റെ കവിതകളിൽ പ്രകടമാണ്. 'കേൾസ്' എന്ന കവിതയിൽ ചിത്രകാരന് അമ്മയുടെ പടം അയക്കുന്ന വക്താവിനെ കാണുന്നു. അമ്മയുടെ ചിത്രം മനോഹരമാക്കാൻ ശ്രമിക്കുന്ന മകൻ അമ്മയുടെ ജീവിതത്തെത്തന്നെ ഒന്നുകൂടി പ്രകാശപൂർണമാക്കുവാൻ ആഗ്രഹിക്കുന്നു. അമ്മയുടെ പാറിപ്പറന്ന്കിടക്കുന്ന മുടിയൊക്കെ ചീക്കിയൊതുക്കുവാനും മാല, കമ്മൽ എന്നിവ സ്വർണ്ണത്തിന്റേതാക്കി മാറ്റുവാനും കഴിഞ്ഞ കാലങ്ങളിൽ ചുവന്നപൊട്ട് തിരഞ്ഞുനടന്ന അമ്മയ്ക്ക് സാധിക്കാതിരുന്ന ആഗ്രഹമായ ചുവന്നപൊട്ട് കുത്തിക്കൊടുക്കാനും അമ്മയുടെ സ്വത്വപ്രതിനിധാനമായ മേൽചുണ്ടിനും മൂക്കിനും ഇടയിലെ മറുക് ഒന്നുകൂടി കറുപ്പിക്കാനും മകൻ ചിത്രകാരനു നിർദ്ദേശം കൊടുക്കുന്നുണ്ട്.

'കണ്ണുകളിലെ കനിവ്
അങ്ങനെതന്നെ വേണം
ഒട്ടും കുറഞ്ഞു പോകരുത്
......
നെറ്റിയിൽ
വലതുകണ്ണിന് മീതെയൊരു
ചെറിയ മുറിപ്പാടുണ്ട്
കുട്ടിയായിരുന്നപ്പോൾ

ഞാൻ വെള്ളയ്ക്ക കൊണ്ട്
ഉന്നം നോക്കിയതാണ്
അതു വിട്ടു പോകരുത്
എനിക്കെന്നും നോവണം' (കേൾസ്) ഇങ്ങനെ അമ്മയെ തന്റെ ഹൃദയത്തിന്റെ തുടിപ്പാക്കുന്ന മകൻ അമ്മയുടെ രൂപവും പ്രവർത്തിയും കാഴ്ചയും കാഴ്ചപ്പാടുകളും ജീവിതത്തിലുൾച്ചേർക്കുന്നു. കുട്ടിക്കാലത്തെ അമ്മയുടെ ഓർമ്മകളാണ് കവിയിൽ കൂടുതലും സജീവമായി നിലകൊള്ളുന്നത്. 'മിണ്ടാപ്രാണി', 'മറന്നിട്ടില്ല', 'വെട്ടുകാരൻ', തുടങ്ങിയ കവിതകൾ ഏതൊരു പ്രതിസന്ധിഘട്ടത്തെയും ആർജ്ജവത്തോടെ നേരിടുന്ന ഭയമില്ലാത്ത അമ്മയുടെ സാന്നിധ്യം വെളിപ്പെടുത്തുന്നവയാണ്.

ഏതു ദുഃഖവും തരണം ചെയ്യാനുള്ള ശക്തി സ്വയം ആർജ്ജിച്ചെടുക്കുന്ന അമ്മമാരെയും രേണുകുമാർ കവിതയിൽ ചേർക്കുന്നുണ്ട്. 'പരിമിതികൾ' എന്ന കവിതയിലെ അമ്മ മകൻ ഒടുങ്ങിയതറിഞ്ഞ് അലമുറയിടുന്നു. മകന്റെ വേർപാടെന്ന കഠിനദുഃഖത്തിൽ നിന്നും പുറത്തുകടന്നേ അമ്മയ്ക്ക് തുടർന്ന് നിലനിൽക്കാനാകൂ. ചാക്കാലകൂടാൻ പോകുന്ന സുഹൃത്തിലൂടെ മരണപ്പെട്ടവന്റെ കുടുംബത്തിന്റെ പ്രാരാബ്ധങ്ങൾ ഓരോന്നായി ഓർമ്മിക്കപ്പെടുമ്പോൾ അവന്റെ പട്ടടയിലെ നിലവിളി മാനം മുട്ടുന്നുണ്ട്.

അമ്മയുടെ നോവിലൂടെയും ദരിദ്രജീവിതാവസ്ഥയിലൂടെയും വെള്ളപ്പൊക്കത്തിന്റേതാകുന്ന ഓർമ്മ 'അലച്ചു വീണു പെയ്ത്' എന്ന കവിതയിൽ തീവ്രമാകുന്നുണ്ട്. അപ്പന്റെ തോളിലേറി കടത്തിറങ്ങി സ്കൂളിലേക്ക് ഓടുന്ന കുട്ടിയുടെ മനസ്സിലും അമ്മ സജീവസാന്നിധ്യമാകുന്നുണ്ട്.

'വയറു നിറഞ്ഞ
കൂട്ടുകാർ
മഴവെള്ളത്തിൽ
കളിച്ചാർക്കുമ്പോൾ
മുട്ടനീര്
വെള്ളത്തിൽ നിന്ന്
അടുപ്പൂതുമമ്മയെയും
ആവി വരാത്ത
മൺകലത്തെയും
മാറിമാറി നോക്കി
പാതകത്തിന്മേൽ

ഞാൻ ചുരുണ്ടിരിക്കുന്നു.' ഇങ്ങനെ അനേകം അമ്മമാരുടെ ദയനീയജീവിതം രേണു കുമാറിന്റെ കവിതകളിൽ പല നിറവിൽ പ്രത്യക്ഷപ്പെടുന്നുണ്ട്. 'ഓലമടൽ' എന്ന കവിതയിൽ കുഞ്ഞുണ്ണി പൊട്ടിയ സ്ലേറ്റുമായി വീട്ടിലേക്ക് മടങ്ങുവാൻ കാരണം ഓലമടൽ എടുക്കുവാൻ പോയതിനാലാണ്. ഓല മടല് കൊണ്ട് സാധിക്കാവുന്ന ഒൻപതു കാര്യങ്ങളെക്കുറിച്ച് ഓർമ്മിക്കുന്ന കുഞ്ഞുണ്ണി, മടല് കിട്ടിയ സന്തോഷത്തിൽ അമ്മ വടിയെടുക്കാൻ മറന്നെങ്കിലെന്ന് ആശിക്കുന്നു. കഠിനമായ ദാരിദ്ര്യവും അമ്മയും മകനും തമ്മിലുള്ള ആർദ്രബന്ധവും കവിതയിൽ പരാമർശിക്കപ്പെടുന്നുണ്ട്. ബാല്യത്തിന്റെ നിഷ്കളങ്കതയും അമ്മയുടെ പ്രാരാബ്ധവ്യഥയും കവി തുറന്നടിക്കുകയാണിവിടെ.

ജീവിക്കാനുള്ള ആഗ്രഹംതന്നെ മരവിച്ചു പോയവരെയും രേണുകുമാറിന്റെ കവിതകളിലെ സ്ത്രീകളിൽ കാണുവാനാകും. 'ജീവിതം ബോർ' എന്ന കവിതയിൽ വളരെ പതുക്കെ ജീവിക്കുന്ന സ്ത്രീയെ ചിത്രീകരിച്ചിട്ടുണ്ട്. അവർ പതുക്കെ അരി കഴുകി അടുപ്പത്ത് വയ്ക്കുന്നതും, പതുക്കെ അടുപ്പിലെ തീയ് ഉന്തുന്നതും കവി സൂക്ഷ്മമായി വരച്ചിടുന്നു. മൂളിപ്പാട്ട് തീർന്നു പോകാതിരിക്കാൻ വളരെ പതുക്കെയാണവൾ പാടുന്നത്. അവളുടെ കുട്ടികൾ അത്താഴം കഴിക്കുന്നതും അതിലും പതുക്കെയാണ്. ഇങ്ങനെ ജീവിതം താളത്തിലും താല്പര്യമില്ലാതെയും നീക്കുന്ന ഈ സ്ത്രീ പകലിന്റെ മൂർച്ചയിൽ മുറിഞ്ഞവളാണ്. അവളുടെ വെന്തുതീരാത്ത താളിൽ തീക്കൊള്ളികൊണ്ടാണ് ജീവിതം എഴുതിവയ്ക്കുന്നത്.

'വെളുത്ത്
കിട്ടിയാലൊന്ന്
കറുത്താൽ മതി
കറുത്ത്
കിട്ടിയാലൊന്ന്
വെളുത്താൽ മതി' (ജീവിതം-ബോറ്) എന്നാണ് ഈ സ്ത്രീയുടെ ആഗ്രഹമെങ്കിലും ജീവിക്കാനുള്ള ഏതോ ദീപം അവളെയും നയിക്കുന്നുണ്ട്.

'മൂന്നു നിഗമനങ്ങൾ' എന്ന കവിതയിൽ പൊന്തയിൽ നിന്നിറങ്ങി വരുന്ന പെൺകുട്ടിയിലൂടെ സമകാലിക ജീവിതത്തിന്റെ മറ്റൊരു രേഖപ്പെടുത്തലാണ് കവി നടത്തുന്നത്.

'പൊന്തയിൽ
നിന്നൊരുവൾ

ഇഴഞ്ഞ്
പുറത്തു വരുന്നുണ്ട്
ഉടുപ്പ്
നേരെയാക്കി
കരഞ്ഞോടുന്നുണ്ട്
അടുത്തെവിടെയോ
ഒരു കാറ്റ്
വീറൊഴിഞ്ഞ്
അടങ്ങുന്നുണ്ടാവാം' (മൂന്നു നിഗമനങ്ങൾ) ഇത്തരം പെൺകുട്ടികളെ സമകാലിക ജീവിതത്തിനിടയിൽ പലയിടങ്ങളിലും നാം കാണുന്നുണ്ട്. അവരും ജീവിക്കേണ്ടതിനാൽ തങ്ങളുടെ വഴിയിലൂടെ മുന്നേറുന്നു.

പല സ്ത്രീ ജന്മങ്ങളും അനുഭവിക്കുന്നതും അറിയുന്നതും ആയ ജീവിതാനുഭവങ്ങളാണ് രേണുകുമാർ ഈ കവിതയിലും ഉൾച്ചേർത്തിട്ടുള്ളത്. 'പെൺശരീരത്തെ ആക്രമിച്ച് തീപിടിപ്പിക്കാനുള്ള ശ്രമത്തിന്റെ പിന്നിൽ അധീശത്വം അത്യാരോപിക്കുന്നതും നിർണയിക്കുന്നതുമായ ആൺകോയ്മ താരതമ്യങ്ങളാണെന്ന് കാണാൻ പ്രയാസമില്ല. (പൊന്തയിൽ നിന്നും പുറത്തു വരുന്നവൾ കരഞ്ഞോടുമ്പോൾ അടുത്ത് എവിടെയോ ഒരു കാറ്റ് വീറൊഴിഞ്ഞടങ്ങുന്നത്- മൂന്നു നിഗമനങ്ങൾ) സന്തുലനംചെയ്യുന്നതും അധീശ ആൺകോയ്മയുടെ സാമാന്യബോധബല തന്ത്രവും അതിന്റെ സാധൂകരണ പ്രബല യുക്തികളും തന്നെ. സ്ത്രീ സംരക്ഷിക്കപ്പെടേണ്ടവളാണെന്നും പ്രത്യേകിച്ചും പുരുഷന്റെ നിയന്ത്രണമാളവളുടെ നിർവ്വാഹകത്വമെന്നുമുള്ള അധീശധ്വനികളെ നിർല്ലജ്ജം പ്രക്ഷേപിക്കുന്ന 'രണ്ടു കവിതകളി'ലെ പ്രണയിച്ചൊരു പെണ്ണിനന്നമേകുന്ന ആത്മഗതം സർവ്വപ്രതിനിധാനപരതയും സമഗ്രാധിപത്യാസക്തിയും സനാതന രക്ഷ കർത്തൃത്വവും വികസിപ്പിക്കുന്ന അധീശ, വംശീയ, ലിംഗകോയ്മാ പ്രത്യയശാസ്ത്രത്തിന്റെ പ്രത്യക്ഷണമാകുന്നതിലും അത്ഭുതപ്പെടേണ്ടതില്ല.'3

സ്ത്രീപുരുഷഭേദമെന്ന ദളിത് സമൂഹമനുഭവിക്കുന്ന ഇരവൽക്കരണവും സ്വത്വപ്രതിസന്ധിയും രേണുകുമാറിന്റെ കവിതകളിൽ പ്രമേയമാകുന്നുണ്ട്. 'വെഷക്കായ', എന്ന കവിത ഇതിനൊരു ഉദാഹരണമാണ്,

'ഒതളച്ചോട്ടിൽ ഇരുന്നുകണ്ടു
എന്റെപ്പനും അവളടപ്പനും

ഷാപ്പിലിരുന്നു ഒരേ കുപ്പിയിൽ
നിന്ന് ഒഴിച്ചുകുടിക്കുന്നത്' (വെഷക്കായ) എന്ന് ആരംഭിക്കുന്ന കവിതയിൽ കുടുംബങ്ങൾ തമ്മിൽ സ്നേഹമാണെങ്കിലും ജാതി പരമായ വ്യത്യാസം മരണത്തിൽ ഒന്നിക്കുന്നതിലേക്ക് നീങ്ങുന്നതായി ഇവിടെ തെളിയുന്നുണ്ട്.

സങ്കീർണ്ണമായ ജീവിതാനുഭവങ്ങൾ കൊരുത്തുവക്കുന്ന രേണുകുമാറിന്റെ കവിതകളിലൂടെ നടത്തിയ പഠനത്തിലൂടെ അദ്ദേഹത്തിന്റെ കവിതകൾ പ്രതിരോധവും പിടിച്ചുനിൽക്കലും വെട്ടിതിരുത്തലും ഓർത്തെടുക്കലും വീണ്ടെടുക്കലുമായി മാറുന്നുവെന്ന് ദർശിക്കാം.

റഫറൻസ്

1. എം.ആർ. രേണുകുമാർ, കൊതിയൻ, ഡി.സി. ബുക്സ്, കോട്ടയം. 2017 പുറം.17

2. എം.ആർ. രേണുകുമാർ, കൊതിയൻ, ഡി.സി. ബുക്സ്, കോട്ടയം. 2017 പുറം.12

3. എം.ആർ. രേണുകുമാർ, കെണിനിലങ്ങളിൽ, സാഹിത്യ പ്രവർത്തക സഹകരണ സംഘം, നാഷണൽ ബുക്ക്സ്റ്റാൾ, കോട്ടയം. 2011. പുറം.13

16

ഇടത്തെ സ്വന്തമാക്കുന്ന സ്ത്രീത്വം: ആർ. രാജശ്രീയുടെ നോവലിൽ

അനഘ അനിൽകുമാർ

ഫേയ്സ്ബുക്കിലൂടെ ഖണ്ഡശ്ശമായി പ്രസിദ്ധീകരിച്ച നോവലാണ് ആർ. രാജശ്രീയുടെ 'കല്യാണിയെന്നും ദാക്ഷായണിയെന്നും പേരായ രണ്ടു സ്ത്രീകളുടെ കത'. നോവലിന്റെ പേരു സൂചിപ്പിക്കുന്നതുപോലെ കല്യാണിയുടെയും ദാക്ഷായണിയുടെയും ജീവിതകഥയാണ് നോവലിന്റെ ഇതിവൃത്തം. കേരളത്തിൽ അദൃശ്യമായി നിലനിൽക്കുന്ന വടക്കൻ തെക്കൻ സാംസ്കാരിക ദ്വന്ദങ്ങളുടെ വ്യത്യസ്തയിൽ ഊന്നിക്കൊണ്ടാണ് നോവലിന്റെ കഥ മുന്നേറുന്നത്. നോവലിലെ പ്രധാന കഥാപാത്രങ്ങളും സുഹൃത്തുക്കളുമായ കല്യാണിയുടെയും ദാക്ഷായണിയുടെയും കഥകൂടാതെ മറ്റു അനേകം ശക്തരായ സ്ത്രീകഥാപാത്രങ്ങളും ഇതിൽ കടന്നുവരുന്നുണ്ട്. തെക്കൻ ദേശത്ത് ദാക്ഷായണിയുടെ കൂട്ടുകാരിയും അയൽവാസിയുമായ കുഞ്ഞിപ്പെണ്ണും, കല്യാണിയുടെ അമ്മായിയമ്മയായ ചേയിക്കുട്ടിയും, കല്യാണിയുടെ അയൽക്കാരിയുമായ കൈശുമ്മയും, അവരുടെ മകളായ നെബീസുവും വ്യത്യസ്തമായ ജീവിതപ്രതിസന്ധികളെ അതിജീവിക്കുവാൻ ശ്രമിക്കുന്ന കരുത്തുറ്റ സ്ത്രീകഥാപാത്രങ്ങളാണ്. അരനൂറ്റാണ്ടിനു മുൻപ് കേരളപശ്ചാത്തലത്തിൽ സ്ത്രീകൾ അനുഭവിക്കുന്ന മാനസിക ശാരീരിക പ്രതിസന്ധികളാണ് പ്രധാനമായും നോവലിൽ ആവിഷ്കരിക്കുന്നത്. എന്നിരുന്നാലും വർത്തമാന കാലഘട്ടത്തിലും അവയുടെ രാഷ്ട്രീയപ്രാധാന്യം നിലനിൽക്കുന്നു.

സമൂഹത്തിൽ നിലനിൽക്കുന്ന ആണധികാരവ്യവസ്ഥയിൽ നില

കൊള്ളുന്ന ലിംഗപദവിയെ പ്രശ്നവത്കരിച്ചുകൊണ്ടുള്ള സ്ത്രീവാദചിന്തകൾ നൂറ്റാണ്ടുകൾക്കു മുൻപേ ആരംഭിച്ചതാണ്. സമൂഹത്തിൽ നിന്നും കുടുംബത്തിൽ നിന്നും സ്ത്രീകൾ നേരിടുന്ന വിവേചനങ്ങളെക്കുറിച്ചും അതിനാവശ്യമായ പരിഹാരങ്ങളെ കുറിച്ചും വിവിധ ചിന്താപദ്ധതികൾ പല കാലഘട്ടത്തിലായി രൂപപ്പെട്ടിട്ടുണ്ട്. 'സൂക്ഷ്മരാഷ്ട്രീയത്തിന്റെ തലത്തിൽ സ്ത്രീകൾക്ക് അനുഭവിക്കേണ്ടിവരുന്ന സാമൂഹികമായ പിന്നോക്കാവസ്ഥയും ലിംഗപദവിയുടെ അടിസ്ഥാനത്തിലുള്ള പരോക്ഷമായ വിവേചനവും പൊതുമണ്ഡലത്തിലെ അദൃശ്യതയും അതിൽനിന്നുള്ള അപരവത്കരണവും മറ്റുമാണ് രണ്ടാംതരംഗ ഫെമിനിസത്തിന്റെ മുൻഗണനാപട്ടികയിൽ ഉള്ളത്. ശരീരത്തിന്മേലുള്ള വ്യക്തിയുടെ പരമാധികാരം, കുടുംബഘടനയിലെ ലിംഗാധിഷ്ഠിത അസമത്വം തുടങ്ങിയ പല പുതിയ പ്രമേയങ്ങളും ചിന്തയുടെ വിഷയമായി മാറുന്നു.' (രവീന്ദ്രൻ പി.പി., 2022 :30) [i].

ഒരാൾ 'സ്ത്രീയായി ജനിക്കുകയല്ല, സ്ത്രീ ആയിത്തീരുകയാണെന്ന്' സിമോങ് ദി ബുവ്വാ അഭിപ്രായപ്പെടുന്നുണ്ട്. സ്ത്രീ എന്ന സാംസ്കാരിക സ്വത്വത്തെ നിർമ്മിച്ചെടുക്കുന്നതിൽ സമൂഹം വലിയ പങ്ക് വഹിക്കുന്നുണ്ട്. 'അൺഡൂയിങ്ങ് ജൻഡറി'ൽ ജൂഡിത്ത് ബട്ട്ലർ ലിംഗപദവിയെ നിർവ്വചിക്കുന്നതിങ്ങനെയാണ്, 'ലിംഗപദവി ഒരു തരം പ്രവൃത്തിയെ കുറിക്കുന്നു, നിരന്തരമായി ആവിഷ്കരിക്കപ്പെടുന്ന ക്രിയയാണിത്. ഒരു തരത്തിൽ സ്വയം അറിയാതെയും സ്വന്തം സമ്മിതിയില്ലാതെയും നടക്കുന്ന ചെയ്തിയാണത്' (രാമകൃഷ്ണൻ എ. കെ., 2022 : 50 [ii]). ദേശ സാമൂഹിക സാംസ്കാരിക വ്യത്യാസങ്ങൾക്കനുസരിച്ച് സ്ത്രീകൾ നേരിടുന്ന പ്രതിസന്ധികളും വ്യത്യസ്തമാണ്.

മൂന്നാം ലോകരാഷ്ട്രത്തിന്റെ ഭാഗമായ കേരളമെന്ന കൊച്ചു ദേശത്തിനുള്ളിലുള്ള ദേശസാംസ്കാരിക വ്യത്യാസത്തിനുള്ളിൽ സ്ത്രീ നേരിടുന്ന ലിംഗാസമത്വങ്ങളെ ആർ. രാജശ്രീ തന്റെ നോവലിലെ കഥാപാത്രങ്ങളിലൂടെ ആവിഷ്കരിക്കുന്നു. നോവലിലെ പ്രധാന കഥാപാത്രമായ ദാക്ഷായണിയുടെ വിവാഹം കഴിയുന്നതിലൂടെ അവൾക്ക് സ്വത്വപ്രതിസന്ധി നേരിടേണ്ടതായി വരുന്നു. സ്വതന്ത്രമായി ഇഷ്ടജീവിതം നയിച്ചിരുന്ന ദാക്ഷായണി വിവാഹത്തിലൂടെ കുടുംബമെന്ന സ്ഥാപനത്തിലേക്ക് കടക്കുമ്പോൾ ഭർത്താവായ ആണിക്കാരന്റെ ഇച്ഛയ്ക്കനുസരിച്ചുള്ള സ്വത്വത്തിലേക്ക് നിർബന്ധിതയായി മാറ്റപ്പെടുകയാണ്. സമൂഹത്തിൽ നിന്നും കുടുംബത്തിന

കത്തും നിന്നുമുള്ള സമ്മർദ്ദത്താൽ ദാക്ഷായണി തന്റേതായ ഇട ത്തിൽ നിന്നും പുറം തള്ളപ്പെടുകയാണ്. 'കല്യാണിയെന്നും ദാ ക്ഷായണിയെന്നും പേരായ രണ്ടു സ്ത്രീകളുടെ കത' എന്ന നോ വലിലെ ദാക്ഷായണി എന്ന സ്ത്രീകഥാപാത്രം നേരിടുന്ന ലിംഗ അധഃസ്ഥിതത്വത്തെ ദേശത്തോടും ലൈംഗികതയോടും ചേർത്തു വച്ചു പഠിക്കുകയാണ് ഈ ലേഖനത്തിൽ.

ദാക്ഷായണി

തന്നിഷ്ടപ്രകാരം സ്വാതന്ത്ര്യത്തോടെ വടക്കൻ കേരളത്തിലെ ഗ്രാമത്തിൽ താമസിച്ചിരുന്ന സ്ത്രീയാണ് ദാക്ഷായണി. സ്വന്തം അഭിപ്രായങ്ങളും തീരുമാനങ്ങളും വളരെ ചെറുപ്പത്തിൽ തന്നെ പ്രകടിപ്പിക്കുകയും നടപ്പിലാക്കുകയും ചെയ്തിരുന്നു.മൂന്നാം ക്ലാസിൽ വെച്ച് പാവാട പൊക്കി തുടയിൽ നുള്ളിയ മാഷിനോ ടുള്ള അമർഷം ക്ലാസിനു മുമ്പാകെ പ്രകടിപ്പിച്ചുകൊണ്ട് ദാക്ഷാ യണി പഠിപ്പ് നിർത്തി. തുടർന്ന് നാട്ടിപ്പണി ചെയ്തും, കല്ല് കട ത്തിയും, പ്ലൈവുഡ് കമ്പനിയിൽ പണിക്കു പോയിട്ടുമായിരുന്നു ദാക്ഷായണി പ്രധാനമായും വരുമാന മാർഗ്ഗം കണ്ടെത്തിയത്. അതുകൂടാതെ കശുവണ്ടി വിറ്റും, കൃഷിയിലൂടെയും, പ്രസവരക്ഷ യിലൂടെയും അവൾ പണം കണ്ടെത്തിയിരുന്നു. പണം സമ്പാദി ക്കുന്നതിനോടൊപ്പം തന്നെ വീടും പരിസരവും പുതുക്കിപ്പണി യാനും, ഇഷ്ടമുള്ള ആഭരണങ്ങൾ വാങ്ങിക്കാനും അവൾക്ക് സാധിച്ചു. ഇഷ്ടമുള്ള സിനിമകൾ അവൾ കൂട്ടുകാരിയായ കല്യാ ണിക്കൊപ്പം പോയി കാണുകയും ചെയ്തു. സ്വന്തമായി പണം സമ്പാദിക്കാനും ആവശ്യമനുസരിച്ച് അവ വിനിയോഗിക്കാനും പ്രാപ്തയായ സ്ത്രീയാണ് ദാക്ഷായണി.

ദാക്ഷായണിയുടെ മൂന്നാം ക്ലാസിലെ തീരുമാനത്തോടൊപ്പം മുതൽ കൂടെയുള്ള കൂട്ടുകാരിയാണ് കല്യാണി. എന്നാൽ കല്യാ ണിയെ കോപ്പുകാരൻ വിവാഹം ചെയ്ത് കൊണ്ടുപോയി. കല്യാണം കഴിക്കാതെ 'മൂലയ്ക്കാ'യി പോകുന്ന സ്ത്രീകളെപ്പോലെ താനും ആയിത്തിരുമോ എന്ന സാമൂഹികഭയം ദാക്ഷായണിയേയും കീഴടക്കുന്ന ഘട്ടത്തിലാണ് തെക്കൻ ദേശക്കാരനായ ആണിക്കാരൻ, അവളെ വിവാഹം ചെയ്യുന്നത്. സമൂഹം നിർമ്മിക്കുന്ന വ്യവസ്ഥി തികൾ കൊണ്ടാണ് ഇവിടെ വിവാഹം കഴിക്കേണ്ടത് അനിവാര്യ ഘടകമായി ദാക്ഷായണിയ്ക്ക് ബോധ്യപ്പെടുന്നത്. മദ്രാസിൽ ആണി ക്കച്ചവടമായിരുന്നു ദാക്ഷായണിയുടെ ഭർത്താവിന്റെ ജോലി. വിവാ

ഹശേഷവും ദാക്ഷായണി സ്വന്തം വീട്ടിലാണ് താമസിച്ചിരുന്നത്. അമ്മയും ദാക്ഷായണിയും മാത്രമുള്ള ആ വീട്ടിലേക്ക് മാസത്തിലെ ആദ്യ ശനിയാഴ്ചയിൽ മാത്രമാണ് ആണിക്കാരൻ വരുമായിരുന്നത്. വിവാഹശേഷം ദാക്ഷായണിയുടെ സർവ്വകാര്യങ്ങളിലും ആണിക്കാരന്റെ കടന്നുകയറ്റം ആരംഭിച്ചു.

ആദ്യഘട്ടത്തിൽ അത് ദാക്ഷായണി കാര്യമായി എടുത്തിരുന്നില്ല. മാസാദ്യ ശനിയാഴ്ചകളിൽ എത്തുന്ന ആണിക്കാരൻ ദാക്ഷായണിയുടെ കൈയിലുള്ള വരുമാനം മുഴുവൻ കൈക്കലാക്കാൻ തുടങ്ങി. ആണിക്കാരന്റെ സാമ്പത്തികമായ ആധിപത്യം ക്രമേണ ദാക്ഷായണിയുടെ പ്രവർത്തികളെയും തീരുമാനങ്ങളേയും നിയന്ത്രണവിധേയമാക്കാൻ ശ്രമിച്ചു. ശാരീരികമായും മാനസീകമായും ദാക്ഷായണിയെ പൂർണ്ണമായും കീഴ്പ്പെടുത്താൻ ആണിക്കാരൻ കണ്ടെത്തിയ മാർഗ്ഗം ദാക്ഷായണിയെ സ്വന്തം ദേശത്തു നിന്നും പിഴുതെടുത്ത് ആണിക്കാരന്റെ ദേശത്തിലേക്ക് മാറ്റുകയെന്നതായിരുന്നു.

ഇടത്തെ പൊളിച്ചെഴുതുമ്പോൾ

അരനൂറ്റാണ്ട് മുമ്പുള്ള കേരളത്തിന്റെ ഭൂപ്രകൃതിയും ഭരണകൂടവും സാംസ്കാരിക ഭൂപടത്തെ തെക്കെന്നും വടക്കെന്നും തിരിച്ചിരുന്നു. വടക്കൻ കേരളത്തിൽ ബ്രിട്ടീഷ് ഭരണമായിരുന്നതിനാൽ അവിടെ മതവിശ്വാങ്ങളും ജാതിചിന്തയും വളരെ മിതപ്പെട്ടാതായിരുന്നു. എന്നാൽ തെക്കൻ ദേശത്ത് രാജഭരണമായതുകൊണ്ട് മതവിശ്വാസങ്ങളും ജാതിചിന്തയും അതിശക്തമായി നിലകൊണ്ടു. ഈ ദേശസാംസ്കാരിക സ്വഭാവങ്ങൾ യഥാവിധം ദാക്ഷായണിയുടെയും ആണിക്കാരന്റെയും സ്വഭാവരൂപീകരണത്തിൽ പ്രധാന പങ്കുവഹിക്കുന്നുണ്ട്.

സാമ്പത്തികമായി സ്വയം പര്യാപ്തയായ ദാക്ഷായണിയുടെ ജീവിതത്തിലെ സമസ്തകാര്യങ്ങളിലും ആണിക്കാരന്റെ കൈകടത്തലുകൾ പ്രത്യക്ഷപ്പെടാൻ തുടങ്ങി. ആദ്യം ദാക്ഷായണിയുടെ വരുമാനം സ്വന്തമാക്കുന്നതിലൂടെയാണ് ആണിക്കാരന്റെ ആധിപത്യം ആരംഭിക്കുന്നത്. അയാളെ പേടിച്ച് ദാക്ഷായണി സ്വന്തം പണപ്പെട്ടി അമ്മയുടെ മുറിയിലേക്ക് മാറ്റുന്നുണ്ട്. വീട്ടിലെ സ്വന്തം മുറിയിൽ നിന്നും ഒളിച്ചോടേണ്ടതായി ദാക്ഷായണിക്കു വരുന്നുണ്ട്.

പിന്നീട് കുടുംബത്തിലെ കാര്യങ്ങളിലേക്കും ആണിക്കാരന്റെ ആധിപത്യം വ്യാപിക്കാൻ തുടങ്ങി. കുടുംബകാര്യങ്ങൾ പരസ്പരം സംസാരിക്കാമെന്ന് ആണിക്കാരൻ പറയുന്നുണ്ടെങ്കിലും അവിടം

കേവലം ആണിക്കാരന്റെ തീരുമാനങ്ങൾ അറിയിക്കുവാനുള്ള ഇടം മാത്രമായിരുന്നു. ദാക്ഷായണിയുടെ അഭിപ്രായങ്ങൾക്കും തീരുമാനങ്ങൾക്കും വില കല്പിച്ചിരുന്നില്ല. ഗോവിന്ദേട്ടന്റെ പശുവിനെ വാങ്ങാൻ ദാക്ഷായണി പണം തിരികെ ആവശ്യപ്പെടുമ്പോൾ ആണിക്കാരൻ അതിനെ എതിർക്കുന്നു. ഗോവിന്ദേട്ടനോട് വാക്കു കൊടുക്കും മുമ്പ് തന്നോട് അഭിപ്രായം ചോദിച്ചില്ലെന്നതും എതിർക്കാനുള്ള കാരണമാണ്. തന്റെ തീരുമാനത്തെ മാനിക്കാതെ പശുവിനെ വാങ്ങുന്ന ദാക്ഷായണിയ്ക്ക് എവിടെ നിന്നാണ് പണം ലഭിച്ചതെന്നറിയാൻ ദാക്ഷായണിയെ അവളുടെ വീട്ടിൽ വെച്ച് വിചാരണ നടത്തുന്നു. എന്നാൽ ആണിക്കാരന്റെ ചിന്തയെ മറികടന്നു കൊണ്ട് അന്യപുരുഷന്മാരുടെ പരസഹായമില്ലാതെ സൊസൈറ്റിയിൽ നിന്ന് കടമെടുത്താണ് പണം കിട്ടിയതെന്ന് വിചാരണയിൽ ദാക്ഷായണി വെളിപ്പെടുത്തുന്നു. ദാക്ഷായണിയെ കുറ്റക്കാരിയാക്കി ചിത്രീകരിക്കുവാൻ സാധിക്കില്ലെന്ന് തിരിച്ചറിയുന്ന നിമിഷം ആണിക്കാരൻ തന്റെ തന്ത്രം മാറ്റുന്നു.

തന്റെ അഭിപ്രായങ്ങൾക്ക് വിലകല്പിക്കാതെ, കുടുംബമെന്നോ ഭാര്യയെന്നോ ചിന്തിക്കാതെ എടുക്കുന്ന ദാക്ഷായണിയുടെ തീരുമാനങ്ങൾ എടുത്തുചാട്ടമാണെന്ന് വിചാരണയിൽ ആണിക്കാരൻ പറഞ്ഞുറപ്പിക്കുന്നു. സ്വന്തം ഭാര്യയെ സംരക്ഷിക്കുയും ഭാവികുടുംബത്തെക്കുറിച്ച് വേവലാതിപ്പെടുകയും ചെയ്യുന്ന ഉത്തമ ഭർത്താവായി അയാൾ ദാക്ഷായണിയുടെ കുടുംബാംഗങ്ങൾക്കു മുന്നിൽ തകർത്തഭിനയിച്ചുകൊണ്ട് സഹതാപം പിടിച്ചുപറ്റുന്നു. ആണിക്കാരന്റെ ഈ കൂറുമാറ്റത്തിനിടയാക്കിയതിനു കാരണങ്ങൾ പലതാണ്. അയാൾ ഉദ്ദേശിച്ചതുപോലെ ദാക്ഷായണിക്ക് അവിഹിതമില്ലെന്നും, കടമായി എടുത്തിട്ടുള്ള പണം ഭർത്താവിന്റെ പരാശ്രയമില്ലാതെ ജോലി ചെയ്ത് അടച്ച് തീർക്കുമെന്നും അവൾ വെല്ലുവിളിക്കുന്നു. ഇനിമുതൽ ആണിക്കാരനു പണം നൽകില്ലെന്നു ദാക്ഷായണി അവിടെവച്ച് ഉറപ്പിച്ചു പറയുന്നു. ഇതിലൂടെ ആണിക്കാരന്റെ അഭിമാനത്തിനേറ്റ ക്ഷതമാണ് ദാക്ഷായണിയോടൊത്തുള്ള ഭാവി ജീവിതം തെക്കൻ ദേശത്തു മതി എന്നുള്ള തീരുമാനം.

ദാക്ഷായണിയെ സ്വന്തം തട്ടകത്തിൽ നിന്ന് മാറ്റുന്നതിലൂടെ അവളിൽ പൂർണ്ണ നിയന്ത്രണം സാധിക്കുമെന്ന് ആണിക്കാരനറിയാമായിരുന്നു. ഭർത്താവിനു വിധേയപ്പെട്ടു ജീവിക്കാൻ തയ്യാറാവാത്ത ദാക്ഷായണിയെ വീട്ടുകാരും ഭർത്താവും വിചാരണ ചെയ്ത് ഭാര്യ എന്ന സ്ഥാനത്തിലേയ്ക്ക് നിർബന്ധപൂർവ്വം തളച്ചിടുക

യാണ്. തെക്കൻ ദേശത്തെത്തുന്ന ദാക്ഷായണിയെ ഓരോ നിമിഷവും അയാളുടെ നിയന്ത്രണത്തിലാണ് അവളുടെ ജീവിതമെന്ന് ഓർമ്മപ്പെടുത്തുന്നു. ദാക്ഷായണിയുടെ പശുവും, പണവും, ദേശവും, കൂട്ടുകാരിയായ കല്യാണിയും നഷ്ടപ്പെട്ടെന്ന് കുത്തുവാക്കുകളിലൂടെ ആണിക്കാരൻ ബോധ്യപ്പെടുത്തുന്നു.

ഇടത്തെ ഉറപ്പിക്കുമ്പോൾ

ഭർത്താവിനു വിധേയപ്പെട്ട് ജീവിക്കാൻ കൂട്ടാക്കാത്ത ദാക്ഷയണിയെ അവളുടെ തട്ടകത്തിൽ നിന്നു തന്നെ അടർത്തിമാറ്റിക്കൊണ്ട് കീഴ്പ്പെടുത്താനാണ് ആണിക്കാരാൻ ശ്രമിക്കുന്നത്. അടുക്കളയിൽ നിന്നാണ് ആണിക്കാരനോടുള്ള പ്രതിരോധത്തിന്റെ ആദ്യ മുറ ദാക്ഷായണി പ്രകടിപ്പിക്കുന്നത്. ആണിക്കാരനിഷ്ടമുള്ള പുളിശ്ശേരി ഒഴിവാക്കിക്കൊണ്ട് സാമ്പാറും മത്തിക്കറിയും വച്ചാണ് പ്രതിഷേധം ആരംഭിക്കുന്നത്. ആണിക്കാരനോടൊത്തുള്ള ലൈംഗികബന്ധം ക്രമേണ ആണിക്കാരന് തന്റെ ശരീരത്തിനുമേലുള്ള അധിനിവേശത്തിലേക്ക് വഴി മാറുന്നതായി ദാക്ഷായണി തിരിച്ചറിയുന്നുണ്ട്. 'അത്യാവശ്യസന്ദർഭങ്ങളിൽ സ്ത്രീകൾക്ക് അവരുടെ മനസ്സ് ശരീരത്തിനും കിടക്കയ്ക്കുമപ്പുറത്തേക്ക് ഊരിയിടാൻ പറ്റും. പുലരുമ്പോൾ തിരിച്ചെടുത്തിട്ടാൽ മതി.' (രാജശ്രീ ആർ, 2022:21) [iii] എന്ന തന്ത്രമാണ് ദാക്ഷായണി സ്വീകരിക്കുന്നത്. കിടപ്പറയിൽ അവൾ കരുതിക്കൂട്ടി അയാളുടെ പുറത്ത് നഖം ആഴ്ത്തിക്കൊണ്ടും അയാളുടെ പ്രവൃത്തികളെ നിയന്ത്രിക്കാൻ ശ്രമിക്കുന്നുണ്ട്.

ദാക്ഷായണിയുടെ മേൽ ആണിക്കാരന് അധികാരം സ്ഥാപിക്കാൻ കഴിയാത്തതുകൊണ്ട് അയാൾ കണ്ടെത്തുന്ന മാർഗ്ഗം ദാക്ഷയണിയെ സ്വന്തം ദേശത്തിലേക്ക് (തെക്ക്) പറിച്ചുമാറ്റുകയാണ്. ദാക്ഷായണിയെ സ്വന്തം ഇടത്തിൽ നിന്നു മാറ്റുന്നതിലൂടെ അവളുടെ ഇഷ്ടകാര്യങ്ങളിൽ നിന്ന് ഒഴിവാക്കിയും, തൊഴിൽ ചെയ്യുന്നത് വിലക്കുന്നതിലൂടെ വരുമാനം ഇല്ലാതാക്കിയും അവളെ നിയന്ത്രണവിധേയമാക്കാൻ ശ്രമിക്കുന്നു. പരസഹായമില്ലാതെ സ്വന്തം വരുമാനത്തിലൂടെ ജീവിക്കാൻ സാധിക്കുമെന്ന ദാക്ഷായണിയുടെ തന്റേടം തെക്കൻ ദേശത്തിലേക്ക് എത്തുന്നതിലൂടെ ഇല്ലാതാക്കാൻ കഴിയുമെന്ന് ആണിക്കാരന് പൂർണ്ണബോധ്യമുണ്ടായിരുന്നു. പശുവിനെ വാങ്ങിയതിനെ തുടർന്നുണ്ടായ വിചാരണയുടെ ഒടുവിൽ ദാക്ഷായണിയെ തെക്കൻ ദേശത്തിലേക്ക് കൂട്ടിക്കൊണ്ടുവരുന്നതിലൂടെ ആണിക്കാരൻ തന്റെ ലക്ഷ്യം സാക്ഷാത്കരിക്കുകയാണ്.

സ്വന്തം വീട്ടിലേക്ക് ദാക്ഷായണിയെ കൂട്ടികൊണ്ടുവന്നതിനു ശേഷം, ആണിക്കാരൻ ഓരോ നിമിഷവും തന്റെ തെക്കൻ ദേശവും വീടും എല്ലാം എന്തുകൊണ്ടും ദാക്ഷയണിയുടെ വടക്കൻ ദേശത്തേക്കാൾ ഉയർന്നതാണെന്ന് സ്ഥാപിക്കാൻ ശ്രമിക്കുന്നുണ്ട്. എന്നാൽ തെക്കൻ ദേശത്തെ ആളുകൾ സ്വന്തം അതിർവരമ്പുകൾക്കുള്ളിലേക്ക് ചുരുങ്ങി ജീവിക്കുന്നവരാണെന്ന് ദാക്ഷായണിയ്ക്ക് ബോധ്യപ്പെട്ടു. അവിടുത്തെ രാജഭക്തിയും മതവിശ്വാസങ്ങളുമായി വിശാലമായ വടക്കൻ ദേശത്തു നിന്നുവന്ന ദാക്ഷായണിയ്ക്ക് താദാത്മ്യപ്പെടുവാൻ സാധിച്ചില്ല. കിടപ്പറയിൽ ആണിക്കാരൻ ദാക്ഷായണിയെ മാനസീകമായും ശാരീരികമായും കീഴ്പ്പെടുത്താൻ ശ്രമിക്കുമ്പോൾ ദാക്ഷായണി തന്റെ കൂർത്ത വാക്കുകളുടെ മൂർച്ച കൊണ്ടാണ് ആണിക്കാരനെ തോൽപ്പിക്കുന്നത്.

ദാക്ഷായണി ചോറുവാർക്കുമ്പോൾ ആണിക്കാരന്റെ അച്ഛൻ അവളുടെ മുലകളിൽ കയറിപ്പിടിക്കുന്നുണ്ട്. ഇതിനു പകരമായി ദാക്ഷായണി വൈകാരികാടിയന്തിരാവസ്ഥ (ബാധകയറുക) സ്വീകരിച്ചുകൊണ്ട് ആ കുടുംബത്തെ മുഴുവൻ ഭയത്തിലാഴ്ത്തുന്നു. ആ ഘട്ടത്തിൽ ദാക്ഷായണി ചെയ്തത് ആ കുടുംബത്തിന്റെ ആണധികാരത്തിന്റെ പ്രതീകമായ ആണുങ്ങൾ മാത്രം ഇരിക്കുന്ന ചാരുകസേര സ്വന്തമാക്കുകയാണ്. ആണിക്കാരന്റെ അച്ഛൻ ബില്ലാശാനെയും, മകളെയും കൊന്ന പൂർവ്വകാല കഥകൾ കുത്തിപ്പൊക്കി കൊണ്ടും, സകലരേയും തെറിവിളിച്ചുകൊണ്ടും ആ കുടുംബത്തെ മുഴുവൻ വിറപ്പിച്ചു നിർത്തുന്നു. തനിക്കു വന്നു ചേർന്ന ഈ ദുരവസ്ഥയെ മറികടക്കാനായി ദാക്ഷായണി തെക്കൻ ദേശത്ത് നിലനിൽക്കുന്ന യക്ഷിയമ്മയുടെ മിത്തിൽ നിന്നും ഊർജ്ജം കണ്ടെത്തുന്നു. പണ്ടുകാലം മുതലേ സ്ത്രീ സ്വത്വത്തിനുമേലും ശരീരത്തിനുമേലും അധിനിവേശമാണ് നടന്നിട്ടുള്ളതെന്ന് യക്ഷിയമ്മയുടെ കഥയിലൂടെ ദാക്ഷായണി മനസ്സിലാക്കുന്നു. അതിലൂടെ സ്വന്തം ശരീരത്തിലും മനസ്സിലും ആണിക്കാരന്റെ അധിനിവേശം മാത്രമാണ് നടന്നിട്ടുള്ളതെന്ന് ദാക്ഷായണി തിരിച്ചറിയുകയാണ്. അതിനാൽത്തന്നെ സ്വന്തം ദേശത്തേക്കും ഇടത്തിലേയ്ക്കും മടങ്ങി പോവുകയാണ് വേണ്ടതെന്ന് അവൾ ഉറപ്പിക്കുന്നു.

എന്നാൽ സ്വന്തം ദേശത്തിലേക്ക് ദാക്ഷയണി തിരിച്ചെത്തുമ്പോൾ അവിടെയും അവഗണന മാത്രമാണ് ലഭിക്കുന്നത്. 'സ്വന്തം വീട്ടിൽ പുലരാൻ പോലും, മനസ്സുകൊണ്ട് ഏറ്റവും അകൽച്ച തോന്നിയ ഒരാളിന്റെ കാരുണ്യവും മേൽവിലാസവും ആവശ്യമുണ്ടെന്നത്

ദാക്ഷായണിയെ അപമാനത്തിന്റെ ചതുപ്പിൽത്താഴ്ത്തി ചവിട്ടിപ്പിടിച്ചു.'(ടി പുറം, 146) [iv]. താൻ തന്നയാണോ സർവ്വതിനും കുറ്റക്കാരിയെന്നവൾ സ്വയം സംശയിച്ചു പോകുന്നുണ്ട്. എന്നാൽ ഇനി ഒരു തിരിച്ചുപോക്കില്ലെന്ന് സ്വയം വിശ്വസിച്ചുകൊണ്ട് അവൾ തന്റെ നിലപാട് ഉറപ്പിക്കുന്നു. സമൂഹത്തിന്റെ അഭിപ്രായങ്ങളെയെല്ലാം അവഗണിച്ചുകൊണ്ട് തനിക്കിഷ്ടപ്പെട്ട കാര്യങ്ങളിൽ ഏർപ്പെടാനും, ഇഷ്ടമുള്ളവരെ ചേർത്തുനിർത്തി നല്ലൊരു ഭാവിയെക്കുറിച്ച് സ്വപ്നം കാണാനും ദാക്ഷായണി ആരംഭിച്ചു. ഭർത്താവിനെ ഉപേക്ഷിച്ചുവെന്ന കാരണത്താൽ കുറ്റപ്പെടുത്തുന്നവരുടെ നേരെ അതേ രീതിയിൽ തിരിച്ച് മറുപടി നൽകി കൊണ്ടാണ് സമൂഹത്തെ നേരിടുന്നത്. 'ഞാമ്പയങ്കര മോശാന്ന് അനക്കന്നെ മനസ്സിലായി ഗോയ്ന്ദേട്ടാ അദന്നെ എന്നാ?'(ടി പുറം, 146) [v]. പണ്ടൊരിക്കൽ സമൂഹം കല്പിച്ചിരുന്ന വിവാഹം കഴിയാത്ത സ്ത്രീ മൂലയ്ക്കാവുമോ എന്ന ഭയം കൊണ്ടാണ് അവൾ ഇത്രയും നാൾ ആണിക്കാരന്റെ അധിപത്യത്തിനു മുൻപിൽ വഴങ്ങി കൊടുത്തത്. ഇനിയും സ്വന്തം കാര്യങ്ങളിൽ സമൂഹത്തിന്റെ കൈകടത്തലുകൾക്ക് സ്ഥാനമില്ലെന്ന് അവൾ ഉറപ്പുവരുത്തുകയാണ്.

ഉപസംഹാരം

ഓരോ വ്യക്തിയുടെയും ദേശസംസ്കാരമാണ് അവരുടെ സ്വത്വത്തെ നിർമ്മിക്കുന്നത്. സ്വന്തം ഇടത്തിൽ നിന്നും വ്യക്തികളെ പറിച്ചുമാറ്റപ്പെടുമ്പോൾ അവരുടെ അസ്തിത്വമാണ് ഇല്ലാതാകുന്നത്. വിവാഹശേഷം ഭർതൃഗൃഹത്തിലേക്ക് സ്വന്തം ഇടത്തെ ഉപേക്ഷിച്ചുകൊണ്ട് സ്ത്രീകൾ മാറി താമസിക്കണമെന്നത് കേരളത്തിലെ ആണധികാരസമൂഹത്തിൽ സ്വാഭാവികമായി കരുതിപ്പോരുന്ന ഒരു വ്യവസ്ഥയാണ്. നോവലിലെ ദാക്ഷായണിയെ സ്വന്തം ദേശത്തിലേക്ക് ആണിക്കാരൻ കൂട്ടിക്കൊണ്ടുപോകുന്നത് അവൾക്കുമീതെ അധികാരം ഉറപ്പിക്കാനാണ്. ദാക്ഷായണിയെ വടക്കൻ ദേശത്തുനിന്ന് തെക്കൻ ദേശത്തിലേക്ക് മാറ്റി, പൊതുസമൂഹത്തിൽ നിന്നു വേർപെടുത്തി അവളെ ഗൃഹാന്തരീക്ഷത്തിനുള്ളിൽ തളച്ചിടുകയായിരുന്നു ആണിക്കാരന്റെ ലക്ഷ്യം. അതിലൂടെ ആണിക്കാരന് ഭർത്താവെന്ന നിലയിൽ പൂർണ്ണാധികാരം സ്ഥാപിക്കാനും സാധിക്കുന്നു. എന്നാൽ ദാക്ഷായണി സമൂഹം നിർമ്മിച്ചിരുന്ന വ്യവസ്ഥിതികളെ മറികടന്നുകൊണ്ട് തന്റേതായ ഇടത്തിൽ ഉറച്ചുനിൽക്കുന്നു. അരനൂറ്റാണ്ടിനു മുൻപുള്ള കേരള പശ്ചാത്തലത്തിലാണ്

കല്യാണിയെന്നും ദാക്ഷായണിയെന്നും പേരായ രണ്ടു സ്ത്രീകളുടെ കത എന്ന നോവലിലെ കഥ നടക്കുന്നത്. എങ്കിലും സൈക്കോള ജിസ്റ്റിന്റെ മുമ്പിലെത്തുന്ന ആഖ്യാതാവിന്റെ ജീവിതകഥയിലൂടെ, ഇന്നും സ്ത്രീകൾ നേരിടുന്ന പ്രശ്നങ്ങളുടെ കാതലും അതിനുള്ള പരിഹാരമാർഗ്ഗവും ഒന്നു തന്നെയാണെന്ന് നോവൽ വ്യക്തമാക്കുകയാണ്.

കുറിപ്പുകൾ

1. രവീന്ദ്രൻ പി.പി., (മിനി ആലീസ്, ഷിമി പോൾ ബേബി (എഡി)), ഉത്തരസ്ത്രീവാദ സിദ്ധാന്തങ്ങൾ, ഡിസി ബുക്സ്, കോട്ടയം, 2022:30.
2. രാമകൃഷ്ണൻ എ.കെ, (മിനി ആലീസ്, ഷിമി പോൾ ബേബി (എഡി)), ഉത്തരസ്ത്രീവാദ സിദ്ധാന്തങ്ങൾ, ഡിസി ബുക്സ്, കോട്ടയം, 2022:50.
3. രാജശ്രീ ആർ, കല്യാണിയെന്നും ദാക്ഷായണിയെന്നും പേരായ രണ്ടു സ്ത്രീകളുടെ കത, മാതൃഭൂമി ബുക്സ്, കോഴിക്കോട്, 2022:21.
4. അതേ പുസ്തകം, പുറം 146.
5. അതേ പുസ്തകം, പുറം 146.

ഗ്രന്ഥസൂചി

1. അജു കെ. നാരായണൻ, താക്കോൽ വാക്കുകൾ വിചാരമാതൃകകൾ, കേരളീയനോട്ടങ്ങൾ, വിദ്വാൻ പി.ജി. നായർ സ്മാരക ഗവേഷണകേന്ദ്രം, ആലുവ, 2017.
2. മിനി ആലീസ്, ഷിമി പോൾ ബേബി (എഡി), ഉത്തരസ്ത്രീവാദസിദ്ധാന്തങ്ങൾ, ഡിസി ബുക്സ്, കോട്ടയം, 2022.
3. രാജശ്രീ ആർ, കല്യാണിയെന്നും ദാക്ഷായണിയെന്നും പേരായ രണ്ടു സ്ത്രീകളുടെ കത, മാതൃഭൂമി ബുക്സ്, കോഴിക്കോട്, 2020.
4. വേണുഗോപാലൻ കെ.എം. (എഡി), കേരളം ലൈംഗികത ലിംഗനീതി, സൈൻ ബുക്സ്, തിരുവനന്തപുരം, 2006.

17

പോസ്റ്റ് ജൻഡറിസം

രാഗി ശേഖരൻ കെ.

സ്ത്രീക്കും പുരുഷനും ഇടയിൽ അസമത്വം സൃഷ്ടിക്കുന്ന ഉൽപ്പാദന- പുനരുൽപാദന മാനദണ്ഡങ്ങളോടുള്ള പ്രതിരോധം എന്നിവയെക്കുറിച്ചുള്ള ഒരു പഠനമാണ് ലിംഗപദവി പഠനം. ലിംഗ പദവിപഠനത്തിന്റെ ഈ നിർവചനം പരിശോധിച്ചതിനുശേഷം മാത്രമേ ശരിയായ ഒരമ്പേഷണം ഈ മേഖലയിൽ സാധ്യമാകൂ. എന്നിരുന്നാലും, വിരോധാഭാസമെന്നു പറയട്ടെ, ആളുകൾ അവരുടെ ദൈനംദിന ജീവിതത്തിൽ ലിംഗഭേദം പരിശീലിക്കുന്നുണ്ടെങ്കിലും അതിനെക്കുറിച്ച് സംസാരിക്കുന്നത് അവർക്ക് അസഹ്യമാണെന്നു കാണാം.

ലിംഗഭേദത്തിന്റെ ജീവശാസ്ത്രപരവും മനഃശാസ്ത്രപരവും സാമൂഹികവുമായ പങ്കിനെ സാങ്കേതികവിദ്യ ഇല്ലാതാക്കുന്ന വഴികളുടെ ഒരു എക്സ്ട്രാപോളേഷൻ അഥവാ അറിയപ്പെടാത്ത ഒന്നിനെ അറിയപ്പെടുന്ന വസ്തുതകളുടെ അടിസ്ഥാനത്തിൽ പഠിക്കുന്നതാണ് പോസ്റ്റ്ജെൻഡറിസം. കൂടാതെ ദ്വന്ദ്വലിംഗത്തിന്റെ മണ്ണൊലിപ്പ് അഥവാ അതിക്രമിക്കൽ എന്തുകൊണ്ട് വിമോചനമാകുന്നു എന്നതിനുള്ള വാദമാണ്. ലിംഗഭേദം മനുഷ്യന്റെ കഴിവിന്മേലുള്ള ഏകപക്ഷീയവും അനാവശ്യവുമായ പരിമിതിയാണെന്ന് പോസ്റ്റ്ജെൻഡറിസ്റ്റുകൾ വാദിക്കുന്നു. കൂടാതെ ന്യൂറോ ടെക്നോളജി, ബയോടെക്നോളജി, പ്രത്യുൽപാദന സാങ്കേതികവിദ്യകൾ എന്നിവയുടെ പ്രയോഗത്തിലൂടെ മനുഷ്യവർഗ്ഗത്തിൽ അനിയന്ത്രിതമായ ജീവശാസ്ത്രപരവും മാനസികവുമായ ലിംഗഭേദം ഇല്ലാതാക്കുന്നത് മുൻകൂട്ടി കാണുന്നു. മകുട ലിംഗഭേദങ്ങളും ലൈംഗിക ദ്വിരൂപങ്ങളും പൊതുവെ വ്യക്തികൾക്കും സമൂഹത്തിനും

ഹാനികരമാണെന്ന് പോസ്റ്റ് ജെൻഡറിസ്റ്റുകൾ വിശ്വസിക്കുന്നു. 'അമ്മ', 'പിതാക്കൾ' എന്നിവയ്ക്കൊപ്പമോ അല്ലാതെയോ ഏതെങ്കിലും ലിംഗത്തിലുള്ള വ്യക്തികൾക്ക് അവർ തിരഞ്ഞെടുക്കുന്ന ഏത് കോമ്പിനേഷനിലും പുനരുൽപാദനം സാധ്യമാക്കും. കൃത്രിമഗർഭാശയങ്ങൾ പ്രത്യുൽപാദനത്തിന് ജൈവിക ഗർഭപാത്രങ്ങളെ അനാവശ്യമാക്കും. വലിയ ജൈവികദ്രവ്യതയും മനഃശാസ്ത്രപരമായ ഉഭയലിംഗത്വവും ഭാവിയിലെ വ്യക്തികളുടെ വ്യക്തിത്വത്തിന്റെ പുരുഷ-സ്ത്രീ വശങ്ങൾ പര്യവേക്ഷണം ചെയ്യാൻ അനുവദിക്കുന്നുണ്ട്. പോസ്റ്റ്ജെൻഡറിസ്റ്റുകൾ എല്ലാ ലിംഗസ്വഭാവങ്ങളും അല്ലെങ്കിൽ സാർവത്രിക ആൻഡ്രോജിനിയും അവസാനിപ്പിക്കാൻ ആവശ്യപ്പെടുന്നില്ല. പകരം ആ സ്വഭാവവിശേഷങ്ങൾ തിരഞ്ഞെടുക്കാനുള്ള വിഷയമായി മാറുന്നു. നമ്മുടെ പോസ്റ്റ്ജെൻഡർ ഭാവിയിലെ ശരീരങ്ങളും വ്യക്തിത്വങ്ങളും ലിംഗപരമായ സ്വഭാവങ്ങളാൽ പരിമിതപ്പെടുകയല്ല മറിച്ച് വൈവിധ്യമാർന്ന സ്വയംപ്രകാശനത്തിന്റെ വർണ്ണത്തട്ടിൽ അവ സമ്പന്നമാക്കപ്പെടും.

പുരുഷത്വത്തെയും സ്ത്രീത്വത്തെയും കുറിച്ചുള്ള ആധിപത്യ സങ്കൽപ്പങ്ങൾ ഉപേക്ഷിച്ച് ലിംഗപരമായ സ്വത്വങ്ങൾക്കപ്പുറത്തേക്ക് മുന്നേറാൻ പോസ്റ്റ്ജെൻഡറിസം മാനവികതയെ ക്ഷണിക്കുന്നു. എത്ര പേർ ഈ പദം (തെറ്റിദ്ധരിച്ച്) മനസ്സിലാക്കുന്നു എന്നതുപോലെയല്ല, പോസ്റ്റ് ജെൻഡറിസം ലിംഗസ്വത്വങ്ങൾ അവസാനിപ്പിക്കാൻ ആവശ്യപ്പെടുന്നില്ല. രണ്ടിൽ കൂടുതൽ വൈരുദ്ധ്യമുള്ളവയുടെ ആഘോഷത്തിനും നമ്മുടെ ജീവിവർഗത്തെ ആദ്യം ലിംഗഭേദം തിരിച്ചറിയേണ്ടതിന്റെ ആവശ്യകതയിൽ നിന്ന് മോചിപ്പിക്കാനും ഇത് ആവശ്യപ്പെടുന്നു.

ക്വീർ പോസ്റ്റ് -ജെൻഡർ ധാർമ്മികത, ലിംഗ ബൈനറി എന്നിവ വളരെ പ്രതിരോധശേഷിയുള്ളതും വ്യാപകവുമാണെന്ന് ലൂസി നിക്കോളാസ് വാദിക്കുന്നു, കാരണം ബിഗ്ജെൻഡറിസം സ്വാർത്ഥതയെക്കുറിച്ചുള്ള നിർബന്ധിത ധാരണയാണ്. ഇന്റർസെക്സ് ശിശുക്കൾ സമ്മതമില്ലാതെയുള്ള ശസ്ത്രക്രിയകൾക്ക് വിധേയരാകുന്നു എന്ന വസ്തുത, ലിംഗം, ലൈംഗികത, ലൈംഗിക ആഭിമുഖ്യം എന്നിവയുടെ അവിഭാജ്യത പ്രതിഫലിപ്പിക്കുന്നു. അത്തരം മെഡിക്കൽ ഇടപെടലുകൾ ലൈംഗിക ബന്ധത്തെ പെനിട്രേറ്റീവ് ഇണചേരൽ എന്ന് നിർവചിക്കുന്നു. ലൈംഗികത സാധുവാകണമെങ്കിൽ, ഒരു തുളച്ചുകയറുന്ന വ്യക്തിയും ഇതിലൂടെ തുളച്ചുകയറുന്ന ഒരാളും ഉണ്ടായിരിക്കണം. ശരീരങ്ങൾ എങ്ങനെ ലൈംഗിക

മായി സംവദിക്കാൻ ഉദ്ദേശിക്കപ്പെടുന്നു എന്നതിനെക്കുറിച്ചുള്ള അത്തരം ഒരു പ്രതീക്ഷ, സ്ത്രീത്വവും പുരുഷത്വവും മാത്രമല്ല, ഹെറ്ററോനോർമേറ്റീവ് ലൈംഗിക പ്രവർത്തനങ്ങളുടെ 'സ്വാഭാവികത' ശക്തിപ്പെടുത്തുന്നതിലൂടെയും കർക്കശമായ ബൈനറി ഡിവിഷൻ അടിച്ചേൽപ്പിക്കുന്നു. നമ്മുടെ ലിംഗഭേദം, ലിംഗ സ്വത്വങ്ങൾ, ലൈംഗികത എന്നിവ മാറ്റിക്കൊണ്ട് തുടർച്ചയായ ദ്രവത്വത്തിൽ ജീവിക്കുക.

പോസ്റ്റ് ജെൻഡറിസം ഭാവിയുടേതായി തോന്നാം. എന്നിരുന്നാലും, ലൈംഗികത, ലിംഗഭേദം, എന്നിവയെക്കുറിച്ചുള്ള അവശ്യവാദങ്ങളെ കാലഹരണപ്പെടുത്തുന്ന ബയോടെക്നോളജി, പ്രത്യുൽപാദന സാങ്കേതികവിദ്യകൾ, വിചിത്രമായ പാരിസ്ഥിതിക ശാസ്ത്രകണ്ടെത്തലുകൾ എന്നിവയിലേക്ക് സ്വീകാര്യത ഉണ്ട്. ഇക്കോഫെമിനിസം ലിംഗപരമായ ബൈനറി, സ്ത്രീകളെ ഇരയാക്കൽ, പുരുഷന്മാരെ പൈശാചികവൽക്കരിക്കൽ, ലിംഗ-കാലാവസ്ഥാ വിഷയങ്ങളോടുള്ള അവശ്യസമീപനങ്ങൾ എന്നിവയ്ക്കപ്പുറത്തേക്ക് നീങ്ങേണ്ട സമയമാണിത്. പോസ്റ്റ് ജെൻഡറിസവുമായി അതിനെ വിഭജിക്കുന്നതിലൂടെ, ഇക്കോഫെമിനിസം അന്തിമമായും സമഗ്രമായും മനുഷ്യശരീരങ്ങളുടെ വൈവിധ്യത്തെ പരിഗണിക്കുകയും ലിംഗവാദ-അനുരൂപതയെ സാധാരണമാക്കുന്ന ഒരു വ്യവസ്ഥയിൽ നിന്ന് മാറുകയും ചെയ്യും.

OO

18

തിരുക്കുറളിലെ സ്ത്രീസങ്കല്പം

ആഷ്‌ലി വർഗീസ്

തമിഴിലെ അനശ്വരകൃതിയാണ് തിരുക്കുറൾ. സമകാലികപ്രസക്തി നഷ്ടപ്പെടാത്ത നീതിശാസ്ത്രഗ്രന്ഥമെന്ന നിലയിൽ തിരുക്കുറൾ ശ്രദ്ധിക്കപ്പെടുന്നുണ്ട്. മനുഷ്യജീവിതത്തിന്റെ സമസ്തമേഖലകളെയും പ്രതിപാദിക്കുന്ന തിരുക്കുറൾ കുടുംബത്തിലും സമൂഹത്തിലും ശക്തമായി ഇടപെടുന്ന സ്ത്രീകളുടെ നിലപാടുകളെ അവതരിപ്പിക്കുന്നുണ്ട്. തമിഴകത്തിന്റെ ദർശനങ്ങളിൽനിന്നും രൂപപ്പെട്ടുവന്ന തിരുക്കുറളിലെ സ്ത്രീസങ്കല്പത്തെ പഠനവിധേയമാക്കുകയാണ് ഈ ലേഖനത്തിൽ.

സാമൂഹ്യജീവിയെന്ന നിലയിൽ മനുഷ്യൻ തങ്ങളായിരിക്കുന്ന സമൂഹത്തിൽ വ്യത്യസ്തങ്ങളായ ബന്ധങ്ങൾ സ്ഥാപിക്കുന്നുണ്ട്. പ്രായം, ലിംഗം, തൊഴിൽ, അഭിരുചി എന്നിവയുടെ അടിസ്ഥാനത്തിൽ വ്യത്യസ്തങ്ങളായ സാമൂഹ്യബന്ധങ്ങൾ രൂപപ്പെടുക സ്വാഭാവികമാണ്. ഇത്തരം പ്രവർത്തനങ്ങൾ വഴി ഉരുവാക്കപ്പെടുന്ന മനുഷ്യബന്ധങ്ങളുടെ സംവിധാനമാണ് സാമൂഹ്യസംസ്കാരം. പ്രാചീനതമിഴകത്ത് സവിശേഷമായൊരു സാമൂഹ്യസംസ്കാരം നിലനിന്നിരുന്ന കാലഘട്ടമാണ് സംഘകാലം. അക്കാലത്തെ സവിശേഷതകൾ സംവഹിക്കുന്ന ധാരാളം സാഹിത്യകൃതികൾ കണ്ടെടുക്കപ്പെട്ടിട്ടുണ്ട്. അവയാണ് സംഘസാഹിത്യകൃതികൾ. തമിഴകത്തിൽ രൂപപ്പെട്ടുവന്ന ദർശനങ്ങളുടെ സ്വാധീനം സംഘസാഹിത്യകൃതികളിൽ പ്രതിഫലിക്കുന്നുണ്ട്. മനുഷ്യനും പ്രകൃതിക്കും തുല്യപ്രാധാന്യം നൽകുന്ന ദ്രാവിഡസങ്കൽപ്പങ്ങൾ ഈ ദർശനങ്ങൾക്ക് തായ് വേരാകുന്നു. സംഘകൃതികളെ പരിശോധിക്കുമ്പോൾ അക്കാലത്തെ സാമൂഹ്യജീവിതത്തെക്കുറിച്ചുള്ള വ്യക്ത

മായ ചിത്രം കാണാൻ കഴിയും. 'സാമൂഹ്യസ്വാതന്ത്ര്യത്തിലും സമത്വത്തിലും അധിഷ്ഠിതമായിരുന്നു അന്നത്തെ സമുദായം. തീവ്രമായ ജാതിവിവേചനമോ ഏതെങ്കിലും തരത്തിലുള്ള സാമൂഹ്യവേർതിരിവോ അക്കാലത്ത് ഉണ്ടായിരുന്നില്ല' (എ. ശ്രീധരമേനോൻ: 2008, 128). ആളുകളെ അവർ ചെയ്യുന്ന തൊഴിലിനനുസരിച്ച് പാണർ, കുറവർ, വേടർ, പറയർ എന്നിങ്ങനെ വിശേഷിപ്പിച്ചു. ഇത്തരമൊരു സാമൂഹികാന്തരീക്ഷത്തിൽ സ്ത്രീക്കും പുരുഷനും തുല്യപ്രാധാന്യമാണ് നൽകിയിരുന്നത്. തൊഴിലിടങ്ങളിൽ ഒന്നിച്ച് വ്യാപരിക്കുന്നതിനും സാഹിത്യാദികലകളിൽ തങ്ങളുടേതായ വ്യക്തിമുദ്ര പതിപ്പിക്കുന്നതിനും അക്കാലത്തെ സ്ത്രീകൾക്ക് കഴിഞ്ഞിരുന്നു. ബാലവിവാഹങ്ങൾ നിലവിലുണ്ടായിരുന്നില്ല. വിധവാവിവാഹവും കാമുകികാമുകന്മാർ സ്വമേധയാ നടത്തിയിരുന്ന ഗാന്ധർവവിവാഹവും സാധാരണമായിരുന്നു.

സംഘകാലാനന്തരം തമിഴകത്ത് രചിക്കപ്പെട്ട പ്രസിദ്ധകൃതിയാണ് തിരുക്കുറൾ. പുരുഷാർത്ഥങ്ങളിൽ ആദ്യത്തെ മൂന്നിനെക്കുറിച്ചും പ്രതിപാദിക്കുന്ന ഈ ഗ്രന്ഥം സർവ്വജനങ്ങൾക്കും ജീവിതമുന്നേറ്റത്തിന് മാർഗനിർദേശം നൽകുന്ന നീതികാവ്യമായി വിലയിരുത്തപ്പെടുന്നു. 'സംഘകൃതികളിൽ പ്രതിഫലിച്ച സംസ്കാരമല്ല അതിൽ കാണുന്നത്. കുറെക്കൂടി വളർച്ചയും കൃത്രിമത്വവും ഉള്ള സംസ്കാരപരിഷ്ക്കാരങ്ങൾക്കത് സാക്ഷ്യം വഹിക്കുന്നുണ്ട്' (കെ.എൻ. എഴുത്തച്ഛൻ: 1991, 119). സംഘകാല സാമൂഹ്യസംസ്കാരത്തിനുമേൽ ബോധപൂർവ്വമായ പരിഷ്കരണം നടപ്പിൽ വരുത്താനുള്ള ശ്രമങ്ങൾ ഒരുപരിധിവരെ തിരുക്കുറളിൽ കാണാം. സാമൂഹ്യപരിഷ്കരണശ്രമങ്ങൾ എക്കാലവും സ്ത്രീസങ്കല്പങ്ങളെക്കൂടി ഉൾക്കൊള്ളുന്നവയാണ്. തിരുക്കുറൾ മുന്നോട്ടുവയ്ക്കുന്ന സ്ത്രീസങ്കല്പങ്ങളെ പരിശോധനക്ക് വിധേയമാക്കുമ്പോൾ പ്രഥമപരിഗണനന അർഹിക്കുന്ന വിഷയമാണ് ഈശ്വരസങ്കല്പം. ദ്രാവിഡസംസ്കാരത്തിലെ ഈശ്വരസങ്കല്പങ്ങളിൽ അമ്മദൈവാരാധനയുടെ വിശ്വാസസംഹിതകൾ ആഴത്തിൽ വേരുറച്ചിരുന്നു. എന്നാൽ തിരുക്കുറളിലെ ഒന്നാം അധികാരത്തിലെ കടവുൾ വാഴ്ത്തിൽ ഈ സങ്കല്പം അപ്രത്യക്ഷമായിരിക്കുന്നു.

'അകരം മുതൽ എഴുത്തെല്ലാം ആദി
ഭഗവാൻ മുതൽക്കേ ഉലകം' (എസ്. രമേശൻനായർ: 2008, 39).

ഈ കുറളിന് അക്ഷരങ്ങളുടെ ലോകം 'അ'കാരത്തിൽനിന്ന് ആരംഭിക്കുന്നതുപോലെ എല്ലാത്തിന്റെയും ആരംഭം ആദിയാകുന്ന

ഭഗവാനിൽ നിന്നാരംഭിക്കുന്നുവെന്നർത്ഥം. പ്രകൃതിപുരുഷ സമ്മേളനത്തിൽ ലയിച്ചുകിടന്ന പ്രാചീന ഈശ്വരസങ്കല്പങ്ങൾ ഇവിടെ പൊളിച്ചെഴുതിയിരിക്കുന്നു. ആദിയും അവസാനവുമായ ഒറ്റക്കാരണത്തിലേക്ക് ഈശ്വരസങ്കല്പം മാറ്റപ്പെട്ടിരിക്കുന്നു.1

ചതുരാശ്രമങ്ങളിൽ വച്ച് ഏറ്റവും ധന്യമായത് ഗൃഹസ്ഥാശ്രമാണെന്ന് തിരുക്കുറൾ വിലയിരുത്തുന്നു. സമൂഹത്തിലെ ഏറ്റവും ചെറിയ യൂണിറ്റാണ് കുടുംബം. കുടുംബരൂപീകരണത്തിൽ ഏർപ്പെടുന്ന ഭാര്യാഭർത്താക്കന്മാർക്ക് സമൂഹം വിവിധ കർമ്മധർമ്മങ്ങൾ കല്പിച്ചുനൽകുന്നു. കുഞ്ഞുങ്ങളെ പരിപാലിക്കുക, മറ്റു കുടുംബാംഗങ്ങൾക്കു വേണ്ട കാര്യങ്ങൾ ചെയ്തുകൊടുക്കുക. ഭക്ഷണം പാകം ചെയ്യുക, തുന്നൽ, കൃഷിപ്പണികൾ എന്നിവ സ്ത്രീകളുടെ കർമ്മമണ്ഡലത്തിൽപ്പെട്ടവയാണ്. പുരുഷന്മാർ സാധാരണഗതിയിൽ ശാരീരികക്ഷമതയുള്ളവരായതിനാൽ കായികാധ്വാനം കൂടുതലുള്ള തൊഴിലുകളിൽ ഏർപ്പെടുന്നു. ഇങ്ങനെ പുരുഷൻ സമ്പാദിക്കുന്ന ധനം ധർമ്മാനുസൃതം വിനിയോഗിക്കാൻ അവനെ സഹായിക്കുക ഭാര്യയുടെ കടമയായി തിരുക്കുറൾ വിലയിരുത്തുന്നു.

'കണവന്റെ വരവൊത്തു ചെലവിടും
ഗുണമാർന്ന കുലപത്നി വാഴ്വിന്നു തുണയാം'
(എസ്. രമേശൻനായർ: 2008, 65).

ബ്രഹ്മചാരി, വാനപ്രസ്ഥൻ, സന്യാസി എന്നിങ്ങനെയുള്ള മൂന്ന് ആശ്രമികൾക്കും സഹായങ്ങൾ നൽകുന്നത് ഗൃഹസ്ഥാശ്രമിയാണ്. 'ലിംഗാധിഷ്ഠിത ധർമ്മവുമായി ബന്ധപ്പെട്ട് ഭാര്യാഭർത്താക്കന്മാരുടെ സാമൂഹ്യപദവിയിലും വ്യത്യാസമുണ്ട്. വൈയക്തികബന്ധത്തിന്റെ കാര്യത്തിൽ ഭർത്താവ് ഭാര്യയേക്കാൾ ഉയർന്ന സാമൂഹ്യപദവി അവകാശപ്പെടുന്നു. ഭാര്യ സൗമ്യയും വിനീതയും അനുസരണയുമുള്ളവളായിരിക്കണമെന്ന് ഭർത്താവ് ആഗ്രഹിക്കുന്നു' (ജെ. ജെ. പള്ളത്ത്: 1998, 61). സഹധർമ്മചാരിണിയായ പത്നിയുമൊത്ത് യഥാവിധി ഗൃഹസ്ഥാശ്രമജീവിതം നയിക്കുക എന്നതാണ് കുടുംബനാഥന്റെ കടമ. ഇത്തരത്തിൽ കുടുംബസംവിധാനത്തിലെ നായകസ്ഥാനം തിരുക്കുറൾ പുരുഷന് നൽകുന്നു. തിരുക്കുറൾ ദർശനമനുസരിച്ച് ഭർത്താവിന്റെ പ്രതീക്ഷയ്ക്കൊത്ത് പെരുമാറുന്ന ഭാര്യയാണ് അയാളുടെ ഏറ്റവും വലിയ സമ്പത്ത് (അധ്യായം: 6 കുറൾ: 4).

ഗൃഹസ്ഥാശ്രമത്തെത്തുടർന്ന് വാഴ്ക്കൈത്തുണൈനലം എന്ന ആറാം അധികാരത്തിൽ ഗൃഹസ്ഥാശ്രമജീവിതം നയിക്കുന്ന പുരു

ഷന്റെ തുണയാണ് സ്ത്രീ എന്ന് പ്രഖ്യാപിക്കുന്നു. ഈ അധ്യായത്തിൽ കുടുംബനായികയായ സ്ത്രീയിൽ നിക്ഷിപ്തമായിരിക്കുന്ന ചില കടമകളെക്കുറിച്ച് തിരുക്കുറൾ പ്രതിപാദിക്കുന്നുണ്ട്. അവൾ ഗുണവതിയും കഴിവുള്ളവളുമായിരിക്കണം. ഇത്തരക്കാരയ സ്ത്രീജനങ്ങളെ കറ്പ്പുള്ളവർ എന്നാണ് അക്കാലത്ത് വിശേഷിപിച്ചിരുന്നത്. ചില പിൽകാലവ്യാഖ്യാതാക്കളും വിവർത്തകരും കർപ്പ് എന്ന വാക്കിന് ചാരിത്ര്യം എന്ന് അർത്ഥം കല്പിച്ചു. ഇക്കാരണത്താൽ ചാരിത്ര്യവതിയായവൾ എന്ന അർത്ഥം മലയാളവിവർത്തനങ്ങളിൽ കടന്നുകൂടിയിട്ടുണ്ട്.

'മൂല്യവത്താം സമ്പത്തേതുള്ളൂ ചാരിത്ര
ശീലയാം പത്നിയെക്കാളും?' (എസ്. രമേശൻനായർ: 2008, 66).

ഇവിടെ കറ്പ്പെന്നും തിൺമൈ എന്നീ മൂലപദങ്ങൾക്ക് ചാരിത്രമാകുന്ന ദൃഢബലം എന്ന അർത്ഥമാണ് വിവർത്തകൻ സ്വീകരിച്ചിരിക്കുന്നത്. തൊൽക്കാപ്പിയത്തിൽ എല്ലാചടങ്ങുകളോടും കൂടി നായകൻ നായികയെ ഭാര്യയായി സ്വീകരിക്കുന്നതിനെയാണ് കർപ് എന്ന് പറയുന്നത് (2019, 246). കുടുംബജീവിതത്തിന് യോഗ്യയായ സ്ത്രീക്ക് ഉണ്ടായിരിക്കേണ്ട സന്മാർഗം, പ്രേമം, നല്ല നടപ്പ്, സഹനശീലം, അതിഥിപൂജ തുടങ്ങിയവയിൽ ഒന്നു മാത്രമാണ് ചാരിത്രത്തിലുള്ള ബലം. ഇത്തരം ഗുണങ്ങളുള്ളവളാണ് കർപ് ഉള്ളവൾ. സന്തുഷ്ടമായ കുടുംബജീവിതം നയിക്കാൻ പ്രാപ്തിയുള്ളവളും ജീവിതപ്രതിസന്ധികളെ യഥാവധി മറികടക്കാൻ കഴിവുള്ളവളുമായിരിക്കണം ഭാര്യ എന്ന അർത്ഥമാണ് ഇവിടെ പ്രസക്തം.

'ദൈവത്തെയല്ല, തൻ കണവനെത്തൊഴുവോൾ
പെയ്യെന്നാൽപ്പെയ്യുന്ന മാരി'(എസ്. രമേശൻനായർ: 2008, 67).

ഈ കുറൾ വിവർത്തനം ചെയ്ത സന്ദർഭങ്ങളിൽ പലരും മുൻകാലവ്യാഖ്യാതാക്കളെ പിൻതുടർന്ന് ഭർത്താവിനെ ദൈവത്തെപ്പോലെ കണ്ട് പൂജിക്കുന്ന ഭാര്യ (പതിവ്രത) പറഞ്ഞാൽ ആ നിമിഷം മഴ പെയ്യും എന്ന അർത്ഥമാണ് നൽകിയത്. എസ്. രമേശൻനായരുടെ വിവർത്തനത്തിൽ ആദ്യകാലവ്യാഖ്യാതാക്കളിൽ ഒരാളായ കാളിങ്കരുടെ അഭിപ്രായത്തെ മുൻനിർത്തി 'വരൾച്ചയിൽ ഒരു ആശ്വാസത്തിന് വേണ്ടി, ആകാശത്തേക്ക് നോക്കി പെയ്യൂ എന്നുപറഞ്ഞാൽ അപ്പോൾത്തന്നെ പെയ്യുന്ന മഴയെ പോലെയാണ് ഉത്തമകുടുംബിനി' (2008, 67) എന്ന് വിശദീകരണം നൽകുന്നു. എം. വാസുവിന്റെ വിവർത്തനത്തിൽ 'ദിവസവും രാവിലെ ഉണർന്നെണീറ്റാൽ ഉടൻ പ്രകൃതിയെയും പിതൃക്കളെയും തന്റെ കണവനെയും ഉള്ളംകൊണ്ട് തൊ

ഴുതെഴുന്നേൽക്കുന്നവളായ ഉത്തമ കുടുംബിനി മഴപെയ്യാൻ പറഞ്ഞാൽ മഴ പെയ്യുക തന്നെ ചെയ്യും' എന്ന് വിവർത്തനം ചെയ്തിരിക്കുന്നു. കുടുംബത്തിനും ഗൃഹസ്ഥാശ്രമധർമ്മങ്ങൾക്കും പ്രാധാന്യം നൽകുന്നവളുടെ ആജ്ഞകളും അപേക്ഷകളും പ്രകൃതിപ്പോലും സ്വീകരിക്കും. കുടുംബജീവിതം സൈ്വര്യവും സമ്പന്നവും സ്നേഹമുള്ളതുമായിത്തീരാൻ ഗൃഹനാഥനെപ്പോലെതന്നെ സ്ത്രീക്കും തുല്യപങ്കുണ്ടെന്ന് തിരുക്കുറൾ വ്യക്തമാക്കുന്നു.

ഗൃഹസ്ഥാശ്രമധർമ്മത്തെക്കുറിച്ച് പ്രതിപാദിച്ചതിനു ശേഷം തൊട്ടടുത്ത അധ്യായത്തിൽ സഹധർമ്മിണിക്ക് ഉണ്ടായിരിക്കേണ്ട ഗുണത്തെക്കുറിച്ച് പറയുന്നു. ഗൃഹസ്ഥാശ്രമം നയിക്കുന്ന ഉത്തമദമ്പതികൾക്ക് ലഭിക്കുന്ന സമ്മാനങ്ങളാണ് അവർക്ക് ജനിക്കുന്ന സന്താനങ്ങളെന്നും തിരുക്കുറൾ വിശദമാക്കുന്നു. പിതാവിനാൽ കൗമാരത്തിലും ഭർത്താവിനാൽ യൗവനത്തിലും പുത്രനാൽ വാർദ്ധക്യത്തിലും സംരക്ഷിക്കപ്പെടേണ്ടതാണ് സ്ത്രീ എന്ന സങ്കല്പം മനുസ്മൃതിയിൽ കാണുന്നു. എന്നാൽ ഇതിൽനിന്ന് വ്യത്യസ്തമായി സ്ത്രീ അവളെ സ്വയം സംരക്ഷിക്കേണ്ടതാണെന്ന നിലപാടാണ് തിരുക്കുറൾ മുന്നോട്ടുവയ്ക്കുന്നത്.

'ചിറൈകാക്കും കാപ്പെവൻ ചെയ്യും മകളിർ
നിറൈകാക്കും കാപ്പതേ നല്ലു'
(എസ്. രമേശൻനായർ: 2008, 68).

ഈ കുറളിൽ ചിറൈയെ കാപ്പവൻ കാക്കും നിറൈയെ കാക്കുന്നതാണ് നല്ലത് എന്ന് അർത്ഥം പറയാം. ഈ കുറളിന് വിശദീകരണം നൽകുന്ന തിരുവല്ലം ഭാസ്കരൻനായർ ഇപ്രകാരം പ്രതിപാദിക്കുന്നു ചിറൈ കാക്കുന്നതു പ്രയോജനകരമല്ല. നിറൈ കാക്കുന്നതു ഉത്തമവും. ഇവിടെ താൻ അജ്ഞാനജന്യമായ ചിറയെ കാക്കാതെ വിജ്ഞാനപരമായ നിറയെ കാക്കേണ്ടതാണ് എന്ന് വള്ളുവർ ഉപദേശിക്കുന്നു. (1962, 23). സ്വയം പര്യാപ്തത നേടുകയെന്നത് കുടുംബജീവിതത്തിന് അനുകൂലമായ യോഗ്യതയായി വള്ളുവർ അനുമാനിക്കുന്നു. സ്വയം സംരക്ഷിക്കാൻ കഴിവുള്ളവൾക്കേ ഒരു കുടുംബത്തെ സംരക്ഷിച്ചു നിലനിർത്താനും മുന്നോട്ട് നയിക്കാനും സാധിക്കൂ. സാമൂഹികമായും സാമ്പത്തികമായും ശാരീരികമായും സ്വയരക്ഷ നേടിയവൾ കർപ്പുള്ളവൾ എന്ന വിശേഷണത്തിന് യോഗ്യയാണ്.

സ്ത്രീകൾ കർപ്പുള്ളവളായിരിക്കണം എന്ന് നിരീക്ഷിക്കുന്ന വള്ളുവർ; ബ്രഹ്മചര്യം, ഗാർഹസ്ഥ്യം, വാനപ്രസ്ഥം, സന്ന്യാസം

എന്നീ ചതുരാശ്രമങ്ങളിലും സ്ത്രീപുരുഷഭേദമന്യേ എല്ലാവരും കർശനമായി പാലിക്കേണ്ട ഒന്നാണ് സദാചാരമെന്ന് വിലയിരുത്തുന്നു.

'പരപത്നിയെ നോക്കത്ത പൗരുഷം; വിജ്ഞന്മാർ-
ക്കതുധർമ്മം,അതു സദാചാരം'

(എസ്. രമേശൻനായർ: 2008, 111). അന്യന്റെ പത്നിയെ കാമതീഷ്ണമായ കണ്ണുകൾകൊണ്ട് നോക്കാത്തവൻ യഥാർത്ഥ പൗരുഷത്തിന് ഉടമായാണെന്ന് ഈ കുറളിലൂടെ വ്യക്തമാക്കുന്നു. സ്ത്രീയും പുരുഷനും ദാമ്പത്യത്തിൽ വിശ്വസ്ത പുലർത്തണം എന്ന് വള്ളുവർ അനുശാസിക്കുന്നു.

തിരുക്കുറളിന്റെ ആദ്യഭാഗമായ ധർമ്മപ്രകരണത്തിലെ ഒരു ഉപവിഭാഗമായിട്ടാണ് സ്ത്രീപുരുഷസംഗമവേദിയായ ഗാർഹസ്ഥ്യത്തെക്കുറിച്ച് തിരുവള്ളുവർ പ്രതിപാദിക്കുന്നതെങ്കിൽ അവരുടെ പ്രേമനാടകങ്ങളെക്കുറിച്ച് വിവരിക്കാൻ കാമപ്രകരണം മുഴുവനും അദ്ദേഹം നീക്കിവെച്ചിരിക്കുന്നു.

കളവിയൽ എന്ന ആദ്യഭാഗത്ത് നായികാനായകന്മാർ പരസ്പരം കണ്ടുമുട്ടുന്നതും ഇംഗിതം മനസ്സിലാക്കി തോഴിയുടേയും മറ്റും സഹായത്തോടെ രഹസ്യമായി സംഗമിക്കുകയും ചെയ്യുന്നു. കാമത്തിന്റെ പത്ത് അവസ്ഥകളിൽ ആദ്യത്തേതായ ചക്ഷുഃപ്രീതിയെന്ന അവസ്ഥയിലൂടെ നായികാനായകന്മാർ കടന്നുപോകുന്നു. സംയോഗത്തിന് ശേഷം സംയോഗാനന്ദത്തെക്കുറിച്ച് നായകൻ വാചാലനാകുന്നുണ്ട്. താൻ അനുഭവിച്ച ആനന്ദത്തെ വർണ്ണിക്കുമ്പോൾ നായികാപ്രശംസ നടത്താനും നായകൻ മറക്കുന്നില്ല. തീവ്രമായ പ്രേമാവേശത്താൽ ലജ്ജാത്യാഗം വന്ന നായകൻ മടലേറുന്നു. ഇഷ്ടപ്പെടുന്ന നായികയെ സ്വന്തമാക്കാൻ ഏതെങ്കിലും തരത്തിലുള്ള തടസം നേരിടുന്ന സന്ദർഭത്തിൽ പന, തെങ്ങ്, ഈന്ത, കവുങ്ങ് ഇവയിൽ ഒന്നുപയോഗിച്ച് നിർമ്മിച്ച മടൽക്കുതിരയിൽ കയറി ഊരുചുറ്റുകയും നിരാഹാരവ്രതം അനുഷ്ഠിക്കുകയും ചെയ്യുന്നു. ലോകാപവാദം നാടാകെപ്പരക്കുമ്പോഴും നായികയും പ്രേമത്തിൽ ഉറച്ചുനിൽക്കുന്നു.

'ഊരിൻ പഴി വളം; അമ്മതൻ ചൊൽകൾനീർ;
ഈമട്ടു വളരുമെൻ രോഗം'

(എസ്. രമേശൻനായർ : 2008, 621). ലോകാപവാദങ്ങളും അമ്മയുടെ തടസവാദങ്ങളും നായികയെ തളർത്തുന്നില്ല. ലോകാപവാദം തന്റെ പ്രേമച്ചെടിക്ക് വളമായിത്തീർന്നുവെന്ന് നായിക പ്രഖ്യാപി

ക്കുന്നു. വിരഹാവസ്ഥയിൽ തന്നെ പിരിഞ്ഞിരിക്കുന്ന നായകൻ, വേശ്യകളെ പുൽകുമോയെന്ന് നായിക ഭയപ്പെടുന്നുണ്ട്. എന്നാൽ മറിച്ചൊരു ചിന്ത നായകനില്ലയെന്നത് ശ്രദ്ധേയമാണ്. അന്നത്തെ സാമൂഹികാന്തരീക്ഷത്തിൽ വേശ്യകൾ കുടുംബിനിമാരുടെ ഉറക്കം നഷ്ടപ്പെടാൻ കാരണമായിത്തീർന്നിരുന്നുവെന്നുള്ളത് യാഥാർത്ഥ്യമാണ്. അക്കാരണത്താൽത്തന്നെ അന്യന്റെ പത്നിയെ കാമക്കണ്ണോടുകൂടി നോക്കുകപോലും ചെയ്യരുതെന്ന് പറയുന്നതതോടൊപ്പം വേശ്യാസംസർഗത്തെ തിരുക്കുറൾ എതിർക്കുകയും ദോഷങ്ങളെ ഓർമ്മപ്പെടുത്തുകയും ചെയ്യുന്നു. എന്നാൽ ഈ തൊഴിലിൽ ഏർപ്പെടുന്നവരെ കുറ്റപ്പെടുത്തുന്നില്ല.2

'ഹൃദയസംസ്കാരമില്ലോത്തോരേ പരവിത്ത-
രുചിതേടും വേശ്യത്തോൾ പുൽകൂ'
(എസ്. രമേശൻനായർ: 2008, 501).

ഹൃദയസംസ്കാരം ഇല്ലാത്തവരേ വേശ്യകളെ സമീപിക്കുകയുള്ളൂ. പുരുഷന്റെ കൈവശമുള്ള പണത്തോടാണ് അത്തരം സ്ത്രീകൾക്ക് സ്നേഹം. അത് തിരിച്ചറിഞ്ഞിട്ടും വേശ്യകൾക്ക് അടിമപ്പെടുന്നവർ ജ്ഞാനമില്ലാത്ത അധമന്മാരാണെന്ന് തിരുക്കുറൾ വ്യക്തമാക്കുന്നു.

ഗൃഹസ്ഥാശ്രമധർമ്മങ്ങൾ മുറപോലെ ചെയ്യുന്നതിനും കുടുംബം രൂപീകരിക്കുന്നതിലും പുരുഷനോടൊപ്പം സ്ത്രീയ്ക്കും ചില കടമകൾ തിരുവള്ളുവർ കല്പിച്ചുനൽകുന്നു. അവ സ്ത്രീയെ അടിച്ചമർത്താനല്ല. കുടുംബത്തിലെ അവളുടെ പ്രാതിനിധ്യം പ്രാധാന്യത്തൊടെ ഉയർത്തിക്കാട്ടാനാണെന്നത് വ്യക്തമാണ്. ഉത്തമമായ കുടുംബജീവിതത്തിൽ ദമ്പതിമാർക്ക് ലഭിക്കുന്ന സമ്മാനമാണ് മക്കൾ. അവരെ നന്മയിൽ നയിക്കാൻ മാതാപിതാക്കന്മാർ ഒരുപോലെ കടപ്പെട്ടവരാണെന്ന് പരാമർശിക്കുന്നതല്ലാതെ മാതൃത്വത്തെ ഒരു പരിധിയിൽ കവിഞ്ഞ് മഹത്വവൽക്കരിക്കാനോ സ്ത്രീജന്മത്തിന്റെ ആത്യന്തികലക്ഷ്യം അമ്മയായിത്തീരുകയാണെന്നോ തിരുക്കുറൾ പ്രഖ്യാപിക്കുന്നില്ല. അതേസമയം അമ്മ എന്ന സങ്കല്പത്തെക്കാൾ കാമുകി എന്ന സങ്കല്പത്തെ വിശദീകരിക്കാൻ വള്ളുവർ ശ്രദ്ധിക്കുന്നുമുണ്ട്. സ്നേഹസമ്പന്നമായ ഒരു ദാമ്പത്യത്തിലാണ് കുഞ്ഞുങ്ങൾ വളരേണ്ടതെന്ന സങ്കല്പമായിരിക്കാം കുടുംബം സ്ഥാപിക്കുന്നതിന് മുൻപുള്ള പ്രണയകാലത്തെ വള്ളുവർ ഇത്രകണ്ട് വിശദീകരിക്കുന്നത്. പുരുഷന് മടലേറ്റം എന്നതുപോലെ ലജ്ജാത്യാഗം വന്നുചേർന്ന കാമുകിക്ക് മാതാപിതാക്കന്മാരുടെ സമ്മത

മില്ലാതെ ഗാന്ധർവ്വവിധിപ്രകാരം ഇഷ്ടപുരുഷനെ വിവാഹം ചെയ്യുന്നതിന് തിരുക്കുറൾ അനുവാദം നൽകുന്നുണ്ട്. കളവ് കാലത്തെയും കർപ്പ് കാലത്തെയും നായികാനായകന്മാരുടെ മാനസികാവസ്ഥയെ വെളിപ്പെടുത്താൽ വള്ളുവർക്ക് കഴിഞ്ഞിട്ടുണ്ട്. സമൂഹത്തെയും മാതാപിതാക്കന്മാരെയും ഭയന്ന് വിരഹാവസ്ഥയിൽ കഴിയുന്ന നായികനായകന്മാരുടെ ശാരീരികമാനസികാവസ്ഥകളെ വിശദീകരിക്കാൻ വള്ളുവർ ശ്രമിക്കുന്നുണ്ട്.

സംഘംകൃതികളിൽ പ്രകടമാകുന്ന പെൺമ, തിരുക്കുറളിന്റെ സാമൂഹ്യാന്തരീക്ഷത്തിൽ അപ്രത്യക്ഷമാവുന്നുണ്ടോ എന്ന് പലപ്പോഴും സംശയം തോന്നാം. കുറളിൽ പ്രസ്താവിച്ചിട്ടുള്ള സ്ത്രീകളുടെ സദ്ഗുണങ്ങളിൽ ചിലത് ഇരുപത്തിയൊന്നാം നൂറ്റാണ്ടിലെ സ്ത്രീകൾക്ക് അത്രകണ്ട് യോജിക്കുന്നതല്ല. അവ പലപ്പോഴും സ്ത്രീകളെ അടിമത്തത്തിന്റെ ചരടിൽ ബന്ധിക്കുന്നതായി ഇന്നത്തെ വായനയിൽ വ്യാഖ്യാനിക്കപ്പെടാം. 'തിരുക്കുറൾ സ്ത്രീയുടെ അടിമത്ത്വത്തെ സ്തുതിക്കുന്നുവെന്നത് കവിയുടെ ദോഷമാണെന്ന് ധരിക്കേണ്ടതുമില്ല. സാഹിത്യം കാലത്തെ അതിജീവിക്കുന്നില്ലെന്നേ ഇതിനർത്ഥമുള്ളൂ എന്ന് കെ. എൻ. എഴുത്തച്ഛൻ (1991, 120) അഭിപ്രായപ്പെടുന്നു. തിരുക്കുറളിലെ ധർമ്മപ്രകരണത്തിലെ ഭാര്യാസങ്കല്പത്തിലാണ് ഈ കല്ലുകടി അനുഭവപ്പെടുക. ഗൃഹസ്ഥാശ്രമത്തിലെ സ്ത്രീയുടെ ധർമ്മാനുസൃതജീവിതം അവളെക്കാൾ ഗുണം ചെയ്യുന്നത് അവളുടെ ഭർത്താവിനാണെന്നസ്ഥിതിയാണ് ഇതിനു കാരണം. ഭാര്യാഭർത്തൃബന്ധത്തിന്റെ ഊഷ്മളതയിൽ യഥാർത്ഥത്തിൽ ഈ സ്ഥിതിയാണ് അഭികാമ്യം.

പങ്കാളികളിൽ ഒരാൾക്കുണ്ടാകുന്ന നേട്ടം മറ്റേയാൾക്ക് അഭിമാനത്തിനു വക നൽകുമല്ലോ. പക്ഷേ, ഈ സ്ഥിതിവിശേഷങ്ങളെ ഏകപക്ഷീയമായി അവതരിപ്പിക്കുന്നു എന്നതാണ് ന്യൂനത. എന്നാൽ കാമപ്രകടനത്തിൽ അവതരിപ്പിക്കുന്ന സ്ത്രീപുരുഷ ബന്ധത്തെക്കുറിച്ചുള്ള ദർശനം സംഘപാരമ്പര്യത്തിന്റെ തുടർച്ചയാണ് പ്രദർശിപ്പിക്കുന്നത്. പുരുഷനോടൊപ്പം തത്തുല്യമായി സ്ത്രീയുടേയും മാനസികശാരീരികവികാരവിചാരങ്ങളെ അംഗീകരിക്കുകയും അവതരിപ്പിക്കുകയും ചെയ്യുന്നു.

യഥാവിധം ധർമ്മാർത്ഥകാമങ്ങൾ നേടാൻ ഉപദേശിക്കുമ്പോൾ ചതുരാശ്രമങ്ങളിൽ മനുഷ്യർ കടന്നുപോകാനിടയുള്ള സാഹചര്യങ്ങളുടെ മേന്മയും പ്രസ്തുത അവസ്ഥയിൽ മെച്ചപ്പെട്ട ജീവിതം നയിക്കുന്നതിനുള്ള വഴികളും വിശദീകരിക്കുകയാണ് തിരുക്കുറൾ.

അവയിൽ ചിലത് അന്നത്തെ സാമൂഹികാന്തരീക്ഷത്തെ ആശ്രയിച്ചുമാത്രം നിലനിൽക്കുന്നവയുമാണ്.

കുറിപ്പുകൾ

1. തിരുക്കുറളിന്റെ മലയാളം വിവർത്തകരിൽ ഒരാളായ പണ്ഡിറ്റ് കെ. ചെല്ലൻ നാടാർ തന്റെ വിവർത്തനത്തിൽ ഈ കുറളിന് മറ്റൊരു അർത്ഥതലം കല്പിച്ചുനൽകുന്നുണ്ട്. ആദി, ഭഗവാൻ എന്നീ ശബ്ദങ്ങൾ തിരുവള്ളുവരുടെ മാതാപിതാക്കന്മാരെ സൂചിപ്പിക്കുന്നുവെന്ന് വിലയിരുത്തുന്നു (1962,2). ഈ വിലയിരുത്തലിൽ സ്ത്രീപുരുഷ സമ്മേളനം കൈവരുന്നുണ്ട്.

2. തിരുക്കുറളിലെ 92-ാം അധ്യായത്തിൽ (വരൈവിൻ മകളിർ) വേശ്യാ സംസർഗത്തെക്കുറിച്ച് പ്രതിപാദിക്കുന്നു.

സഹായകഗ്രന്ഥങ്ങൾ

1. ആർ. ഗോപിനാഥൻ, തൊൽക്കാപ്പിയം (വിവ.), കേരള സാഹിത്യ അക്കാദമി, തൃശൂർ.

2. എ. ശ്രീധരമേനോൻ, 2008, ഇന്ത്യചരിത്രം, ഡി. സി. ബുക്സ്, കോട്ടയം.

3. എം. വാസു, 2023, തിരുക്കുറൾ (വിവ.), മൈത്രി ബുക്സ്, തിരുവനന്തപുരം.

4. എസ്. രമേശൻനായർ, 2008, തിരുക്കുറൾ (വിവ.), ഡി.സി. ബുക്സ്, കോട്ടയം.

5. കെ. ചെല്ലൻ നാടാർ, 1962, തിരുക്കുറൾ (വിവ.), പത്മനാഭ പ്രസ്, പാറശാല.

6. കെ.എം. ജോർജ്ജ്, 2017, സാഹിത്യചരിത്രം പ്രസ്ഥാനങ്ങളിലൂടെ, ഡി.സി. ബുക്സ്, കോട്ടയം.

7. കെ. എൻ. എഴുത്തച്ഛൻ, 1991, തെരഞ്ഞെടുത്ത പ്രബന്ധങ്ങൾ (വാല്യം രണ്ട്), കേരള സാഹിത്യ അക്കാദമി, തൃശൂർ.

8. ജെ.ജെ. പള്ളത്ത്, 2007, നാട്ടറിവ്, ഒലിവ് പബ്ലിക്കേഷൻസ്, കോഴിക്കോട്.

○○

19

ലിംഗസമത്വം: ഭരണഘടനയും പാഠപുസ്തകങ്ങളും

അജയ് ലാൽ എം.

എല്ലാത്തരം മനുഷ്യർക്കും ജീവശാസ്ത്രപരമായ വ്യത്യാസങ്ങൾക്കിടയിലും സമൂഹം പ്രദാനം ചെയ്യുന്ന അവസരങ്ങളിലേക്കും വിഭവങ്ങളിലേക്കും തുല്യമായ പ്രവേശനം ലഭിക്കണമെന്ന ചിന്തയാണ് ലിംഗസമത്വം. എന്നാൽ ഇതിൽ നിന്നും വ്യത്യസ്തമായി പുരുഷാധിപത്യ സമൂഹമാണ് പ്രാചീനകാലം മുതലേ ലോകമെമ്പാടും നിലനിന്നുപോന്നത്. ഇത് സമൂഹത്തിൽ മൗലികാവകാശങ്ങൾ ലംഘിക്കപ്പെടുന്നതിന് കാരണമായി. വിദ്യാഭ്യാസം, ജോലി, അനന്തരാവകാശം, സ്വത്ത്, സ്ഥാനമാനങ്ങൾ എന്നിവയിൽ പുരുഷന്മാർക്ക് മേധാവിത്വമുള്ള രീതിയിലായിരുന്നു സാമൂഹ്യവ്യവസ്ഥ. ഇവ ഇല്ലായ്മ ചെയ്യാൻ ബോധവൽക്കരണമല്ലാതെ മറ്റു മാർഗങ്ങളില്ല. ഇതിന് ഏറ്റവും മികച്ച ഉപാധിയാണ് വിദ്യാഭ്യാസം. ചെറുപ്പം മുതലേ സമൂഹത്തിൽ സമത്വ മനോഭാവം വളർത്തിയെടുക്കുക എന്നതാണ് ഇതിലൂടെ അർത്ഥമാക്കുന്നത്. ഒരു മനുഷ്യന്റെ പരമപ്രധാനമായ കൗമാര ഘട്ടത്തിലെ സെക്കൻഡറി തല ഭാഷാപാഠപുസ്തകങ്ങളിൽ ലിംഗസമത്വം എന്ന ആശയം പ്രദാനം ചെയ്യാൻ സാധിക്കുന്നുണ്ടോയെന്നു പരിശോധിക്കുകയാണ് ഈ പ്രബന്ധം ചെയ്യുന്നത്. കൗമാരഘട്ടം വ്യക്തിത്വ വികസനത്തിലെ സുപ്രധാന സമയമായതുകൊണ്ടാണ് സെക്കൻഡറി തലത്തിലെ വിദ്യാഭ്യാസത്തെ ഇവിടെ പഠനവിധേയമാക്കിയത്.

സമൂഹത്തിൽ വിവേചനങ്ങളൊന്നുമില്ലാതെ സമത്വമനോഭാവത്തോടുകൂടി ജീവിക്കാനുള്ള അവകാശം എല്ലാവർക്കുമുണ്ട്.

ജാതി, മതം, ലിംഗം, നിറം, തൊഴിൽ, പദവി, സാമ്പത്തികം എന്നിവ അതിർവരമ്പുകളാകാതെ എല്ലാ വ്യക്തികളെയും തുല്യരായിക്കാണുന്ന സ്ഥിതിവിശേഷം വരുമ്പോൾ മാത്രമേ സമൂഹം സമത്വം കൈവരിച്ചുവെന്ന് നമുക്ക് പറയാൻ സാധിക്കൂ. എന്നാൽ ഇതേ മാനദണ്ഡങ്ങളെ മുൻനിർത്തി ഭൂരിപക്ഷത്തിലെ ഒരു വിഭാഗം ന്യൂനപക്ഷത്തെ മുഖ്യധാരയിൽ നിന്നും മാറ്റിനിർത്തുന്നു. ഇത് കുടുംബത്തിൽ നിന്ന് തന്നെ ആരംഭിക്കുന്നുവെന്നതാണ് സത്യം. ജീവിതത്തിൽ അഭിവൃദ്ധി പ്രാപിക്കാനും തുല്യതയോടെ വളരാനും തുല്യ അവസരങ്ങളുള്ള സാഹചര്യം ഒരുക്കുകയെന്നതാണ് ഭരണകൂടത്തിന്റെ ഉത്തരവാദിത്വം. ഈ കടമ നിറവേറ്റുന്നതിനായി ഒരുപാട് നിയമങ്ങളും സാധ്യതകളും രാജ്യത്ത് നിലനിൽക്കുന്നുണ്ടെങ്കിലും ഇവ പ്രാവർത്തികമാക്കാൻ പലപ്പോഴും നമുക്ക് സാധിക്കാറില്ല.

ജാതി, മതം, തൊഴിൽ, പദവി, സാമ്പത്തികം എന്നിവയെല്ലാം മനുഷ്യന്റെ ജനനത്തിനുശേഷം അവരിൽ എത്തിച്ചേരുന്നവയാണ്. നിലവിലെ സാഹചര്യത്തിൽ ഇവ സ്വീകരിക്കാനും തിരസ്കരിക്കാനും നമുക്ക് സാധ്യതകളുണ്ട്. ഏകദേശം ഒരു ലക്ഷം കുട്ടികളാണ് ജാതി രേഖപ്പെടുത്താതെ ഈ വർഷം സ്കൂളിൽ പ്രവേശിച്ചത്. മതം സ്വീകരിക്കാത്തവരുടെയും പരിവർത്തനത്തിനു വിധേയമാകുന്നവരുടെയും എണ്ണത്തിൽ അടുത്ത കാലത്തായി വലിയ വർദ്ധനവുണ്ടായിട്ടുണ്ട്. വിദ്യാഭ്യാസം നേടുന്നതിലൂടെ തൊഴിലും സാമ്പത്തികമായ പുരോഗതിയും നേടാൻ എല്ലാവർക്കും അവസരമുണ്ട്. ഇത് സമൂഹത്തിലെ താഴ്ന്ന വിഭാഗത്തിൽപെട്ടവരെ ഉയർന്ന ശ്രേണിയിലെത്താനും സഹായിക്കുന്നു. ഇതിലൂടെ ഈ മേഖലയിലെ അവസര സമത്വം നിലനിർത്താൻ നമുക്ക് സാധിക്കും.

എന്നാൽ ഇതിൽ നിന്നും വ്യത്യസ്തമാണ് ലിംഗാടിസ്ഥാനത്തിലുള്ള വിവേചനം. മറ്റുള്ളവ മനുഷ്യനാൽ നിർമ്മിക്കപ്പെട്ടവയാണെങ്കിൽ ലിംഗാടിസ്ഥാനത്തിലുള്ള വൈവിധ്യം പ്രകൃതിയിൽ നിന്ന് ജൈവികമായി ലഭിക്കുന്നതാണ്. അവയെ തടയാനും ഇല്ലായ്മ ചെയ്യാനും നമുക്ക് സാധിക്കുകയില്ല. ശാസ്ത്രത്തിന്റെ വളർച്ചയ്ക്കനുസരിച്ച് ശസ്ത്രക്രിയകളാൽ ലിംഗവ്യത്യാസം വരുത്താമെങ്കിലും സമൂഹത്തിൽ ഇപ്പോഴും ബഹുഭൂരിപക്ഷം ആളുകളും അത്തരത്തിലുള്ളവരെ അംഗീകരിക്കുന്നില്ലയെന്ന് മാത്രമല്ല അവരെ മൂർച്ചയേറിയ വാക്കുകൾ കൊണ്ട് മുറിവേൽപ്പിക്കുകയും ചെയ്യുന്നു. അവരെ പൊതുയിടങ്ങളിൽ പരിഗണിക്കുക പോലും ചെയ്യുന്നില്ല.

അവരും ജീവനുള്ള മനുഷ്യരാണെന്ന് സമൂഹം മറന്നുപോകുന്നു.

മനുഷ്യനാൽ നിർമ്മിക്കപ്പെട്ട വിവേചനമാനദണ്ഡങ്ങളെ നേടിയെടുക്കാനും വേണ്ടെന്നു വയ്ക്കാനും നമുക്ക് അവസരമുണ്ട്. എന്നാൽ ജൈവികമായിട്ടുള്ള കാര്യങ്ങൾ അങ്ങനെയല്ല. മനുഷ്യനോടൊപ്പം തന്നെ ജൈവികമായ വ്യതിയാനങ്ങളും ജനിക്കുന്നു. അവയെ ബഹുമാനിക്കാനും അംഗീകരിക്കാനും നമ്മൾ തയ്യാറാവേണ്ടതുണ്ട്. സമൂഹം ഓരോ വ്യക്തിക്കും തുല്യ അവകാശങ്ങളും സമൂഹത്തിലെ വിഭവങ്ങളിലേക്കുള്ള പ്രവേശനവും ലഭ്യമാക്കാൻ ശ്രമിക്കുമ്പോഴും ചില ആളുകൾ ഈ ചിന്തയ്ക്കെതിരെ പ്രവർത്തിക്കുന്നു. ഇത്തരത്തിലുള്ള വിവേചനങ്ങൾ ഒരു പ്രത്യേക പ്രദേശത്ത് മാത്രം നടക്കുന്നവയല്ല, മറിച്ച് ലോകമെമ്പാടും ഇവ വ്യത്യസ്ത തോതിലും രീതിയിലും നടന്നുകൊണ്ടിരിക്കുന്നു. നമ്മൾ അഭിമാനത്തോടുകൂടി പറയുന്ന പുരോഗമന സമൂഹങ്ങളിലും ഉന്നത സംഘടനകളിലും ലിംഗ വിവേചനത്തിന്റെ നിരവധി ഉദാഹരണങ്ങൾ നമുക്ക് കാണാൻ സാധിക്കും. സ്ത്രീകൾക്ക് മേൽ പുരുഷാധിപത്യത്തിന്റെ മെയിൽ കോളനിയാണ് പലയിടങ്ങളിലും നിലനിൽക്കുന്നത്. എന്നാൽ സ്ത്രീയും പുരുഷനും മാത്രമല്ല സമൂഹത്തിൽ ഉള്ളതെന്ന് നാം മനസ്സിലാക്കേണ്ടതുണ്ട്. ഇവരെ കൂടാതെ ഏകദേശം 72 ലിംഗഭേദങ്ങളും 1107 നടുത്ത് ലിംഗ വ്യക്തിത്വങ്ങളും ലോകത്തിന്റെ വിവിധ ഭാഗങ്ങളിലുണ്ടെന്നാണ് കണക്കുകൾ സൂചിപ്പിക്കുന്നത് (ഈ എണ്ണത്തിൽ വ്യത്യസ്ത അഭിപ്രായങ്ങൾ നിലനിൽക്കുന്നുണ്ട്). ഇത്രയും ലിംഗഭേദങ്ങൾ സമൂഹത്തിൽ നിലനിൽക്കുന്നുണ്ടെങ്കിലും സമൂഹത്തെ നിയന്ത്രിക്കുന്നത് പുരുഷന്മാരാണ്. പ്രാചീനകാലം മുതൽ തന്നെ പുരുഷന്മാരാൽ നിർമ്മിക്കപ്പെട്ട പല നിയമങ്ങളും പുരുഷാധിപത്യ സമൂഹത്തിന് കാരണമായി മാറി. ജനനം മുതൽ പുരുഷനാൽ സംരക്ഷിക്കപ്പെടേണ്ടവരാണ് സ്ത്രീകളെന്ന വിശ്വാസമാണ് മനുസ്മൃതിയിൽ നമുക്ക് കാണാൻ സാധിക്കുന്നത്:

പിതാ രക്ഷതി കൗമാരേ;
ഭർത്തോ രക്ഷതി യൗവനേ;
പുത്രോ രക്ഷതി വാർദ്ധക്യേ;
ന: സ്ത്രീ സ്വാതന്ത്ര്യമർഹതി
– മനുസ്മൃതി

ഇത്തരത്തിൽ സ്ത്രീകളെ സംരക്ഷിക്കുന്ന സ്ഥലങ്ങളിൽ ദേവതകൾ കുടിയിരിക്കുമെന്ന വിശ്വാസവും പണ്ടുകാലത്ത് ഉണ്ടായി

രുന്നു. എന്നാൽ അതേ ഇന്ത്യയുടെ ഇന്നത്തെ അവസ്ഥ പരിതാപകരമാണ്. ആരോഗ്യം, വിദ്യാഭ്യാസം, സാമ്പത്തികം, രാഷ്ട്രീയം എന്നീ പ്രധാനപ്പെട്ട നാലു മേഖലകളെ പരിഗണിച്ചുകൊണ്ട് അന്താരാഷ്ട്ര തലത്തിൽ തയ്യാറാക്കുന്ന ഗ്ലോബൽ ജെൻഡർ ഗ്യാപ്പ് ഇൻഡക്സിന്റെ 2023-ലെ കണക്ക് പ്രകാരം 146 രാജ്യങ്ങളിൽ 127-ാം സ്ഥാനത്താണ് ഇന്ത്യയുടെ സ്ഥാനം. 2016-2021 വരെ മാത്രം സ്ത്രീകൾക്കെതിരായ 22.8 ലക്ഷം കേസുകളാണ് രജിസ്റ്റർ ചെയ്തിട്ടുള്ളത്. വെറും ആറ് വർഷത്തെ മാത്രം കണക്കുകളാണിത്. ധൈര്യം സംഭരിച്ചു കൊണ്ട് നിയമ പോരാട്ടത്തിന് ഇറങ്ങി തിരിച്ചവരുടെ കണക്ക് മാത്രമാണിത്. സമൂഹത്തെയും മറ്റു ഘടകങ്ങളെയും ഭയപ്പെട്ട് അതിക്രമങ്ങൾക്കെതിരെ ഒന്ന് ശബ്ദമുയർത്താൻ പോലും സാധിക്കാത്ത അനേകമാളുകൾ ഇനിയുമുണ്ടെന്നാണ് സത്യം. ലിംഗാടിസ്ഥാനത്തിൽ രണ്ടാം സ്ഥാനക്കാരായി കണക്കാക്കുന്ന സ്ത്രീകളുടെ അവസ്ഥ ഇങ്ങനെയാണെങ്കിൽ മറ്റുള്ളവരുടെ സ്ഥിതി പറയേണ്ടതില്ലല്ലോ.

സമത്വം എന്ന ആശയത്തോടു ചേർന്ന് നാം എപ്പോഴും കേൾക്കുന്ന മൂന്നു പദങ്ങളാണ് ലിംഗസമത്വം (Gender Equality), ലിംഗനിഷ്പക്ഷത (Gender Nuertrality), ലിംഗനീതി (Gender Equity) എന്നിവ. വിവിധ ഇടങ്ങളിൽ ഈ ആശയം പ്രയോഗിക്കുന്നവർ ഈ വാക്കുകളുടെ അർത്ഥവും ആവശ്യകതയും മനസ്സിലാക്കാതെ ഉപയോഗിക്കുന്നതുകൊണ്ട് ഈ പദങ്ങളുടെ ഉദ്ദേശലക്ഷ്യങ്ങൾ നടപ്പിലാകാതെവരുന്നു. ലിംഗഭേദത്തിന്റെ അടിസ്ഥാനത്തിലുള്ള വിവേചനം (Gender based discrimination) ഇല്ലാതാക്കി സമത്വം ഉറപ്പ് വരുത്തുകയെന്നതാണ് ലിംഗസമത്വം അല്ലെങ്കിൽ ജെന്റർ തുല്യത (Gender Equality) എന്നതുകൊണ്ടു ലക്ഷ്യം വയ്ക്കുന്നത്. സ്ത്രീ-പുരുഷ-ട്രാൻസ്ജെൻഡർ വിഭാഗങ്ങൾക്കും മറ്റ് ലിംഗ-ലൈംഗിക ന്യൂനപക്ഷങ്ങൾക്കുമിടയിൽ (LGBT) ഒരു തരത്തിലുമുള്ള വിവേചനവും ഉണ്ടാവാതിരിക്കുക എന്ന ലക്ഷ്യമാണ് ലിംഗസമത്വത്തിനടിസ്ഥാനം.

ഭാഷ, വേഷം, വസ്ത്രം, വസ്തുക്കൾ, നിയമം, ആചാരാനുഷ്ഠാനങ്ങൾ എന്നിവയാൽ ഉയർന്നുവരുന്ന ലിംഗ വിവേചനങ്ങളെ ഇല്ലാതാക്കുകയാണ് ലിംഗ നിഷ്പക്ഷത (Gender Nuertrality) എന്ന പദം കൊണ്ട് ഉദ്ദേശിക്കുന്നത്. ലിംഗ വ്യത്യാസത്തിന്റെ പേരിൽ സമൂഹം ചില അപ്രഖ്യാപിത നയങ്ങൾ, വസ്തുക്കൾ എന്നിവ ഓരോ ലിംഗസ്വത്വത്തിനുമേലെയും പ്രഖ്യാപിക്കുന്നു.

ഉദാഹരണത്തിന് പെൺകുട്ടികൾക്ക് പിങ്ക് നിറവും ആൺകുട്ടികൾക്ക് നീല നിറവും ആരോപിച്ച് നൽകിയിരിക്കുന്നു. ആൺകുട്ടികൾക്ക് ചെറിയ മുടിയും പെൺകുട്ടികൾക്ക് നീണ്ട മുടിയുമാണ് വേണ്ട തെന്ന് പറയുന്നു. അപ്രഖ്യാപിതമായി സമൂഹത്തിൽ നിലനിൽ ക്കുന്ന വ്യവസ്ഥകളാണിവ. ഏതൊരു വ്യക്തിക്കും അവരുടെ ഇഷ്ട പ്രകാരമുള്ള വേഷം ധരിക്കാനും വസ്തുക്കൾ ഉപയോഗിക്കാനും വിവിധയിടങ്ങളിലേക്ക് സഞ്ചരിക്കാനും സ്വാതന്ത്ര്യമുണ്ട്. ഒരു വസ്തുവും ഒരു പ്രത്യേക ജനവിഭാഗത്തിനു മാത്രം ഉപയോഗിക്കാ നുള്ളതല്ലയെന്നും അവ എല്ലാവർക്കും ഒരുപോലെ ഉപയോഗിക്കാ നുള്ളതാണെന്നും വസ്തുക്കൾ ഉപയോഗിച്ചുകൊണ്ട് മനുഷ്യരെ വേർതിരിക്കാൻ പാടില്ലെന്നും പറയുന്ന ആശയമാണ് ലിംഗനിഷ് പക്ഷത.

സമൂഹത്തിലെ ലിംഗാടിസ്ഥാനത്തിലുള്ള അസന്തുലിതാവസ്ഥ മനസ്സിലാക്കുകയും ക്രമീകരിക്കുകയും വേണമെന്ന ചിന്തയാണ് ലിംഗനീതി എന്ന ആശയത്തിന് കാരണം. എല്ലാവരെയും സമത്വ പൂർണ്ണമായ ജീവിത നിലവാരത്തിലേക്ക് നയിക്കുക എന്നതാണ് തുല്യത (Equity) എന്ന പദം കൊണ്ട് ഉദ്ദേശിക്കുന്നത്. ഒരേ ജനവി ഭാഗത്തിൽ വ്യത്യസ്ത തലങ്ങളിലുള്ളവർ ഉണ്ടായിരിക്കും. ഒരേ സമൂഹത്തിലെ പുരുഷന്മാരും സ്ത്രീകളും ട്രാൻസ്ജെൻഡർ വിഭാ ഗങ്ങളും മറ്റ് ലിംഗ-ലൈംഗിക ന്യൂനപക്ഷങ്ങളും ഒരേ ശ്രേണിയി ലല്ല ജീവിക്കുന്നത്. ഇവരെല്ലാം സമൂഹത്തിൽ വ്യത്യസ്ത ശ്രേണി യിൽപ്പെട്ടവരാണ്. ഹിന്ദുമതത്തിലെയും മുസ്ലിം മതത്തിലെയും സ്ത്രീകൾ ഒരേ സ്വാതന്ത്ര്യമല്ല അനുഭവിക്കുന്നത്. ഹിന്ദുമതത്തിലെ സാമ്പത്തികമായി മുന്നോട്ട് നിൽക്കുന്ന പുരുഷന്മാരും സാമ്പത്തി കമായി പിന്നോക്കം നിൽക്കുന്ന പുരുഷന്മാരും ഒരേ ജീവിതരീതി യല്ല നയിക്കുന്നത്. ഒരേ വിഭാഗത്തിൽ പെടുന്നവരാണെങ്കിലും വ്യത്യസ്ത കാരണങ്ങളാൽ (മതം, സമ്പത്ത് etc) അവർ സമൂഹ ത്തിൽ വ്യത്യാസപ്പെട്ടിരിക്കുന്നു. ലിംഗതുല്യതയിലൂടെ ഈ വിവേചനങ്ങളെ മറികടക്കാനും പക്ഷപാതിത്വമില്ലാത്ത സമത്വ സുന്ദര സമൂഹം സൃഷ്ടിക്കാനും നമുക്ക് സാധിക്കും. അതിന് ഓരോ വിഭാഗത്തിനും അനുയോജ്യമായ രീതിയിലുള്ള അവസര ങ്ങളാണ് നൽകേണ്ടത്. ഒരു ക്ലാസിലെ എല്ലാ കുട്ടികൾക്കും ഒരേ രീതിയിലുള്ള ശിക്ഷണമല്ലല്ലോ വേണ്ടത്. അതുപോലെതന്നെ തെങ്ങിനും കവുങ്ങിനും ഒരേ വളമല്ലല്ലോ നമ്മൾ ഉപയോഗിക്കാറ്. ഈ പ്രക്രിയകൾക്ക് സമാനമായി എല്ലാതരം ജനവിഭാഗങ്ങളെയും

സമൂഹത്തിന്റെ മുന്നണിയിൽ എത്തിക്കാൻ ആവശ്യമായ തുല്യ പരിഗണന ഉറപ്പുവരുത്തുകയെന്നതാണ് ലിംഗ നീതി (Gender Equity) എന്നത് കൊണ്ട് ലക്ഷ്യം വെക്കുന്നത്.

സമൂഹത്തിൽ നിലനിൽക്കുന്ന വ്യത്യസ്ത തരത്തിലുള്ള അസമത്വങ്ങളും വിവേചനങ്ങളും തടയാൻ വേണ്ടി ഇന്ത്യൻ ഭരണഘടനയിൽ ഒരുപാട് നിയമസംഹിതകൾ നിലനിൽക്കുന്നുണ്ട്. ആർട്ടിക്കിൾ -14, ആർട്ടിക്കിൾ -15, ആർട്ടിക്കിൾ -15(1), ആർട്ടിക്കിൾ -15(2), ആർട്ടിക്കിൾ -16(1), ആർട്ടിക്കിൾ -16(2), ആർട്ടിക്കിൾ -19, ആർട്ടിക്കിൾ -19(1)(a), ആർട്ടിക്കിൾ -19(1)(d), ആർട്ടിക്കിൾ -19(1)(g) എന്നിവയെല്ലാം വിവേചനമില്ലാത്ത സമത്വം ഉറപ്പാക്കുന്ന ഒരു രാഷ്ട്രത്തിനു വേണ്ടി നിലകൊള്ളുന്ന നിയമസംഹിതകളാണ്.

ഇന്ത്യയ്ക്കകത്ത് ഒരു വ്യക്തിക്കും നിയമത്തിനു മുന്നിൽ സമത്വവും നിയമം മുഖേനെയുള്ള തുല്യ സംരക്ഷണവും നിഷേധിക്കരുതെന്നാണ് ഭരണഘടനയിലെ പതിനാലാം വകുപ്പ് അനുശാസിക്കുന്നത്. മനുഷ്യനാൽ നിർമ്മിക്കപ്പെട്ട അതിർവരമ്പുകൾ കൊണ്ട് ജനങ്ങൾ ഇന്നും ഇന്ത്യയിൽ മാറ്റി നിർത്തപ്പെടുന്നു. ജാതി, മതം, വംശം, ലിംഗം, ജന്മസ്ഥാനം, സാമ്പത്തികം എന്നിവയൊക്കെ ഈ വരമ്പുകളുടെ സൂത്രവാക്യമാണ്. ആദ്യകാലങ്ങളിൽ കായികക്ഷമതയ്ക്ക് അനുസരിച്ച് തൊഴിലുകൾ വിഭജിച്ചപ്പോൾ കഠിനമേറിയ ജോലികൾ പുരുഷന്മാർക്കും താരതമ്യേന എളുപ്പമായ ജോലികൾ സ്ത്രീകൾക്കുമായി വിഭജിക്കപ്പെട്ടു. എന്നാൽ ഈ വിഭജനത്തെ സമൂഹത്തിന്റെ അധികാര കേന്ദ്രങ്ങളാവാൻ പുരുഷന്മാരെ സഹായിച്ചു. ഇത് പുരുഷന്മാർക്ക് സമൂഹത്തിൽ പ്രഥമസ്ഥാനവും സ്ത്രീകൾക്ക് രണ്ടാംസ്ഥാനവും മറ്റുള്ളവർക്ക് അതിനും താഴെ സ്ഥാനവും ലഭിക്കുന്നതിന് കാരണമായി. മനുഷ്യന്റെ ജന്മം ജൈവീകപരമാണ്. പ്രകൃതിയിൽ നിന്നും ലഭിച്ചിട്ടുള്ള സ്രോതസ്സുകളുടെ ഫലമായി ഏതൊരു ജീവജാലങ്ങൾക്കിടയിലും വലിയ വ്യത്യാസമായി മാറുന്നത് ലിംഗ പദവിയാണ്. ജാതിയുടെ പേരിൽ നടക്കുന്ന ദുരഭിമാന കൊലകളും, മതത്തിന്റെ പേരിൽ നടക്കുന്ന വിവേചനവും, വംശത്തിന്റെ പേര് പറഞ്ഞ് നടക്കുന്ന അഭിപ്രായഭിന്നതയും, ജന്മസ്ഥാനങ്ങൾക്കിടയിലുള്ള സംഘർഷവും, ലിംഗപദവിയിലുള്ള അസമത്വവും, സാമ്പത്തികശേഷിക്ക് അനുസരിച്ചുള്ള പരിഗണനക്കുറവും ഇന്നും ഇന്ത്യൻ സമൂഹത്തിൽ നിലനിൽക്കുന്നുണ്ട്.

ജാതി, വംശം, ലിംഗം, ജന്മസ്ഥലം എന്നിവയുടെ അടിസ്ഥാനത്തിൽ വിവേചനങ്ങൾ നിരോധിക്കുക എന്നതാണ് ഭരണഘടന

യിലെ 15-ാം വകുപ്പ്. എന്നാൽ രാജ്യത്തിലുടനീളം ഇതിന് വ്യത്യസ്തമായ രീതിയിൽ സംഭവങ്ങൾ അരങ്ങേറിക്കൊണ്ടിരിക്കുകയാണ്. ഈ ആശയങ്ങൾ 21-ാം നൂറ്റാണ്ടിന്റെ തുടക്കത്തിലും നടപ്പിലാക്കാൻ പറ്റാത്ത അവസ്ഥയാണ് ഇന്ത്യയിൽ ഉള്ളത്. ബാബരി മസ്ജിദ് അഭിപ്രായ ഭിന്നതകളും, മണിപ്പൂരിലെ വർഗീയ കലാപവും, സ്ത്രീകൾക്കും ട്രാൻസ്ജെൻഡേഴ്സിനും എതിരായുള്ള അതിക്രമങ്ങളും സംസ്ഥാനങ്ങൾ തമ്മിലുള്ള വാക്പോരുകളുമൊക്കെ സമത്വമെന്ന മനോഭാവത്തെ തന്നെ ചോദ്യം ചെയ്യുന്നവയാണ്.

സമകാലീന സമൂഹത്തിലെ സംഭവങ്ങൾ പരിശോധിച്ചാൽ മതം, വംശം, ജാതി, ലിംഗം, ജന്മസ്ഥലം അല്ലെങ്കിൽ അവയിലേതെങ്കിലും ഒന്നിന്റെ അടിസ്ഥാനത്തിൽ മാത്രം ഒരു പൗരനോടും ഭരണകൂടം വിവേചനം കാണിക്കരുതെന്ന ഭരണഘടനയിലെ 15(1)-ാം ആർട്ടിക്കിൾ ഇന്ത്യയിൽ പലയിടങ്ങളിലും നടപ്പിലാവുന്നില്ലയെന്ന് മനസ്സിലാക്കാൻ സാധിക്കും. ഭരണകൂടങ്ങൾ തങ്ങളുടെ നിലനിൽപ്പിനുവേണ്ടി മേൽപ്പറഞ്ഞ ഘടകങ്ങളെ സ്വാർത്ഥതാല്പര്യത്തിനായി ഉപയോഗിക്കുന്നതിന് ഒരുപാട് ഉദാഹരണങ്ങൾ നമുക്ക് മുന്നിലുണ്ട്. വേലി തന്നെ വിളവ് തിന്നുന്ന ഒരവസ്ഥയാണിത്. തുടർന്നുവരുന്ന ഭരണഘടനയിലെ 15(2)-ാം വകുപ്പിൽ ഒരു പൗരനും മതം, വംശം, ജാതി, ലിംഗഭേദം, ജന്മസ്ഥലം അല്ലെങ്കിൽ അവയിലേതെങ്കിലുമൊന്നിന്റെ അടിസ്ഥാനത്തിൽ മാത്രം ഏതെങ്കിലും വൈകല്യത്തിനോ ബാധ്യതയ്ക്കോ നിയന്ത്രണത്തിനോ വ്യവസ്ഥയ്ക്കോ വിധേയമായിരിക്കരുതെന്നും പ്രതിപാദിക്കുന്നു. നേരത്തെ ചൂണ്ടിക്കാണിച്ച സാമൂഹികാവസ്ഥകൾ ഈ വകുപ്പിനെയും തിരസ്കരിക്കുന്നതായാണ് മനസ്സിലാക്കാൻ സാധിക്കുന്നത്.

വ്യത്യസ്ത തലങ്ങളിൽ നിന്നെത്തുന്ന ജനങ്ങൾ ഒരുമിച്ചു കൂടുന്ന ഇടമാണ് പൊതു തൊഴിലിടങ്ങൾ. എന്നാൽ അവിടെയും മതത്തിന്റെയും വംശത്തിന്റെയും ജാതിയുടെയും ലിംഗത്തിന്റെയും അടിസ്ഥാനത്തിൽ വിവേചനത്തിന്റെ പല മുഖങ്ങളും നിലനിൽക്കുന്നു. ശമ്പളം, സ്ഥാനക്കയറ്റം എന്നിവ നിശ്ചയിക്കുന്നതിൽ മേൽപ്പറഞ്ഞ വിവേചന വസ്തുതകൾ മാനദണ്ഡമാകുന്നു. ഒരേ ജോലി ചെയ്യുന്ന ആളുകൾക്ക് ഒരേ വേതനം കിട്ടാതിരിക്കുകയും സാമൂഹ്യമായി താഴെ തട്ടിലുള്ളവർക്ക് ഏറ്റവും ചെറിയ ജോലി നൽകുന്നതുമൊക്കെ ഇതിനുദാഹരണങ്ങളാണ്. തന്റെ സഹപ്രവർത്തകരെ വിവേചനബുദ്ധിയോടുകൂടി സമീപിക്കുകയും മോശമായി പെരു

മാറുകയും ചെയ്യുന്ന എത്രയോ സംഭവങ്ങൾ അനുദിനം നാം പത്രങ്ങളിലൂടെ വായിച്ചു മനസ്സിലാക്കുന്നു. പൊതുതൊഴിലിടങ്ങളിലെ അവസര സമത്വമെന്ന ഭരണഘടനയിലെ 16-ാം വകുപ്പിനെയാണ് ഇത്തരം പ്രവർത്തികൾ ചോദ്യം ചെയ്യുന്നത്.

സംസ്ഥാനത്തിന് കീഴിലുള്ള ഏതെങ്കിലും ഓഫീസിലേക്കുള്ള തൊഴിൽ അല്ലെങ്കിൽ നിയമനവുമായി ബന്ധപ്പെട്ട കാര്യങ്ങളിൽ എല്ലാ പൗരന്മാർക്കും അവസര സമത്വം ഉണ്ടായിരിക്കണമെന്ന് അനുശാസിക്കുന്ന സംഹിതയാണ് ഭരണഘടനയിലെ 16(1)-ാം വകുപ്പ്. ഈ നിയമ സംഹിത പ്രാബല്യത്തിലുള്ളപ്പോൾ തന്നെ തൊഴിലിടങ്ങളിൽ സ്ത്രീകൾ മാനസികമായും ശാരീരികമായും പ്രശ്നങ്ങൾ നേരിടേണ്ടിവരുന്നു. സ്ത്രീകൾ മാത്രമല്ല മറ്റു ലിംഗ വിഭാഗത്തിൽപ്പെട്ടവരും ഇത്തരത്തിലുള്ള വിവേചനങ്ങൾക്ക് ഇരയാവാറുണ്ട്.

ഭരണഘടനയിലെ 16(1)-ാം വകുപ്പിന് തുടർച്ചയായാണ് ആർട്ടിക്കിൾ 16(2). ഈ നിയമ സംഹിതപ്രകാരം ഒരു പൗരനും മതം, വംശം, ജാതി, ലിംഗഭേദം, വംശം, ജന്മസ്ഥലം, താമസസ്ഥലം അല്ലെങ്കിൽ അവയിലേതെങ്കിലുമൊന്നിന്റെ അടിസ്ഥാനത്തിൽ മാത്രം സംസ്ഥാനത്തിന് കീഴിലുള്ള ഏതെങ്കിലും തൊഴിലിടങ്ങളിലോ ഓഫീസിലോ അർഹതയോ വിവേചനമോ ഉണ്ടാകരുത്. സാങ്കേതികവിദ്യ ഇത്ര വളർന്നിട്ടും ഇന്റർവ്യൂ മുതൽ വിരമിക്കൽ വരെ ഓഫീസുകളിൽ വ്യത്യസ്ത തരത്തിലുള്ള വിവേചനങ്ങൾ നിലനിൽക്കുന്നുവെന്നത് അലിഖിതമായ സത്യമാണ്. ന്യൂനപക്ഷമായി നിൽക്കുന്നവർക്ക് മോശമായ ജോലികൾ നൽകുക, ഒറ്റപ്പെടുത്തുക എന്നീ കാര്യങ്ങൾ ഓഫീസുകളിൽ നിരന്തരമായി നടന്നുകൊണ്ടിരിക്കുന്നു. ലിംഗാടിസ്ഥാനത്തിൽ പരിഗണിച്ചാൽ ലൈംഗിക ചൂഷണങ്ങളിലേക്ക് ഇവ ചെന്നവസാനിക്കുന്നു.

അഭിപ്രായസ്വാതന്ത്ര്യത്തെക്കുറിച്ചാണ് 19-ാം വകുപ്പ്. തങ്ങൾക്കിഷ്ടപ്പെട്ട വസ്ത്രം, ഭക്ഷണം, ജീവിതപങ്കാളി എന്നിവ തെരഞ്ഞെടുക്കാൻ സ്വാതന്ത്ര്യമില്ലാത്ത ഒരുപാട് പേർ താമസിക്കുന്ന നാടാണ് ഇന്ത്യ. കാരണങ്ങൾ പലതാണെങ്കിലും ഇത്തരത്തിലുള്ള അടിസ്ഥാന അഭിപ്രായസ്വാതന്ത്ര്യങ്ങൾ ഏറ്റവും കൂടുതലായി നിഷേധിക്കപ്പെടുന്നത് സ്ത്രീകൾക്കാണ്. സമൂഹത്തിൽ പുരുഷന്മാരാൽ നിർമ്മിക്കപ്പെട്ട നിയമങ്ങൾ കൊണ്ട് അവർ ഇതര വിഭാഗങ്ങൾക്ക് മേൽ ആധിപത്യം സ്ഥാപിക്കാൻ ശ്രമിക്കുന്നു. പുരുഷന്മാർ തങ്ങളുടെ ഇച്ഛ നടപ്പിലാക്കാൻ ശ്രമിക്കുമ്പോൾ അഭിപ്രായസ്വാതന്ത്ര്യം

ഒരു ജനവിഭാഗത്തിൽ നിന്ന് അകന്നുപോവുകയാണ് ചെയ്യുന്നതെന്ന കാര്യം മറന്നുകൂട.

സംസാരസ്വാതന്ത്ര്യത്തിനും ആവിഷ്കാര സ്വാതന്ത്ര്യത്തിനും പ്രാധാന്യം കൊടുക്കുന്നതാണ് ഭരണഘടനയിലെ 19(1)(a)-ാം വകുപ്പ്. നമ്മുടെ വീടുകളിൽ പോലും പല അവസരങ്ങളിലും സ്ത്രീകളുടെ വാക്കുകൾ മുഖവുരയ്ക്കെടുക്കാത്ത അവസ്ഥനില നിൽക്കുന്നു. ഇപ്പോൾ അതിൽ വലിയ വ്യത്യാസങ്ങൾ സംഭവിക്കുന്നുണ്ടെങ്കിലും സമൂഹത്തിന്റെ ചങ്ങലകളാൽ വായ മൂടികെട്ടിയ ഒരുപാട് ജീവിതങ്ങൾ ഇന്നും വീടുകളിലെ നാല് ചുമരുകൾക്കുള്ളിൽ ഒതുങ്ങി പോകുന്നുണ്ട്. വീട്ടിൽ മാത്രമല്ല, ഓഫീസുകളിലും പൊതുയിടങ്ങളിലുമെല്ലാം ഇത് തുടർന്നുപോരുന്നു. ഒരു പെൺകുട്ടി തനിക്ക് ഇഷ്ടപ്പെട്ട വസ്ത്രം ധരിക്കണം, ഇഷ്ടപ്പെട്ട സ്ഥലത്തേക്ക് പോകണം എന്നീ ആഗ്രഹങ്ങൾ പറയുമ്പോൾ സമൂഹം അവളെ മറ്റൊരു രീതിയിലേക്ക് വ്യാഖ്യാനിക്കാൻ ശ്രമിച്ച് വ്യക്തിഹത്യയ്ക്കിരയാക്കുന്നു. സ്ത്രീകളുടെ മാത്രമല്ല ട്രാൻസ്ജെൻഡേഴ്സിന്റെയും മറ്റു ലൈംഗിക ന്യൂനപക്ഷങ്ങളുടെയും അവസ്ഥയും സമാനമാണ്. അവരുടെ അഭിപ്രായങ്ങൾ ചോദിക്കാൻപോലും ആളുകൾ ശ്രമിക്കുന്നില്ലയെന്നത് ഖേദകരമാണ്.

ഇന്ത്യയുടെ പ്രദേശത്തുടനീളം സ്വതന്ത്രമായി സഞ്ചരിക്കാനുള്ള അവകാശമാണ് ഭരണഘടനയിലെ 19(1)(d)-ാം വകുപ്പ് നൽകുന്നത്. സ്വന്തം വീട്ടിൽ നിന്നും പുറത്തിറങ്ങാൻ സ്വാതന്ത്ര്യമില്ലാത്ത ഒരുപാട് പേർ ഇന്നും സമൂഹത്തിൽ ജീവിക്കുന്നുണ്ട്. ചില സ്ഥലങ്ങളിലേക്കുള്ള പ്രവേശനം പെൺകുട്ടികൾക്ക് മാത്രം നിഷേധിക്കപ്പെടുന്നു. ഒരു പ്രത്യേക സമയം കഴിഞ്ഞാൽ പെൺകുട്ടികൾക്ക് മാത്രം അസമയമാക്കുന്നു. ഇവയെല്ലാം ലിംഗാടിസ്ഥാനത്തിലുള്ള വിവേചനങ്ങളാണ്. ഒരുകൂട്ടം പെൺകുട്ടികൾക്കിടയിൽ ഒരു ആൺകുട്ടി സ്ഥാനം പിടിച്ചാൽ അതവന്റെ കഴിവും, ഒരുകൂട്ടം ആൺകുട്ടികൾക്കിടയിൽ ഒരു പെൺകുട്ടി പ്രത്യക്ഷപ്പെട്ടാൽ അവൾ മോശക്കാരിയുമാകുന്ന ചിന്താഗതി ഉള്ളയിടത്തോളം കാലം സമത്വമെന്ന ആശയത്തിനും സൗഹൃദമെന്ന പദത്തിനും അർത്ഥമില്ലാതെയാകുന്നു. സ്ത്രീകൾ സംരക്ഷണത്തിനായി ജനിച്ചവരാണെന്ന് ശാഠ്യമുള്ള ആളുകൾ സമൂഹത്തിൽ നിലനിൽക്കുന്നിടത്തോളം കാലം സ്ത്രീകൾക്ക് വിവേചനത്തിന്റെ ആവരണത്താൽ വീർപ്പുമുട്ടി ജീവിക്കേണ്ടി വരും.

19(1)(g)- ആർട്ടിക്കിൾ പ്രകാരം ഏതൊരു വ്യക്തിക്കും ഇഷ്ട

പ്പെട്ട തൊഴിലും പരിശീലനവും നേടാനും സംരംഭങ്ങൾ തുടങ്ങാനും അവകാശമുണ്ട്. എന്നാൽ സ്ത്രീകൾ വീട്ടിലെ ജോലി ചെയ്യേണ്ടവർ മാത്രമാണെന്നും അവർ സ്വയംപര്യാപ്തത നേടേണ്ടവരല്ലെന്നും കരുതുന്ന ഒരുവിഭാഗം ജനസമൂഹം ഇന്നും നമുക്കിടയിൽ ജീവിക്കുന്നുണ്ട്. വിദ്യാഭ്യാസത്തിനുള്ള അവകാശം സ്ത്രീകൾക്ക് നിഷേധിക്കുന്നത് പുരുഷന്മാരേക്കാൾ അവർ ഉയരുമെന്ന പേടിയുള്ളതുകൊണ്ടാണ്. സ്വതന്ത്രമായി ജോലിയോ വ്യവസായമോ ആരംഭിക്കാൻ ശ്രമിച്ചാൽ അവരെ നിരുത്സാഹപ്പെടുത്തുന്ന ഒരുകൂട്ടം ആളുകളും നമ്മുടെ സമൂഹത്തിലുണ്ട്.

ആറു മുതൽ പതിനാലു വയസ്സുവരെയുള്ള എല്ലാ കുട്ടികൾക്കും സൗജന്യവും നിർബന്ധിതവുമായ വിദ്യാഭ്യാസം സംസ്ഥാനം നൽകുമെന്ന് പ്രഖ്യാപിക്കുന്നതാണ് ഭരണഘടനയിലെ 21(A)-ാം വകുപ്പ്. എന്നാൽ സാമ്പത്തികമായ പിന്നാക്കാവസ്ഥ, ജാതി വ്യവസ്ഥ, ലിംഗഭേദ വിവേചനങ്ങൾ എന്നിവ പല കുട്ടികൾക്കും വിദ്യാഭ്യാസം ലഭ്യമാകാത്തതിന് കാരണമാകുന്നു. സാമ്പത്തികമായി പിന്നോക്കം നിൽക്കുന്നവരെ സൗജന്യ വിദ്യാഭ്യാസത്തിലൂടെ നമുക്കു മുന്നോട്ടുകൊണ്ടുവരാം. എന്നാൽ അന്ധവിശ്വാസങ്ങളെയും അനാചാരങ്ങളെയും കൂട്ടുപിടിച്ച് ജാതി, ലിംഗ ഭേദങ്ങളെ അടിസ്ഥാനമാക്കിയുള്ള വിദ്യാഭ്യാസ നിഷേധം നടത്തുന്നത് ഒരു കാരണവശാലും അംഗീകരിക്കാൻ കഴിയുന്നതല്ല.

ഇവ കൂടാതെ നിർദ്ദേശകതത്വങ്ങളിൽ സംസ്ഥാനം ഉറപ്പാക്കേണ്ട ചില നയങ്ങളെക്കുറിച്ച് പറയുന്നുണ്ട്. ആർട്ടിക്കിൾ 39(a)-യിൽ പൗരന്മാർ അതായത് പുരുഷന്മാർക്കും സ്ത്രീകൾക്കും തുല്യമായ ഉപജീവനമാർഗത്തിനുള്ള അവകാശമുണ്ടെന്ന് പറയുന്നു. ഇന്ത്യയിൽ പലയിടങ്ങളിലും ലിംഗാടിസ്ഥാനത്തിലുള്ള തൊഴിലുകളുടെ വിഭജനം ഇന്നും കാണാം. ആർട്ടിക്കിൾ 39(d)-യിൽ സ്ത്രീകൾക്കും പുരുഷന്മാർക്കും തുല്യ ജോലിക്ക് തുല്യ വേതനം ഉറപ്പ് വരുത്താൻ നിർദ്ദേശിക്കുന്നു. എന്നാൽ ഇത് വിദൂരമായ സ്വപ്നം മാത്രമായി അവശേഷിക്കുന്നു. പുലർച്ച മുതൽ രാത്രി വരെ ജോലി ചെയ്യുന്ന വീട്ടമ്മമാരും ഈ പരിഗണനയിൽ വരേണ്ടതുണ്ട്. പുരുഷൻ പുറത്ത് അധ്വാനിക്കുന്നതിന്റെ നാലിരട്ടിയാണ് ഒരു സ്ത്രീ വീട്ടിലെടുക്കുന്ന ജോലിഭാരം. മാത്രമല്ല സമൂഹത്തിലെ മറ്റുള്ള വിഭാഗക്കാരെക്കുറിച്ച് ആലോചിക്കാൻ തന്നെ വയ്യ. അവർക്ക് ജോലി ലഭിക്കുന്നത് തന്നെ പ്രയാസമാണ്. ലഭിച്ചാലും അധ്വാനത്തിനനുസരിച്ചുള്ള വേതനം എവിടെയും ലഭിക്കുന്നില്ല.

▶▶ സാംസ്കാരിക സ്ത്രീവാദം ••••••••••••••

സമത്വമെന്ന ആശയം പ്രാവർത്തികമാക്കാൻ ആവശ്യമായ നിയമ സംഹിതങ്ങൾ ഇന്ത്യയിലുണ്ട്. എന്നാൽ രാജ്യത്ത് നില നിൽക്കുന്ന അന്ധവിശ്വാസങ്ങളുടെയും അനാചാരങ്ങളുടെയും വിവേചനങ്ങളുടെയും ഫലമായി ഇന്ത്യൻ സമൂഹത്തിൽ ഈ സമത്വ മനോഭാവം ഉയർത്തിക്കൊണ്ടുവരാൻ നമുക്ക് സാധിക്കാതെ വരുന്നു. അടുത്തകാലത്തായി വലിയ രീതിയിലുള്ള മുന്നേറ്റം ഈ മേഖലയിൽ ഉണ്ടാക്കാൻ കഴിഞ്ഞിട്ടുണ്ടെങ്കിലും അതിൽ പൂർണ്ണതയെന്ന ലക്ഷ്യം ഇനിയും ഒരുപാട് ദൂരെയാണ്.

അവകാശം നിഷേധിക്കപ്പെടുന്നവർക്കെതിരായ എല്ലാത്തരം അതിക്രമങ്ങളും ഇല്ലാതാക്കുക എന്നതാണ് സമത്വത്തിലേക്കുള്ള പ്രധാനവഴി. സാമൂഹ്യസമത്വത്തെ ചോദ്യം ചെയ്യുന്ന ആചാരങ്ങളും അനാചാരങ്ങളും ഇല്ലായ്മ ചെയ്യേണ്ടതും അനിവാര്യമാണ്. വിവേചനത്തിന് അടിമപ്പെടുന്നവരുടെ പങ്കാളിത്തം സമൂഹത്തിന്റെ വിവിധതലങ്ങളിൽ ഉറപ്പുവരുത്തുക എന്നതാണ് മറ്റൊരു മാർഗം. ഈ ലക്ഷ്യത്തിലേക്ക് അവരെ എത്തിക്കാനുള്ള സഹായവും പ്രോത്സാഹനവും നൽകാൻ ഭരണകൂടവും പൊതുസമൂഹവും തയ്യാറാവേണ്ടതുണ്ട്.

വിവേചനങ്ങൾ നേരിടുന്നവർക്ക് സമൂഹത്തിന്റെ ഉയർന്ന ശ്രേണിയിലേക്ക് എത്തിച്ചേരാൻ സാധിക്കുന്ന മാർഗ്ഗമാണ് വിദ്യാഭ്യാസം. അറിവ് നേടുന്നതിലൂടെ പുതിയ അവസരങ്ങളിലേക്കുള്ള നിരവധി വാതിലുകളാണ് അവർക്ക് മുന്നിൽ തുറക്കപ്പെടുന്നത്. വൈദഗ്ധ്യം നേടിയ വിഷയത്തിൽ തൊഴിൽ കണ്ടെത്തുന്നതിലൂടെ സാമ്പത്തിക സ്വാതന്ത്ര്യത്തിനും സാമൂഹിക ഐഡന്റിറ്റിക്കും അവസരമൊരുങ്ങുന്നു. അധികാരകേന്ദ്രങ്ങളിലേക്ക് എത്തിച്ചേരാനും കൂടുതൽ ആളുകളെ കൈപിടിച്ചുയർത്താനും വഴിയൊരുങ്ങുന്നു.

ആർട്ടിക്കിൾ 21(A)-യിലെ ലക്ഷ്യങ്ങൾ പൂർത്തീകരിക്കുന്നതിന് പിന്നീട് വന്ന ദേശീയ വിദ്യാഭ്യാസനയവും (National Education Policy) ദേശീയ പാഠ്യപദ്ധതി ചട്ടക്കൂടും (National Curriculum Framework) കേരള പാഠ്യപദ്ധതി ചട്ടക്കൂടും (Kerala Curriculum Framework) സഹായിക്കുന്നു. ഈ ഉദ്ദേശലക്ഷ്യങ്ങൾ വിദ്യാർത്ഥികൾക്ക് ലഭ്യമാകുന്ന രീതിയിലാണ് പാഠപുസ്തകങ്ങൾ വിഭാവനം ചെയ്തിട്ടുള്ളത്. ഈ ലക്ഷ്യങ്ങൾ നിറവേറ്റുന്നതിനുതകുന്ന പാഠഭാഗങ്ങൾ ഉൾപ്പെടുത്താനും നിർദ്ദേശമുണ്ട്. മറ്റുള്ള വിഷയങ്ങളിൽ നിന്ന് വ്യത്യസ്തമായി ഈ ഉദ്ദേശലക്ഷ്യങ്ങൾ വിദ്യാർത്ഥികളിൽ എത്തിക്കുന്നതിൽ ഭാഷാ പാഠപുസ്തകങ്ങൾക്ക് സവിശേഷമായ

പ്രാധാന്യമുണ്ട്. ഭാഷാപഠനം കേവലം അറിവ് നേടുന്നതിനപ്പുറത്ത് മാനുഷികമൂല്യങ്ങൾ കൂടി നേടിയെടുക്കാൻ സഹായിക്കുന്നവയാണ്. അതിന്റെ ഭാഗമായാണ് വിവിധ വിദ്യാഭ്യാസ ഏജൻസികൾ വിവേചനങ്ങളില്ലാത്ത വിദ്യാഭ്യാസത്തിന് മുൻതൂക്കം കൊടുക്കുന്നത്. ഒരു വ്യക്തിയുടെ വികസന കാലഘട്ടത്തിൽ ഏറ്റവും പ്രധാനപ്പെട്ട സമയമാണ് യൗവനം. ഈ വേളയിൽ വിദ്യാർത്ഥികൾ സെക്കൻഡറി തലത്തിലായിരിക്കും. സ്വഭാവരൂപീകരണത്തിൽ ഏറ്റവും പ്രാധാന്യമേറിയ സമയമായതുകൊണ്ടാണ് സെക്കൻഡറി തലത്തിലെ പാഠപുസ്തകങ്ങളെ ഇവിടെ പാർട്ടി വസ്തുവായി പരിഗണിച്ചത്. ഈ ടെക്സ്റ്റ് ബുക്കുകളിൽ ലിംഗസമത്വം എന്ന ആശയം ഉൾക്കൊള്ളുന്നുണ്ടോയെന്ന് പരിശോധിച്ചാൽ ലിംഗസമത്വത്തെക്കുറിച്ച് അല്ലെങ്കിൽ ലിംഗവിവേചനങ്ങളെക്കുറിച്ച് ബോധവാന്മാരാക്കുന്ന തരത്തിലുള്ള ഒരു പാഠഭാഗം മാത്രമാണുള്ളത്.

ഒമ്പതാം തരത്തിലെ കേരളപാഠാവലിയിലെ 'സാക്ഷി' എന്ന പാഠഭാഗം മാത്രമാണ് സമൂഹത്തിൽ സ്ത്രീകൾ നേരിടുന്ന പ്രശ്നങ്ങളെ കൃത്യമായി അടയാളപ്പെടുത്തിയിട്ടുള്ളത്. ഒരു സർക്കാർ ഓഫീസ് പശ്ചാത്തലമായി കൊണ്ട് സി.വി. ശ്രീരാമൻ രചിച്ച കഥയാണിത്. സമൂഹത്തിൽ ഒരു സ്ത്രീക്ക് നേരെയുണ്ടാകുന്ന വ്യത്യസ്തങ്ങളായ പ്രതിസന്ധികളെ തുറന്നു കാട്ടുന്ന കഥയാണിത്. സർക്കാർ ഓഫീസിലെ അഴിമതിയുടെയും അലസതയുടെയും കൂടി കഥയാണ് ശ്രീരാമന്റെ 'സാക്ഷി'. ടൗൺഷിപ്പ് ഓഫീസിൽ തന്റെ വിവാഹ സർട്ടിഫിക്കറ്റിനായി എത്തുന്ന ഉമയെന്ന സ്ത്രീ അനുഭവിക്കുന്ന പ്രശ്നങ്ങളും പ്രതിസന്ധികളും അടയാളപ്പെടുത്തുന്ന കഥയാണിത്. സർക്കാർ ഓഫീസിൽ ഒരു സ്ത്രീ അനുഭവിക്കേണ്ട പ്രശ്നങ്ങൾ, വീട്ടിലും സമൂഹത്തിലും സ്ത്രീകൾ നേരിടുന്ന പ്രതിസന്ധികൾ എന്നിവയെ അടയാളപ്പെടുത്താൻ ഒരു പരിധിവരെ ഈ പാഠഭാഗത്തിനും അതിലെ പഠനപ്രവർത്തനങ്ങൾക്കും സാധിക്കുന്നു. ദിവസങ്ങളോളം തന്റെ ഓഫീസിൽ വന്നുപോകുന്ന സ്ത്രീയെ ഓഫീസർ ശ്രദ്ധിക്കാൻ ഇടയാകുന്നു. ഉമയുടെ ഉദ്ദേശലക്ഷ്യം അന്വേഷിച്ചപ്പോൾ മാര്യേജ് സർട്ടിഫിക്കറ്റ് ലഭിക്കാൻ വേണ്ടിയാണ് അവർ വരുന്നതെന്ന് ഓഫീസർ മനസ്സിലാക്കുന്നു. താൻ അവിടെയാണ് മാര്യേജ് രജിസ്റ്റർ ചെയ്തതെന്ന് പറയുന്നതോടൊപ്പം ആ ദിവസത്തെ വിവരിക്കുക കൂടി ചെയ്തപ്പോൾ ഓഫീസർ ആ ദമ്പതികളെ തിരിച്ചറിയുന്നു. ഓഫീസർ തന്റെ ഓർമ്മയിൽ നിന്നെടുത്ത കുറച്ചു കാര്യങ്ങൾ അവരോട് ചോദിച്ച് ഇത് അവർ തന്നെ

യാണെന്ന് ഉറപ്പുവരുത്തുന്നു. പണ്ട് ചിരിക്കുടുക്കയായിരുന്ന അവൾ ഇന്ന് സിറിഞ്ച് വലിച്ചൂരിയത് പോലെ മെലിഞ്ഞിരിക്കുന്നു. സർട്ടിഫിക്കറ്റിന്റെ ആവശ്യകത ചോദിച്ചറിയുന്ന ആ ഓഫീസർ നടുങ്ങുന്നു. ഉമയുടെ ഭർത്താവായ പരമേശ്വരൻ ഉമയെ വിവാഹം കഴിച്ചിട്ടില്ലെന്നും അവരെ പരിചയം പോലുമില്ലെന്നും പറയുന്നു. തങ്ങളുടെ കല്യാണം നടന്നുവെന്ന് കോടതിയിൽ തെളിയിക്കാനാണ് മാര്യേജ് സർട്ടിഫിക്കറ്റ് എന്ന് ഉമ പറയുന്നു. ഇത് കേട്ട ഓഫീസർ ആ വിഭാഗം കൈകാര്യം ചെയ്യുന്ന രവീന്ദ്രനാഥിനെ വിളിച്ചു വരുത്തുകയും സർട്ടിഫിക്കറ്റിനെക്കുറിച്ച് ചോദിക്കുകയും ചെയ്യുന്നു. സർട്ടിഫിക്കറ്റ് താലൂക്ക് ഓഫീസിൽ ആയിരിക്കുമെന്ന സെക്ഷൻ ക്ലർക്ക് രവീന്ദ്രനാഥിന്റെ മറുപടി കേട്ട് ഉമയോട് ഓഫീസർ അടുത്ത ദിവസം അങ്ങോട്ട് ചെല്ലാൻ പറയുന്നു. ഉമ പോയതിനുശേഷം രവീന്ദ്രനാഥ് മടങ്ങി വരികയും ആ സ്ത്രീ ഒരു പിശക് പിടിച്ച സ്ത്രീയാണെന്ന് ഓഫീസറോട് പറയുകയും ചെയ്യുന്നു. ഇത് കേട്ട് ദേഷ്യം പിടിച്ച ഓഫീസർ പിറ്റേന്നു തന്നെ ആ സർട്ടിഫിക്കറ്റിന്റെ എക്സ്ട്രാക്റ്റ് നൽകണമെന്ന് ആവശ്യപ്പെടുന്നു.

പിറ്റേദിവസം ഓഫീസർ കാര്യാലയത്തിൽ എത്തുമ്പോൾ രവീന്ദ്രനെ അവിടെ കാണുന്നു. എന്തുകൊണ്ടാണ് താലൂക്ക് ഓഫീസിൽ പോവാത്തതെന്ന് ചോദിക്കുമ്പോൾ അതിന് രവീന്ദ്രൻ ചില മുടന്തൻ ന്യായങ്ങൾ പറയുന്നു. ഓഫീസർ രവീന്ദ്രനോട് അന്ന് തന്നെ സർട്ടിഫിക്കറ്റ് ലഭ്യമാക്കാൻ ആവശ്യമായ നടപടിയെടുക്കാൻ ദേഷ്യത്തോടുകൂടി പറഞ്ഞു. രണ്ടുദിവസങ്ങൾക്കുശേഷം ആ സ്ത്രീ വീണ്ടും ഓഫീസിലേക്ക് തിരിച്ചെത്തുന്നു. ഓഫീസറെ കണ്ട ഉമ അദ്ദേഹത്തിന്റെ ചേമ്പറിലേക്ക് ചെല്ലുമ്പോൾ ഓഫീസിലെ മറ്റ് ഉദ്യോഗസ്ഥർ അവരെ പരിഹാസത്തോടുകൂടി നോക്കുന്നു. ആ ഓഫീസിൽ ഉമയോട് നല്ല രീതിയിൽ പെരുമാറിയത് പ്രായമായ ജെന്റിൽമാൻ ലുക്കുള്ള എല്ലാവരും മോഹുവേട്ടൻ എന്ന് വിളിക്കുന്ന ഉദ്യോഗസ്ഥനായിരുന്നു. എന്നാൽ മോഹനേട്ടൻ സ്വന്തം ഭാര്യയെ കഴുത്തു ഞെരിച്ചു കൊന്ന വ്യക്തിയാണെന്ന് ഓഫീസർ മനസ്സിലാക്കുന്നു. ഓഫീസർ വീണ്ടും രവീന്ദ്രനാഥിനെ വിളിപ്പിക്കുന്നു. പക്ഷേ രവീന്ദ്രനാഥ് അമ്മയ്ക്ക് സുഖമില്ലെന്ന് പറഞ്ഞ് നേരത്തെ ഓഫീസിൽ നിന്ന് പോയതായി മനസ്സിലാക്കുന്നു.

ജൂനിയർ സൂപ്രണ്ടിനെ വിളിച്ചു കടലാസിന്റെ കാര്യം ചോദിക്കുന്നു. "നിങ്ങളും ഒരു സ്ത്രീയല്ലേ"യെന്ന് ഓഫീസർ ജൂനിയർ സൂപ്രണ്ടിനോട് ചോദിക്കുന്നുണ്ട്. ഇന്ന് തന്നെ ആ സ്ത്രീയുടെ

മാര്യേജ് സർട്ടിഫിക്കറ്റ് കൊടുക്കണമെന്ന് പറയുമ്പോൾ ജൂനിയർ സൂപ്രണ്ട് രവീന്ദ്രനാഥൻ നാലുദിവസത്തേക്ക് ലീവാണെന്ന കാര്യം ഓഫീസറെ ധരിപ്പിക്കുന്നു. ഇതിൽ ക്ഷുഭിതനായ ഓഫീസർ ഇനി രവീന്ദ്രനാഥ് വന്നില്ലെങ്കിൽ ആർക്കും അർഹതപ്പെട്ട സർട്ടിഫിക്കറ്റ് കൊടുക്കണ്ടേ എന്ന് ചോദിക്കുന്നു. ഈ ഓഫീസിലെ മുഴുവൻ ഉദ്യോഗസ്ഥരും ഒരുമിച്ചു തിരഞ്ഞാലും വേണ്ടില്ല, ഇന്നു വൈകുന്നേരം നാലു മണിക്ക് മുമ്പ് സർട്ടിഫിക്കറ്റ് ആ സ്ത്രീയ്ക്ക് ലഭിക്കണമെന്ന് ദേഷ്യത്തോടെ ഓഫീസർ ഉത്തരവിടുന്നു. ഇതുകേട്ട് മറ്റ് ഉദ്യോഗസ്ഥർ കൂടി സർട്ടിഫിക്കറ്റ് തിരയാൻ തുടങ്ങുന്നു. അധികം വൈകാതെ ജൂനിയർ സൂപ്രണ്ട് 90-91 ലെ രജിസ്റ്റർ കൊണ്ടുവരുന്നു. പക്ഷേ, അത് പരിശോധിക്കുമ്പോൾ അതിൽ ഉമയുടെ കല്യാണം രജിസ്റ്റർ ചെയ്തതായി കാണുന്നില്ല. ഓഫീസർ രജിസ്റ്ററിലെ പേജുകൾ മറിച്ചു നോക്കി. വൈകാതെ തന്നെ അദ്ദേഹം സത്യം മനസ്സിലാക്കി. ആ രജിസ്റ്ററിലെ രണ്ട് ഏടുകൾ കാണാനില്ല.

ഓഫീസർ ശിപ്പായിയെ കൊണ്ട് ആ സ്ത്രീയെ വിളിച്ചുവരുത്തുകയും രജിസ്റ്റർ കിട്ടിയെന്നും ആ രജിസ്റ്ററിൽ അവരുടെ മാര്യേജ് സംബന്ധിച്ച് വിവരങ്ങളില്ലായെന്നും അറിയിക്കുന്നു. ആ സത്യം തിരിച്ചറിഞ്ഞ ഉമയുടേത് തളയ്ക്കപ്പെട്ട മൃഗത്തിന്റെ വന്യമായ നോട്ടമായിരുന്നു. മൃഗങ്ങൾക്ക് അവയെ തളയ്ക്കുന്നവരോട് വലിയ ദേഷ്യമായിരിക്കും. ആ രോഷവും പ്രതിഷേധിക്കാൻ കഴിയാത്ത നിസ്സഹായതയും അവൾക്കുമുണ്ടാകും. വിവാഹസർട്ടിഫിക്കറ്റിനായി ദിവസങ്ങളോളം അലയുകയും സർക്കാർ ഓഫീസുകളിൽ നിരന്തരമായി കയറിയിറങ്ങുകയും ചെയ്ത ഉമ എന്ന സ്ത്രീയുടെ അവസ്ഥയും വ്യത്യസ്തമല്ല. അവസാനം രജിസ്റ്റർ കണ്ടെത്തിയപ്പോൾ വിവാഹം രേഖപ്പെടുത്തിയ രണ്ട് ഏടുകൾ കാണാനുമില്ല. ഉമയുടെ ഈ അവസ്ഥയെ തളയ്ക്കപ്പെട്ട മൃഗത്തോടാണ് കഥാകാരൻ സാദൃശ്യപ്പെടുത്തുന്നത്. പുരുഷാധിപത്യ സമൂഹത്തിൽ അവകാശനിഷേധങ്ങൾ നേരിടേണ്ടി വരുന്ന നിസ്സഹായയായ സ്ത്രീയുടെ നേർചിത്രമാണ് ഈ സന്ദർഭം.

ഈ കഥയിൽ എഴുത്തുകാരൻ ഉമയുടെ ജീവിതത്തെ വ്യത്യസ്ത ഉപമകൾ കൊണ്ട് അടയാളപ്പെടുത്തുന്നുണ്ട്. 'ഒരു ജീവിതം കരിയില പോലെ പാറുന്നു', 'വേരോടിയുറച്ചതുപോലെ', 'ഇരിപ്പ് ഉറയ്ക്കുന്ന ഒരു ഇരിപ്പിടം' എന്നീ പ്രയോഗങ്ങൾ സ്ത്രീകളുടെ നിസ്സഹായവസ്ഥ അടയാളപ്പെടുത്തുന്നവയാണ്. ഇതിൽ ആദ്യത്തെ പ്രയോഗത്തിൽ ഉമ എന്ന കഥാപാത്രത്തിന്റെ ജീവിതത്തെ കഥാ

കാരൻ കരിയിലയോട് സാദൃശ്യപ്പെടുത്തിരിക്കുന്നു. ജീവിതപ്രശ്നത്തിൽ ആടിയുലയുന്ന ഉമ, ഭാരമില്ലാത്ത കരിയിലയായി മാറിയിരിക്കുന്നു. തന്റെ മാര്യേജ് സർട്ടിഫിക്കറ്റ് നേടാനായി ഇനിയും കാത്തിരിക്കേണ്ടിവരുമെന്ന ധ്വനിയും ഈ പ്രയോഗത്തിലുണ്ട്.

ഉമ എന്ന സ്ത്രീ തന്റെ ഭർത്താവിനാൽ അനാഥയാക്കപ്പെടുകയും പുരുഷാധിപത്യ സമൂഹത്താൽ ഒറ്റപ്പെടുത്തലുകൾ നേരിടുകയും ചെയ്ത വ്യക്തിയാണ്. ഉദ്യോഗസ്ഥ മേധാവിത്വത്തിന്റെ ബലിയാടും നീതി നിഷേധിക്കപ്പെട്ടവളുമാണ്. ലോകം മുഴുവൻ എതിരെ നിൽക്കുമ്പോഴും ജീവിത പ്രതിസന്ധികളെ ഒറ്റയ്ക്ക് നേരിടുന്നവളാണ് ഈ കഥയിലെ നായിക. ഉമയെ പോലെ ജീവിതത്തിൽ തോൽക്കാൻ നിന്നുകൊടുക്കാത്ത നിരവധി സ്ത്രീകളെ സമൂഹത്തിന്റെ പലയിടങ്ങളിലായി നമുക്ക് കാണാൻ സാധിക്കും.

സെക്കൻഡറിതല ക്ലാസുകളിൽ ലിംഗവിവേചനങ്ങൾക്കെതിരെയുള്ള ഏക പാഠഭാഗമാണ് വിദ്യാർത്ഥികൾക്ക് പരിചയപ്പെടാനുള്ളത്. സമൂഹത്തിൽ വിവേചനം നേരിടുന്ന മറ്റു ന്യൂനപക്ഷ വിഭാഗങ്ങളെ അഭിസംബോധന ചെയ്യുന്ന പാഠഭാഗങ്ങൾ ഇല്ലായെന്നത് സെക്കൻഡറിതല പാഠപുസ്തകങ്ങളിലുള്ള പരിമിതിയാണ്. സമൂഹത്തിൽ വിവേചനം നേരിടുന്ന ജനവിഭാഗങ്ങളെ പരിചയപ്പെടുകയും അവരുടെ പ്രശ്നങ്ങൾ മനസ്സിലാക്കുകയും ചെയ്യുമ്പോളാണ് വിദ്യാർഥികൾക്ക് സമത്വമനോഭാവം വളർത്തിയെടുക്കാൻ സാധിക്കുക. ഇതിനനുയോജ്യമായ കൂടുതൽ പാഠഭാഗങ്ങൾ കരിക്കുലത്തിന്റെ ഭാഗമായി ഉൾപ്പെടുത്താൻ സാധിക്കേണ്ടതുണ്ട്. സ്ത്രീക്കും പുരുഷനും മാത്രമല്ല ട്രാൻസ്ജെൻഡേഴ്സിനും മറ്റു ന്യൂനപക്ഷങ്ങൾക്കും കൂടി അവകാശപ്പെട്ടതാണ് ഈ സമൂഹമെന്ന് കുട്ടികളെ ബോധ്യപ്പെടുത്തുന്നതോടൊപ്പം അവരെ കൂടി അംഗീകരിക്കുന്ന ഒരു പൊതുസമൂഹത്തെ വാർത്തെടുക്കാൻ കഴിയുന്ന രീതിയിലുള്ള പാഠഭാഗങ്ങൾ കൂടുതലായി ഉൾപ്പെടുത്താൻ വിദ്യാഭ്യാസസമിതികൾ ശ്രദ്ധിക്കണം.

ഉപസംഹാരം

ഭരണകൂടവും സമൂഹവും ഒരുമിച്ച് ചേർന്നില്ലാതാക്കേണ്ട ഒരു സാമൂഹിക വിപത്താണ് ലിംഗവിവേചനം. ഈ പ്രതിസന്ധിയെ മറികടക്കാൻ കൂട്ടായ്മയല്ലാതെ മറ്റു മാർഗ്ഗങ്ങളില്ല. വിദ്യാഭ്യാസത്തിലൂടെ ഈ സമത്വമനോഭാവം വളർത്തിയെടുക്കാൻ നമുക്ക് സാധിക്കും. സമൂഹത്തിൽ സ്ത്രീക്കും പുരുഷനും ട്രാൻസ്ജെൻ

ഡേഴ്സിനും മറ്റു ന്യൂനപക്ഷങ്ങൾക്കും ഒരേ അവകാശമാണുള്ള തെന്നും പരസ്പര ബഹുമാനത്തിലൂടെയും സഹായത്തിലൂടെയും മാത്രമേ സമത്വസുന്ദരമായ ഒരു നവലോകം സൃഷ്ടിക്കാൻ സാധിക്കുകയുള്ളൂവെന്നും നാം മനസ്സിലാക്കണം. ഈ ആശയങ്ങൾ ഉൾക്കൊള്ളുന്ന പാഠഭാഗങ്ങൾ നമ്മുടെ ഭാഷാപാഠപുസ്തകങ്ങളിൽ കൂടുതലായി ഉൾപ്പെടുത്തേണ്ടതുണ്ട്.

കുറിപ്പ്

1. Shaziya Allarakha, (Dr.), 02/02/2022, MedicineNet, https://www.medicinenet.com.
2. Sexual Diversity, 22/05/2023, https://www.sexualdiversity. org

സഹായക ഗ്രന്ഥങ്ങൾ

1. നാഷണൽ കൗൺസിൽ ഓഫ് എഡ്യൂക്കേഷണൽ റിസർച്ച് ആന്റ് ട്രെയിനിങ്, 2005, ദേശീയ പാഠ്യപദ്ധതി ചട്ടക്കൂട്, ഡൽഹി.

2. ശിവരാജൻ, കെ., 2014, വിദ്യാഭ്യാസം വികസ്വരഭാരതത്തിൽ, കാലിക്കറ്റ് സർവ്വകലാശാല, മലപ്പുറം

3. സംസ്ഥാന വിദ്യാഭ്യാസ ഗവേഷണ പരിശീലന സമിതി, 2007, കേരള പാഠ്യ പദ്ധതി ചട്ടക്കൂട്, കേരളം.

4. സംസ്ഥാന വിദ്യാഭ്യാസ ഗവേഷണ പരിശീലന സമിതി, 2015, ടീച്ചർ ടെക്സ്റ്റ്, ക്ലാസ്സ് 9, കേരളം.

5. സംസ്ഥാന വിദ്യാഭ്യാസ ഗവേഷണ പരിശീലന സമിതി, 2019. കേരളപാഠാവലി, ക്ലാസ് 9, കേരളം.

○○

20

കവിതയുടെ ലിംഗരാഷ്ട്രീയം

(വിജയരാജമല്ലികയുടെ കവിതകളിൽ)

രഞ്ജിത് വി.

മലയാളത്തിലെ സാഹിത്യവ്യവഹാരങ്ങളെല്ലാം തന്നെ സമകാലികസാഹചര്യത്തിലും ഒരുപരിധിവരെ പിതൃഅധികാര വ്യവസ്ഥിതിയുടെ മാമൂൽ ധാരണകളെയാണ് മുന്നോട്ട് വയ്ക്കുന്നത്. എങ്കിലും ആണധികാരത്തിന്റെ മേൽക്കോയ്മ വലയത്തിൽ നിന്നു പുറത്തുകടക്കാനുള്ള ശ്രമങ്ങൾ സാഹിത്യത്തിന്റെ വിവിധമേഖലകളിൽ സജീവമായി നടന്നുവരുന്നുണ്ട്. പുരുഷന് മാത്രം പ്രാപ്യമായിരുന്ന സാഹിത്യവ്യവഹാരങ്ങളിലെല്ലാം തന്നെ പുരുഷ ഇതര സാന്നിധ്യങ്ങൾ പ്രത്യക്ഷപ്പെടുന്നത് ഏറെ പ്രതീക്ഷ ജനിപ്പിക്കുന്നതാണ്. ആൺ/പെൺ ബൈനറികളുടെ പരിമിത വലയത്തിൽ നിന്ന് ലിംഗപരമായ വൈവിധ്യത്തിന്റെ തുറസുകളിലേക്ക് മലയാളസാഹിത്യം ചുവടുവെച്ചു കൊണ്ടിരിക്കുകയാണ്. മലയാളത്തിലെ ആദ്യ ട്രാൻസ്ജെൻഡർ കവി വിജയരാജമല്ലികയുടെ സാഹിത്യ ഇടപെടലുകൾ മലയാളസാഹിത്യത്തിലെ ലിംഗപരമായ ആധിപത്യത്തിന് നേരെയുള്ള ശക്തമായ കലഹമാണ്. ആണധികാരത്തിന്റെ മേൽക്കോയ്മയെയും ഇതരവിഭാഗങ്ങളുടെ അരികുവല്ക്കരണത്തെയും ശക്തമായ ഭാഷയിൽ തന്റെ കവിതയിൽ അടയാളപ്പെടുത്താൻ വിജയരാജമല്ലികയ്ക്ക് സാധിച്ചിട്ടുണ്ട്. കവിത മുന്നോട്ടുവയ്ക്കുന്ന ലിംഗരാഷ്ട്രീയത്തെ വിജയരാജമല്ലികയുടെ കവിതകളെ മുൻനിർത്തി പഠിക്കാനുള്ള ശ്രമമാണ് ഈ പ്രബന്ധത്തിലൂടെ നിർവഹിക്കുന്നത്.

സമകാലികരാഷ്ട്രീയ സംവാദങ്ങളുടെയും സാഹിതീയ ഇടപെടലുകളുടെയും ക്രിയാത്മക ഉപോൽപ്പന്നം എന്ന നിലയിലാണ്

കേരളത്തിൽ ലിംഗപദവി പഠനങ്ങൾ സജീവമാകുന്നത്. വ്യവസ്ഥാപിതമായി പിതൃഅധികാര വ്യവസ്ഥ നിലനിൽക്കുന്ന കേരളീയ പൊതുമണ്ഡലത്തിലെ ലിംഗപരമായ വേർതിരിവുകൾക്കു നേരെ വിരൽ ചൂണ്ടികൊണ്ടാണ് ലിംഗപദവിപഠനത്തിലെ പ്രാരംഭ ഇട പെടലുകൾ പ്രത്യക്ഷപ്പെടുന്നത്. ലിംഗാധിഷ്ഠിതമായ അസമത്വത്തിന്റെ രാഷ്ട്രീയ അടയാളപ്പെടുത്തലുകളെന്ന നിലയിൽ മനുഷ്യ വ്യവഹാരത്തിന്റെ എല്ലാ തുറസുകളിലും ലിംഗപദവിപഠനങ്ങൾ കടന്നുചെല്ലുകയുണ്ടായി. കല, സാഹിത്യം, സംസ്കാരം, ചലച്ചിത്രം തുടങ്ങിയ മേഖലകളിലെ ലിംഗാധിഷ്ഠിതമായ രാഷ്ട്രീയ പരിണാമത്തിന് ദിശാബോധം നൽകുകയെന്ന ഉത്തരവാദിത്തമാണ് മലയാളത്തിൽ ലിംഗപദവിപഠനങ്ങൾ ഏറ്റെടുത്തത്. 'അസമത്വ പൂർണ്ണവും പീഡനാത്മകവുമായ സ്ത്രീ-പുരുഷ ബന്ധങ്ങളെ ചൂഴ്ന്നു നിൽക്കുന്ന മൗനത്തിന്റെ ഗൂഡാലോചനയെ തകർക്കാൻ ധൈര്യം കാട്ടുന്നവരും അതിനെ മാറ്റിത്തീർക്കാൻ വേണ്ടി പരിശ്രമിക്കുന്നവരുമാണ് ലിംഗപദവിപഠനത്തിന്റെ വക്താക്കൾ' എന്ന മരിയാമീയെസിന്റെ (കെ.എം. വേണുഗോപാലൻ, 2006:128) അഭിപ്രായം ഈ പഠനശാഖയുടെ ഉദ്ദേശ്യലക്ഷ്യങ്ങളിലെക്ക് വിരൽ ചൂണ്ടുന്നതായി കാണാം.

പുരുഷകേന്ദ്രിത സമൂഹത്തിലെ വ്യവഹാരങ്ങളെല്ലാം ആൺകോയ്മയുടെ നിർമ്മിതിയാണെന്നും സ്ത്രീലിംഗപദവിയുടെ രണ്ടാം സ്ഥാനം അതിനനുസൃതമായി രൂപപ്പെട്ടതാണെന്നുമുള്ള ദിശാബോധമാണ് ലിംഗപദവി പഠനങ്ങളിൽ രാസത്വരകമായി വർത്തിച്ചത്. നിലവിലുള്ള സൗന്ദര്യശാസ്ത്രത്തെയും സ്റ്റീരിയോടൈപ്പുകളെയും അപനിർമിച്ചുകൊണ്ട് ഉണ്മയ്ക്കും സ്വത്വബോധത്തിനും പരിഗണന നൽകുന്ന സൈദ്ധാന്തിക സമീപനങ്ങളിലൂടെ ആണധികാരഘടനകൾ നിശബ്ദതയിൽ ആഴ്ത്തിക്കളഞ്ഞ പ്രതിനിധാനങ്ങളെയും അരികുവല്ക്കരിച്ച സ്വത്വങ്ങളെയും തിരിച്ചു പിടിക്കാനുള്ള ശ്രമമാണ് ലിംഗരാഷ്ട്രീയം മുന്നോട്ട് വയ്ക്കുന്നത്. 'പുരുഷമേധാവിത്വത്തെ ചോദ്യം ചെയ്യുന്നതോടൊപ്പം സ്വന്തം അവകാശങ്ങളെ തിരിച്ചറിഞ്ഞ് നിലവിലുള്ള വ്യവസ്ഥിതിയുടെ സാധ്യതകൾ പരമാവധി ഉപയോഗിച്ച് അവയുടെ ലഭ്യതയ്ക്ക് വേണ്ടി പോരാടുന്ന പ്രവർത്തനങ്ങൾ, പുരുഷന് തുല്യയാകുന്നതിലുപരിയായ സ്ത്രീപദവിയുടെ ഉയർച്ചയ്ക്കും സമൂഹത്തിന്റെ ഘടനാപരമായ മാറ്റത്തിനും വേണ്ടി യത്നിക്കുന്ന ദീർഘവീക്ഷണപരമായ പ്രവർത്തനങ്ങൾ' (ബെൽഹുക്ക്സ്,2010:41) എന്നിങ്ങനെ ലിംഗരാഷ്ട്രീയത്തിന്റെ

കാഴ്ചപ്പാടുകളെ ബെൽഹുക്ക്സ് രണ്ടായി തിരിക്കുന്നുണ്ട്. ആൺ വ്യവഹാരങ്ങളിൽ പ്രത്യക്ഷപ്പെടുന്ന ഇതര ലിംഗങ്ങളോടുള്ള കാഴ്ചപ്പാടുകളിലെ പ്രത്യയശാസ്ത്ര മേൽക്കോയ്മകൾ വിശകലനം ചെയ്യുന്നതോടൊപ്പം തന്നെ സ്ത്രീ/ഭിന്നലിംഗ വിഭാഗങ്ങൾക്ക് നേരെയുള്ള അടിച്ചമർത്തൽ നയത്തിന്റെ രാഷ്ട്രീയത്തെ കൂടി ലിംഗരാഷ്ട്രീയം പഠനവിധേയമാക്കുന്നു.

സാഹിത്യവ്യവഹാരങ്ങളിലെ പെൺതച്ചുകൾ

നൂറ്റാണ്ടുകളുടെ പാരമ്പര്യം അവകാശപ്പെടാവുന്ന മലയാളത്തിലെ സാഹിത്യവ്യവഹാരങ്ങളെല്ലാം തന്നെ ആൺനിർമ്മിതിയുടെ ഉത്പന്നമാണ്. ആണധീശത്വം നിലനിർത്തുന്നതിനും തങ്ങളുടെ ലിംഗപരമായ മേൽകോയ്മ ഊട്ടിയുറപ്പിക്കുന്നതിനുമായി സാഹിത്യം ഉൾപ്പെടെയുള്ള വ്യവഹാരങ്ങളെ പിതൃഅധികാര സമൂഹം ഫലപ്രദമായി ഉപയോഗിച്ചതിന്റെ നിരവധി ദൃഷ്ടാന്തങ്ങൾ നമ്മുക്ക് മുന്നിലുണ്ട്. ആധുനിക നവോത്ഥാന രാഷ്ട്രീയവബോധം കേരളീയ പൊതുമണ്ഡലത്തിൽ ശക്തി പ്രാപിക്കുന്നതുവരെ പുരുഷാഖ്യാനങ്ങളിൽ പ്രത്യക്ഷപ്പെടുന്ന വെറും ജൈവശരീരം മാത്രമായിരുന്നു സ്ത്രീകൾ. നവോത്ഥാന ആധുനികയുടെയും ഫെമിനിസ്റ്റ് ആശയസംഹിതയുടെയും വേരോട്ടം സൃഷ്ടിച്ച ഭാവുകത്വ പരിസരത്തിലാണ് സ്ത്രീ കർതൃത്ത്വങ്ങളും മജ്ജയും മാംസവും മാത്രമല്ല ആത്മാവോടുകൂടിയതുമായ സ്ത്രീ പ്രതിനിധാനങ്ങൾ സാഹിത്യവ്യവഹാരങ്ങളിൽ കടന്നുവരുന്നത്. ആണധീശത്വത്തെ വെല്ലുവിളിച്ചു കൊണ്ടുള്ള വിമതസ്വരങ്ങൾ പ്രത്യക്ഷപ്പെടുന്നത് ഇരുപതാം നൂറ്റാണ്ടിന്റെ അന്ത്യപാദത്തിൽ മാത്രമാണ്. പുരുഷന്റെ കീഴിൽ അവന്റെ ഇച്ഛയ്ക്കും ആജ്ഞയ്ക്കുനുസരിച്ച് പെരുമാറേണ്ടവളും പുരുഷാധിപത്യ സമൂഹം നിർണയിച്ച വ്യവസ്ഥിതികൾക്കും നിയമസംഹിതകൾക്കും വിധേയമായി ജീവിതം നയിക്കേണ്ടവളുമാണ് സ്ത്രീ എന്ന ധാരണയാണ് സാഹിത്യവ്യവഹാരങ്ങളെല്ലാം തന്നെ ഇരുപതാം നൂറ്റാണ്ടിലെ അന്ത്യപാദം വരെ മുന്നോട്ടുവെക്കാൻ ശ്രമിച്ചത്. ആൺ സാഹിത്യങ്ങളിൽ പ്രത്യക്ഷപ്പെടുന്ന സ്ത്രീയെ സംബന്ധിച്ച വ്യാജനിർമ്മിതികൾ വലിയ രീതിയിൽ ചോദ്യം ചെയ്യപ്പെട്ടു തുടങ്ങുന്നത് സ്ത്രീവാദ പ്രസ്ഥാനങ്ങളുടെ ശക്തമായ വേരോട്ടത്തോടെയാണ്.

പുരുഷന്റെ തണലിൽ അവന്റെ ആഗ്രഹങ്ങൾക്കനുസരിച്ച്, തോളിൽ ചാഞ്ഞ് കഴിയാൻ ആഗ്രഹിക്കുന്നവളാണ് സ്ത്രീയെന്ന

ധാരണയാണ് പുരുഷകേന്ദ്രിതമായ സാഹിത്യം വിനിമയം ചെയ്യാൻ ശ്രമിച്ചത്. സ്ത്രീയെ അബലയായും ചപലയായും ചിത്രീകരിക്കുന്നതിലൂടെ അവളുടെ സാമൂഹിക സ്വത്വം നിരാകരിക്കപ്പെടുകയുണ്ടായി. പുരുഷന്മാർ രൂപകല്പന ചെയ്ത അച്ചുകളിൽ വാർത്തെടുത്ത സ്ത്രീശരീരങ്ങളാണ് മലയാളസാഹിത്യത്തിൽ നിറഞ്ഞുനിൽക്കുന്നത്. പുരുഷപ്രാമാണ്യത്തിന്റെ പ്രത്യയശാസ്ത്രത്തെ വിമർശന വിധേയമാക്കുന്ന സ്ത്രീ മാതൃകകൾ പ്രത്യക്ഷപ്പെട്ട് തുടങ്ങുന്നത് സ്ത്രീകൾ കർതൃത്വ സ്ഥാനത്തേക്ക് കടന്നുവരുന്നതോടെ മാത്രമാണ്. ഇതിന്റെ അനന്തരഫലമായിട്ടാണ് സാഹിത്യത്തിലെ ആണധികാര ഇടങ്ങൾ അപനിർമിക്കപ്പെട്ടു തുടങ്ങിയത്. കവിത ഉൾപ്പെടെയുള്ള സാഹിത്യപ്രരൂപങ്ങളിലെ പുരുഷാധിപത്യവ്യവഹാരങ്ങളിലെ ആണധീശത്തത്തിനെതിരെയുള്ള കലഹം ഈ കാലയളവിൽ ശക്തമാവുകയുണ്ടായി. ഇതിന്റെ ഭാഗമായി രൂപപ്പെട്ട ലിംഗരാഷ്ട്രീയത്തെ വിജയരാജമല്ലികയുടെ കവിതയെ മുൻനിർത്തി അന്വേഷണ വിധേയമാക്കുകയാണ് ഈ പ്രബന്ധത്തിലൂടെ ചെയ്യുന്നത്.

ആദത്തിനും ഹവ്വയ്ക്കുമപ്പുറം ചില വിമതലിംഗവിചാരങ്ങൾ

'ഞങ്ങൾ/അത് അതായും/അതതല്ലാതേയും/ഇത് ഇതായും/ഇതിതല്ലാതേയും/അതിതല്ലാതെയതു-/മിതുമല്ലാതെയിരിക്കുന്ന/അതിതുമിതതുമായ/ശൂന്യ/ചിഹ്നങ്ങൾ/ഞങ്ങൾ/ജനാതിപത്യ അറവുമൃഗങ്ങൾ/മൃഗാതിപത്യ ബലിജനങ്ങൾ/ഞങ്ങൾ/വൈവിധ്യാത്മകവൈരുദ്ധ്യ /ഭൗതികജീനികവിപത്ത്/പ്രാണകുണ്ഡവിസ്ഫോടന- /സ്സൂര്യപ്പൊള്ളലേറ്റ മാലാഖച്ചിറക്'

ട്രാൻസ്ജെൻഡർ ജീവിതത്തിന്റെ സ്വത്വപ്രതിസന്ധികളും അസ്ഥിത്വവ്യഥകളും വ്യക്തമാക്കാൻ ശ്രമിക്കുന്ന വിജയകുമാർ കുനിശ്ശേരിയുടെ അലിംഗം എന്ന കവിതയാണ് മുകളിൽ ചേർത്തിട്ടുള്ളത്. ട്രാൻസ്ജീവിതങ്ങളെ പുറമേ നിന്ന് മാത്രം പരിചയമുള്ള ഒരാണെഴുതിയ ഈ കവിത അവരുടെ സത്വസംഘർഷം വ്യക്തമാക്കാൻ ആത്മാർഥമായി ശ്രമിക്കുന്നു. ആണും പെണ്ണുമല്ലാത്തവരെന്നു സമൂഹം കളിയാക്കിവിളിച്ചവർ മഴവിൽപതാകയ്ക്ക് കീഴിൽ ട്രാൻസ്ജെൻഡറുകൾ എന്ന പേരിൽ സ്വയം വെളിപ്പെടുത്തി തുടങ്ങിയിരിക്കുന്ന കാലത്തിലാണ് മലയാളത്തിലെ ആദ്യത്തെ ട്രാൻസ്ജെൻഡർ കവി എന്ന ടാഗ് ലൈനോടുകൂടി വിജയരാജമല്ലികയുടെ കവിതകൾ പ്രത്യക്ഷപ്പെട്ടുതുടങ്ങുന്നത്. അതിനുമുമ്പ് ട്രാൻ

സ്ജെൻഡറായ ആരും കവിത എഴുതിയിട്ടില്ല എന്ന അർത്ഥമല്ല ഇതിനുള്ളത്. മറിച്ച് ആൺ/പെൺ ഐഡന്റിറ്റികൾ ഉപയോഗിച്ച് ട്രാൻസ്ജെൻഡർ വിഭാഗത്തിൽപ്പെട്ടയാളുകൾ തങ്ങളുടെ സർഗ വ്യാപാരം നടത്തിയിരുന്നിരിക്കാം. ട്രാൻസ്ജെൻഡർ ഐഡന്റിറ്റി യിൽ കവിത എഴുതി തുടങ്ങിയ പ്രഥമകവി വിജയരാജമല്ലികയാ ണെന്ന് മാത്രം. ദൈവത്തിന്റെ മകൾ, ആൺനദി, ലിലിത്തിന് മര ണമില്ല, പെണ്ണായയളുടെ കവിതകൾ എന്നീ സംഹാരങ്ങളിൽ ഉൾ പ്പെടുത്തിയിരിക്കുന്നതും ആനുകാലികങ്ങളിൽ പ്രസിദ്ധീകരിച്ചതു മായ ഇരുനൂറിലധികം കവിതകൾ വിജയരാജമല്ലികയുടെതായി ഇതിനോടകം പുറത്തുവന്നിട്ടുണ്ട്. ഭാഷയിലും സംസ്കാരത്തിലും ആണധികാരം വച്ചുപുലർത്തുന്ന മാമൂൽധാരണകളെയും വ്യവസ്ഥി തികളെയും ശക്തമായ ഭാഷയിൽ ചോദ്യം ചെയ്യാനുള്ള ഉദ്യമമാണ് ഓരോ കവിതയും. 'സാഹിത്യമർമ്മജ്ഞരായ പുരുഷന്മാർക്ക് ഒട്ടേറെ പിഴവുകൾ ചൂണ്ടിക്കാണിക്കാവുന്നവയാണ് മല്ലികയുടെ കവിതകൾ. വ്യാകരണവും പ്രയോഗങ്ങളും അശിക്ഷിതങ്ങളും അപ്രഗൽഭങ്ങളുമാണ്. പക്ഷേ, അവൾ മലയാളസാഹിത്യത്തിൽ പിച്ചവെച്ചു തുടങ്ങുന്നു. അതുകൊണ്ട് ഈ കവിതകളെ ചെവി കൊണ്ടോ, കണ്ണുകൊണ്ടോ അല്ല ഹൃദയം കൊണ്ടാണറിയേണ്ടത്. യുക്തികൊണ്ടല്ല, വികാരംകൊണ്ടാണളക്കേണ്ടത്.' എന്ന ഗീതയുടെ അഭിപ്രായം വിജയരാജമല്ലികയുടെ കവിതകളെ കൃത്യമായി അട യാളപ്പെടുത്തുന്നുണ്ട്.

ഉർവ്വരതയ്ക്കും സൃഷ്ടിപരതയ്ക്കും പ്രാമുഖ്യം കൽപ്പിക്കുന്ന മാതൃബന്ധത്തെ ഊട്ടിയുറപ്പിക്കാനാണ് ആണധികാരം നിരന്തര മായി ശ്രമിച്ചുകൊണ്ടിരിക്കുന്നത്. ഇത്തരം ആദർശ വാർപ്പുമാതൃ കകളെയും സാമ്പ്രദായിക പാരമ്പര്യ ബോധത്തെയും നിരാകരി ക്കുന്ന നിരവധി കവിതകൾ വിജയരാജമല്ലികയുടെതായിട്ടുണ്ട്. മനുഷ്യവർഗ്ഗത്തെയാകെ ആൺ/ പെൺ കള്ളികളിൽ ഒതുക്കിനിർ ത്താൻ ശ്രമിക്കുന്ന സാംസ്കാരികനിർമ്മിതിയെ കവി ശക്തമായി ചോദ്യം ചെയ്യുന്നു.

കുഞ്ഞ്
ആണോ പെണ്ണോ
എന്നറിയാൻ, നോട്ടമൊന്ന് പോരെയെന്ന്
അപ്പോത്തിക്കിരി;
ചുമ്മാതിരിയൊന്ന്
മിണ്ടാതിരി

പെണ്ണും ആണും മാത്രമോ
ജീവലോകം! (ജീവലോകം: 19)

എന്ന് കവി ചോദിക്കുന്നു. ഒരു വ്യക്തിയുടെ ജീവശാസ്ത്രപരമായ ലിംഗമല്ല, ആ വ്യക്തിയുടെ ലിംഗപദവിയെ നിർണയിക്കുന്നത് എന്ന ബോധ്യമാണ് ഇപ്രകാരം സംസാരിക്കാൻ കവിയെ പ്രേരിപ്പിക്കുന്നത്. കാറുംകോളും മാറിമാറി വരുമെന്നും അപ്പോഴും ചിലർ ആൺപെൺ അളവുകോലുകൾ രാകിമിനുക്കി തൈലം പൂശുമെന്ന് കാലോചിതമായി മാറ്റം സംഭവിക്കാത്ത പൊതുബോധത്തെ ഊട്ടിയുറപ്പിക്കുന്ന മനുഷ്യരെ അകവുംപുറവും എന്ന കവിതയിൽ പ്രതിക്കൂട്ടിൽ നിർത്തുന്നുണ്ട്.

കണ്ണീരിന്റെ അട്ടിപ്പേറവകാശം കാലങ്ങളായി സ്ത്രീയുടെ തലയിൽ പതിച്ച് നൽകിയിരിക്കുകയാണ്. കണ്ണീരാണ് സ്ത്രീയുടെ ആയുധമെന്ന് ആധുനിക ആൺ കർതൃത്വങ്ങൾ പോലും ഉദ്ഘോഷിച്ചു കൊണ്ടിരിക്കുന്നു. തങ്ങളുടെ എല്ലാ നേട്ടങ്ങൾക്കും കണ്ണീരിനെ സ്ത്രീകൾ ഫലപ്രദമായി ഉപയോഗിക്കുന്നുവെന്ന ആൺനോട്ടത്തെ 'ഒരു സുന്ദരിയുടെ കവിത' അപനിർമിക്കുന്നുണ്ട്. കവിതയാണെന്റെ ആയുധമെന്ന് കവി തുറന്നുപറയുന്നു. കണ്ണീരല്ല, കൽമഷതിരകളുമല്ല, കരുത്തും കരുതലും ആണെന്റെ തോഴിമാർ എന്ന് കവി ദൃഢനിശ്ചയത്തോടെ പ്രഖ്യാപിക്കുന്നു. സ്ത്രീയുടെ കരുത്തിനെയും ആർജ്ജവത്തെയും കണ്ണീരിന്റെ പുകമറയാൽ മൂടിവെക്കാൻ നോക്കിയ ആണധികാരത്തിന്റെ തന്ത്രങ്ങൾ 'ഒരു സുന്ദരിയുടെ കവിത'യ്ക്ക് മുന്നിൽ തകർന്നു തരിപ്പണമാകുന്നു. കണ്ണീരിന്റെ ചങ്ങലകൾ മാത്രമല്ല ആണിന്റെ മാറിൽ ചായാൻ ശ്രമിക്കുന്നവരാണ് സ്ത്രീകൾ എന്ന പൊതുബോധവും മലയാളി സമൂഹത്തിൽ രൂഢമൂലമായി നിലനിൽക്കുന്നുണ്ട്. ഏതാനും ചില സ്ത്രീകളുടെ ആഗ്രഹങ്ങളെയും അഭിലാഷങ്ങളെയും സ്ത്രീവർഗ്ഗത്തിന്റെയാകെ ആഗ്രഹങ്ങളായി വിലയിരുത്തുന്ന കാഴ്ചപ്പാട് 'ആ നിമിഷം' എന്ന കവിതയിൽ ചോദ്യം ചെയ്യപ്പെടുന്നു.

ഏതു പെണ്ണാ
ഒരു പുരുഷന്റെ മാറിലൊന്ന്
തലച്ചായ്ക്കാൻ കൊതിക്കാത്തത്
ആ കവിളിൽ ഒന്ന് കടിക്കാൻ തുടിക്കാത്തത്
ജീവിതയാത്രയിൽ പ്രിയനോടൊപ്പം
കൂടിയും ഇമ്പം തുളുമ്പിയും
വിളക്കായി എരിയാൻ

ദാഹിക്കാത്തത്
ഉണ്ടല്ലോ ഒന്നല്ല
ഒരായിരം പെണ്ണുങ്ങൾ
സദാചാര കണ്ണട ഒന്ന് തുടച്ചാൽ ആ നിമിഷം കാണാം!
(ആ നിമിഷം: 28)

ആൺസമൂഹം നെയ്തുകൂട്ടിയ സ്ത്രീബിംബങ്ങളെയും ഇമേജുകളെയും ആധുനിക രാഷ്ട്രീയ അവബോധത്തിന്റെ പശ്ചാത്തലത്തിൽ കവി അപനിർമ്മിക്കുകയും ആത്മാവും ശരീരവുമുള്ള സ്വതന്ത്രവ്യക്തി എന്ന നിലയിലേക്ക് സ്ത്രീ ശരീരങ്ങളെ ഉയർത്തുകയും ചെയ്യുന്നു.

ഭാഷാവ്യവഹാരങ്ങൾ എല്ലാകാലത്തും ആധിപത്യവ്യവസ്ഥയ്ക്ക് അനുകൂലമായിട്ടാണ് നിലകൊണ്ടിട്ടുള്ളത്. എല്ലായിടങ്ങളിലും ആൺ-പെൺ ബൈനറികളെ സൃഷ്ടിച്ചു സ്ത്രീയെക്കാളും ഒരുപടി മുകളിലാണ് പുരുഷനെന്ന ധാരണ ഭാഷ നിരന്തരമായി ഊട്ടിയുറപ്പിക്കുന്നു. 'മാഷ് ആണായതും ടീച്ചർ പെണ്ണായതും എങ്ങനെ' എന്ന ചോദ്യം മാഷും ടീച്ചറും എന്ന കവിത പങ്കുവെക്കുന്നുണ്ട്.

'മാഷ് വേണ്ട, ടീച്ചർ മതി;
ആൺ ടീച്ചറും
പെൺ ടീച്ചറും വേണ്ട
ദ്വന്ദമല്ലല്ലോ ലോകം!
മഴവില്ല് വിടർന്നില്ലേ?
വേണ്ടത് ടീച്ചർ തന്നെയല്ലേ?' (മാഷും ടീച്ചറും: 31)

സമാനമായ തൊഴിൽ ചെയ്യുന്ന എല്ലാ ലിംഗവിഭാഗത്തിൽപ്പെട്ടയാളുകളെയും കുറിക്കാൻ ലിംഗഭേദമില്ലാത്ത പദം ഉപയോഗിച്ചാൽ മതിയെന്ന പുരോഗമന കാഴ്ചപ്പാടാണ് കവി പങ്കു വയ്ക്കുന്നത്. അതിനാലാണ് മാഷ് എന്ന പുരുഷലിംഗത്തെ പ്രതിനിധാനം ചെയ്യുന്ന പദത്തിന് പകരം ടീച്ചറെന്ന പദത്തിലേക്ക് കവിയുടെ നോട്ടം പതിക്കുന്നത്. ഭാഷയിൽ ലിംഗ സൂചകമല്ലാത്ത വാക്കുകൾ രൂപപ്പെടുത്തുക വഴി ഭാഷയിലെ ആണാധിപത്യത്തെ തകർക്കുക എന്ന കവി വിരൽ ചൂണ്ടുന്നു.

രാവ്, പകല് എന്നീ ദ്വന്തങ്ങൾക്കിടയിൽ സന്ധ്യയുള്ളതുപോലെ ആൺ ശരീരങ്ങൾക്കും പെൺശരീരങ്ങൾക്കും ഇടയിൽ നിരവധി ജീവിതങ്ങളുണ്ടെന്ന് 'രാവും പകലും' എന്ന കവിതയിൽ വിജയരാജമല്ലിക ഓർമിപ്പിക്കുന്നു. രാവും പകലും മാത്രമല്ല, സന്ധ്യയുമുണ്ട്. സന്ധ്യയിൽ തന്നെ എത്ര സന്ധ്യകൾ, മനുഷ്യരെപ്പോലെ

എന്ന ചോദ്യമാണ് കവി മുന്നോട്ടു വെക്കുന്നത്. ആണിനും പെണ്ണിനും അപ്പുറത്തുള്ള നിരവധിയായ മനുഷ്യജീവിതങ്ങളുടെ അവകാശ പോരാട്ടങ്ങളുടെ ജിഹ്വയായി രാവും പകലും എന്ന കവിത മാറുന്നു.

സഹായക ഗ്രന്ഥങ്ങൾ

1) Bell Hooks, Feminist Theory: From Margin to Center, Pluto Press, London, 2000

2) കെ.എം. വേണുഗോപാലൻ (എഡിറ്റർ), കേരളം ലൈംഗികത ലിംഗനീതി, സൈൻ ബുക്സ്, തിരുവനന്തപുരം, 2006

3) വിജയരാജമല്ലിക, ദൈവത്തിന്റെ മകൾ, ചിന്താ ബുക്സ്, തിരുവനന്തപുരം, 2018

4)വിജയരാജമല്ലിക, ആൺനദി, മൈത്രി ബുക്സ്, പാലക്കാട്, 2019

5) വിജയരാജമല്ലിക, പെണ്ണായവളുടെ കവിതകൾ, ബുക്കർ ബുക്സ്, 2021

൦൦

21

സ്ത്രീ സ്വത്വാഖ്യാനവും ആത്മകഥയും

അന്ന ഷിന്റു റ്റി.സി.

ആഖ്യാനത്തിന് മനുഷ്യചരിത്രത്തോളം പഴക്കമുണ്ട്. ശിലായുഗമനുഷ്യൻ തന്റെ അനുഭവങ്ങളെ, അനുഭവങ്ങളിലൂടെ നേടിയെടുത്ത അറിവിനെ ഗുഹാഭിത്തികളിലും മറ്റും ലിപികളായും ചിത്രങ്ങളായും കോറിയിട്ടു. ആത്മകഥയുടെ ആരംഭം ഈ ആഖ്യാനത്തിലൂടെ ആരംഭിക്കുന്നു എന്ന് പറയാം. മനുഷ്യൻ ആദ്യമായി ആഖ്യാനം ചെയ്തത് ആത്മം തന്നെയാണ്. അതിനാൽ ആത്മകഥാസാഹിത്യം മറ്റ് സാഹിത്യശാഖകളെക്കാൾ പ്രാചീനമാണെന്ന് പറയാം. 'കഥാപറച്ചിൽ' എന്നാണ് ആഖ്യാനത്തെ സാമാന്യമായി പറയുന്നത്. ഇംഗ്ലീഷിൽ narration എന്ന വാക്കാണ് ആഖ്യാനത്തിന് സമാനമായി ഉപയോഗിക്കുന്നത്. കഥ, ഐതിഹ്യം, കഥാപറച്ചിൽ, വർണ്ണനം, ഒരു സംഗതി നടന്നതായി പ്രസ്താവിക്കൽ എന്നീ അർത്ഥങ്ങളാണ് ശബ്ദതാരാവലിയിൽ ആഖ്യാനത്തിന് നൽകിയിരിക്കുന്നത്

നിരന്തരം നവീകരിക്കപ്പെട്ടുകൊണ്ടിരിക്കുന്ന സാഹിത്യവിഭാഗമാണ് ആത്മകഥാസാഹിത്യം. യാഥാസ്ഥിതിക-പ്രചോദനപരമായ രചനകളെ മാത്രം പ്രതിനിധാനം ചെയ്തിരുന്ന ആത്മകഥാസാഹിത്യം ഇന്ന് സമൂഹത്തിന്റെ വിഭിന്നമേഖലകളിലെ മനുഷ്യരുടെ ജീവിതത്തിന്റെ തുറവിയിലേക്കും അവകാശപ്രഖ്യാപനഉപാധിയെന്ന നിലയിലും പരിണമിച്ചിരിക്കുന്നു. പ്രഗല്ഭരുടെ മാത്രം കുത്തകയായിരുന്ന ഈ സാഹിത്യവിഭാഗം സാധാരണമനുഷ്യരുടെ തുകുടിയായി. ചരിത്രത്തിൽ അടയാളപ്പെടുത്താൻ സാധ്യത ഇല്ലാതിരുന്ന സാമാന്യജനത, തങ്ങളുടെ ഇടം ചരിത്രത്തിൽ ഉറപ്പിക്കും വിധം ആത്മകഥാസാഹിത്യം പരിണമിച്ചിരിക്കുന്നു. പ്രത്യേകിച്ച് പുരുഷമേധാവിത്വം ഉണ്ടായിരുന്ന ഈ സാഹിത്യവിഭാഗം ഇന്ന്

സ്ത്രീ സ്വത്വം തുറന്നു കാണിക്കാൻ ഏറെ പര്യാപ്തമായിരിക്കുന്നു എന്ന് നിസ്സംശയം പറയാം

മലയാളത്തിലെ ആദ്യകാല സ്ത്രീ ആത്മകഥകൾ വിധേയകർത്തൃത്വ സ്വഭാവമുള്ളവയായിരുന്നു. കുടുംബത്തിനും ഭർത്താവിനും സമൂഹത്തിനും വിധേയരായി ജീവിക്കുന്നതിന്റ ആത്മസംതൃപ്തി അവരുടെ ആത്മകഥകളിൽ കാണാം. ബി. കല്യാണിയമ്മയുടെ 'വ്യാഴവട്ടസ്മരണകൾ', ലീല ദാമോദരന്റെ 'ചേട്ടന്റെ നിഴലിൽ', രാധാലക്ഷ്മിയുടെ 'പത്മരാജൻ എന്റെ ഗന്ധർവ്വൻ', കാർത്ത്യായനിക്കുട്ടിയമ്മയുടെ 'തിരുമുമ്പിനൊപ്പം' സീതാലക്ഷ്മിദേവിന്റെ 'കേശവദേവിനോടൊപ്പം', ഭാരതിത്തമ്പുരാട്ടിയുടെ 'ഇന്ദ്രധനുസ്സിൻ തീരത്ത്', കെ. ദേവയാനിയുടെ 'ചോരയും കണ്ണീരും നനഞ്ഞ വഴികൾ' എന്നീ ആത്മകഥകളിൽ ഉത്തമഭാര്യാപദം നിർവഹിക്കപ്പെട്ടതിന്റെ ചാരിതാർഥ്യം ദൃശ്യമാണ്. എന്നാൽ റോസി തോമസിന്റെ 'ഇവൻ എന്റെ പ്രിയ സി.ജെ' സ്ത്രീ പക്ഷത്തു നിന്ന് ദാമ്പത്യജീവിതത്തെ നിരൂപിക്കുന്ന കൃതിയാണ്. സ്ത്രീകൾ പുരുഷന്മാരെ സ്മരിച്ചെഴുതുന്ന ആത്മകഥകൾ നിരവധി ഉണ്ടെങ്കിലും, സ്ത്രീകളെ അനുസ്മരിച്ചു പുരുഷന്മാർ എഴുതിയ ആത്മകഥകൾ വളരെ വിരളമാണ്. ഭർത്താവിന് അർഹമായ പ്രാധാന്യം നൽകാതിരുന്ന സ്ത്രീ ആത്മകഥകൾ ആക്കാലത്തു ഏറെ വിമർശിക്കപ്പെട്ടിരുന്നു എന്നതും യാഥാർഥ്യമാണ്.

ലളിതാംബിക അന്തർജനത്തിന്റെ 'ആത്മകഥയ്ക്കൊരാമുഖം' എന്ന ആത്മകഥ സ്ത്രീ ആത്മകഥകളിൽ പ്രകടമായ മാറ്റത്തിന് കാരണമായി. സ്വതന്ത്രമായതും വ്യക്താവബോധവും ഉള്ള ആത്മകഥ എന്ന ഖ്യാതി അത് നേടി. മാധവിക്കുട്ടിയുടെ 'എന്റെ കഥ' എന്ന ആത്മകഥ തുറന്നെഴുത്തിന്റെ അന്നത്തെ സീമകളെ മറികടന്നു. ഫിക്ഷന്റെ അംശങ്ങൾ കലർന്നതെങ്കിലും സ്വന്തം ജീവിതത്തെ മറയില്ലാതെ തുറന്നെഴുതിയ സ്ത്രീ എന്ന നിലയിൽ ഈ ആത്മകഥ സൃഷ്ടിച്ച ഓളം ചെറുതല്ല. സാമൂഹ്യരാഷ്ട്രീയചരിത്രാഖ്യാനമായ കെ. ആർ ഗൗരിയമ്മയുടെ ആത്മകഥ സമാനതകൾ ഇല്ലാത്ത പോരാട്ടജീവിതത്തിന്റെ കഥയാണ്. 'കേരള ചരിത്രത്തിന് ഒരുവേള എന്റെ ഓർമ്മക്കുറിപ്പുകളും സഹായകരമായേക്കും എന്നു ഞാൻ കരുതുന്നു. അതുകൊണ്ട് തന്നെ ഈ ആത്മകഥ അഥവാ കേരളത്തിന്റെ ഒരു കാലത്തെ ചരിത്രം എഴുതുകയാണ്". എന്ന് ഗൗരിയമ്മ ആമുഖത്തിൽ പറയുന്നു. ഒരു സ്ത്രീ എന്ന നിലയിൽ കേരളത്തിന്റെ സാമൂഹ്യരാഷ്ട്രീയ രംഗങ്ങളിൽ തന്നെ അടയാളപ്പെ

ടുത്താൻ ഈ ആത്മകഥയിലൂടെ ഗൗരിയമ്മയ്ക്ക് സാധിച്ചിരിക്കുന്നു. നിലമ്പൂർ ആയിഷ, അജിത, വിനയ എന്നിവരുടെ ആത്മകഥകൾ ഒരു സ്ത്രീ എത്തിപ്പെടാൻ സാധ്യതക്കുറവുള്ള മേഖലയെ, അവർ എങ്ങനെ കീഴടക്കി എന്നും അതിനെ എങ്ങനെ അതിജീവിച്ചു എന്നും തുറന്നു എഴുതിയതിന്റെ ഉദാഹരണങ്ങൾ ആണ്.

സമൂഹത്തിലെ അരികുജീവിതങ്ങൾ അടയാളപ്പെടുത്തുന്ന സ്ത്രീ ആത്മകഥകൾ നിരവധിയായി ഇന്ന് വായനക്കാരിലേക്ക് എത്തുന്നു. പാർശ്വവത്കരിക്കപ്പെട്ട ഒരു കൂട്ടം സ്ത്രീ ജനതയുടെ ശബ്ദമായി അവർ മാറുന്നു. നളിനി ജമീലയുടെ 'ഒരു ലൈംഗികത്തൊഴിലാളിയുടെ ആത്മകഥ', ജെറീനയുടെ 'ഒരു മലയാളി ഹിജഡയുടെ ആത്മകഥ', രജനി പാലാപറമ്പയിലിന്റെ 'ആ നെല്ലി മരം പുല്ലാണ്' എന്നിവ സ്ത്രീ ജീവിതത്തിന്റെ വ്യത്യസ്ത തലങ്ങൾ അടയാളപ്പെടുത്തുന്നു. സാഹിത്യ രചനാപരമായി കഴിവില്ലാത്തവർക്കായി, കേട്ടെഴുതി ആത്മകഥകൾ പ്രസിദ്ധികരിക്കുന്നതിനു പ്രസാധകർ കൂടുതൽ താല്പര്യം കാണിക്കുന്നു. സി.കെ. ജാനുവിന്റെ കഥ, മയിലമ്മ ഒരു ജീവിതം എന്നിവ അത്തരത്തിൽ പ്രസിദ്ധമായ ആത്മകഥകളാണ്. തങ്ങൾ അനുഭവിച്ച പ്രശ്നങ്ങൾ തുറന്നെഴുതുന്ന സ്ത്രീകൾ സമൂഹത്തിലെ മറ്റ് സ്ത്രീകൾക്ക് പ്രചോദനവും വരും തലമുറയ്ക്ക് കരുത്തുറ്റ സ്ത്രീ കഥാപാത്രങ്ങളും ആകുന്നു. തങ്ങളുടെ ജീവിതത്തെ സ്വത്വത്തെ അടയാളപ്പെടുത്താൻ ആത്മകഥാരചനയിലൂടെ സ്ത്രീകൾക്ക് സാധ്യമായിരിക്കുന്നു എന്ന് നിസംശയം പറയാം.

൦൦

ലേഖകർ

1. **ഡോ. ആർ. വി. എം. ദിവാകരൻ**
പ്രൊഫസർ, വകുപ്പദ്ധ്യക്ഷൻ
മലയാളവിഭാഗം
കാലിക്കട്ട് യൂണിവേഴ്സിറ്റി.

2. **ഡോ. തോമസ് സ്കറിയ**
അസോ. പ്രൊഫസർ
മലയാളവിഭാഗം
സെന്റ് തോമസ് കോളേജ്, പാലാ.

3. **ഡോ. സിബി കുര്യൻ**
വകുപ്പുമേധാവി
മലയാളഗവേഷണ വിഭാഗം
ദേവമാതാ കോളേജ്, കുറവിലങ്ങാട്.

4. **സോണി ജോണി**
ഗവേഷക
മലയാളവിഭാഗം
ദേവമാതാ കോളേജ്, കുറവിലങ്ങാട്.

5. **ഡോ. സിസ്റ്റർ മിനിമോൾ മാത്യു**
അസോസിയേറ്റ് പ്രൊഫസർ
മലയാളവിഭാഗം
അൽഫോൻസാ കോളേജ്, പാലാ.

6. **ഗ്രീഷ്മ വി.**
ഗവേഷക
മലയാളവിഭാഗം
മലബാർ ക്രിസ്ത്യൻ കോളേജ്
കോഴിക്കോട്

7. **ഡോ. വന്ദന ബി.**
അസിസ്റ്റന്റ് പ്രൊഫസ്സർ
മലയാളവിഭാഗം
എൻ.എസ്.എസ് വനിതാ കോളേജ്
നീറമൺകര, തിരുവനന്തപുരം.
കേരള സർവകലാശാല

8. **ഐശ്വര്യ ചന്ദ്രൻ**
ഗവേഷക, മലയാളവിഭാഗം
വിമല കോളേജ്, തൃശ്ശൂർ.

9. **ഡോ. ബ്രിൻസി മാത്യു**
അസിസ്റ്റന്റ് പ്രൊഫസർ
മലയാളവിഭാഗം
ദേവമാതാ കോളേജ്, കുറവിലങ്ങാട്.

10. **അനു ജെയിംസ്**
ഗസ്റ്റ് ലക്ചറർ
മലയാളവിഭാഗം
കെ.ഇ. കോളേജ്, മാന്നാനം

11. **ഡോ. അനില തോമസ്**
അസിസ്റ്റന്റ് പ്രൊഫസർ,
മലയാളവിഭാഗം,
അൽഫോൻസാ കോളേജ്, പാലാ.

12. **മിന്നു എ. ബി.**
ഗവേഷക,
മലയാളവിഭാഗം,

ശ്രീ ശങ്കരാചാര്യ
സംസ്കൃത സർവകലാശാല,
കാലടി.

13. **ഡോ. അഭിലാഷ് ഡോമിനിക്ക്**
അസിസ്റ്റന്റ് പ്രൊഫസർ,
മലയാളവിഭാഗം,
സെന്റ് ഡോമിനിക്സ് കോളേജ്,
കാഞ്ഞിരപ്പള്ളി.

14. **റൗഷ പി. അലി**
ഗവേഷക (ജൂനിയർ റിസർച്ച് ഫെലോ),
മലയാളവിഭാഗം, ലിറ്റിൽ ഫ്ലവർ കോളജ്,
ഗുരുവായൂർ.

15. **ഡോ. സൗമ്യ പോൾ**
അസിസ്റ്റന്റ് പ്രൊഫസർ,
മലയാളവിഭാഗം,
ഹെൻറി ബേക്കർ കോളേജ്, മേലുകാവ്.

16. **അനഘ അനിൽകുമാർ**
ഗവേഷക,
മലയാളവിഭാഗം,
യു.സി. കോളേജ്, ആലുവ.

17. **രാഗി ശേഖരൻ കെ.**
അസി. പ്രൊഫസർ,
മലയാളവിഭാഗം,
എസ്.എൻ.എം. കോളേജ്, മാല്യങ്കര.

18. **ആഷ്‌ലി വർഗീസ്**
ഗവേഷക,
മലയാളവിഭാഗം,
ദേവമാതാ കോളേജ്, കുറവിലങ്ങാട്.

19. **അജയ് ലാൽ എം.**
ഗവേഷകൻ,
മലയാളവിഭാഗം,
മലബാർ ക്രിസ്ത്യൻ കോളേജ്,
കോഴിക്കോട്.

20. **രഞ്ജിത് വി.**
ഗവേഷകൻ,
മലയാളവിഭാഗം,
കേരള കേന്ദ്ര സർവകലാശാല, കാസർകോഡ്.

21. **അന്ന ഷിന്റു റ്റി.സി.**
ഗവേഷക
മലയാളവിഭാഗം
ദേവമാതാ കോളേജ്, കുറവിലങ്ങാട്

○○

www.ingramcontent.com/pod-product-compliance
Lightning Source LLC
LaVergne TN
LVHW090336051026
849518LV00005B/1965